Viết từ chân đền Hùng

VŨ NGỰ CHIÊU và HOÀNG ĐỖ VŨ

VIẾT TỪ CHÂN ĐỀN HÙNG

HỢP LƯU 2016

Viết từ chân đền Hùng

Bìa và trình bày: Vũ Vương

ISBN: 978-1-944372-03-3

NỘI DUNG

NHỮNG CHỮ VIẾT TẮT

ANCL: Lê Tắc, *An Nam Chí Lược,* bản dịch Chen Ching Ho [Trần Kính Hòa] et al. (dựa trên truyền bản Lạc Thiện Đường *Annan Zhilue*, Ginko Kishida [Ngạn Điền Ngâm Hương] sưu tập và hiệu đính năm 1884) (Huế: Đại học Huế, 1961),

BAVH: *Bulletin des Amis de Vieux Hué*. (Huế, Việt Nam)

BEFEO: *Bulletin de l'Ecole Francaise d'Extrême-Orient* (Hà Nội, Việt Nam)

CMCB: *Khâm Định Việt Sử Thông Giám Cương Mục [CM], Chính Biên [CB],* [1884] Tự Đức et al. (1884), bản dịch Viện Sử Học (Hà Nội: Giáo Dục, 1998)

CMTB: *Khâm Định Việt Sử Thông Giám Cương Mục [CM], Tiền Biên [TB],* [1884], bản dịch Trương Bửu Lâm et al., (Sài Gòn: 1960-1970); bản dịch viện Sử học, 2 tập (Hà Nội: NXB Giáo Dục, 1998), tập I.

Dư Địa Chí: Nguyễn Trãi, trong Ức Trai Di Tập (1868); bản dịch Viện Sử Học, trong *Nguyễn Trãi Toàn Tập [NTTT],* in lần thứ hai có tăng bổ và hiệu đính, (Hà Nội: KHXH, 1976) [tr 211-46, 543-662].

ĐNLT: *Đại Nam Liệt Truyện Tiền Biên [TB] & Chính Biên [CB],* 5 tập (1992); Tiền Biên [TB] (1995)

ĐNNTC: *Đại Nam Nhất Thống Chí,* bản dịch Phạm Trọng Điềm và Đào Duy Anh, 5 tập (NXB Thuận Hóa, 1997)

ĐNTLCB: *Đại Nam Thực Lục Chính Biên,* bản dịch Viện Sử học, 38 tập (Hà Nội: 1962-1978)

ĐVSKTB: Ngô Thì Sĩ et al., *Đại Việt Sử Ký Tiền Biên,* Quốc sử quán Tây Sơn (1798-1800), 17 tập (7 NK, 10 BK), bản dịch Dương Thị The et al. (Hà Nội: 1997)

ĐVSK, BKTT: Ngô Sĩ Liên et al., *Đại Việt Sử Ký Toàn Thư, Bản Kỷ,* bản dịch Quốc tử giám tàng bản, Cao Huy Giu et al. (Hà Nội: 1967) [sẽ dẫn *ĐVSK, BKTT,*

Giu (1967)]; bản dịch nội các quan bản Ngô Đức Thọ, Hoàng Văn Lâu & Ngô Thế Long [Nội Các Quan Bản], 3 tập (Hà Nội: 2009), [sẽ dẫn Thọ *et al.* (2009)]

ĐVSK, NKTT: Ngô Sĩ Liên et al., *Đại Việt Sử Ký Toàn Thư, Ngoại Kỷ* [1697-1698], q. III, bản dịch Cao Huy Giu [Quốc Tử Giám tàng bản], (Hà Nội: 1967), [sẽ dẫn Giu (1967)]; bản dịch Ngô Đức Thọ et al. [Nội Các Quan Bản], (Hà Nội: 2009) [sẽ dẫn Thọ *et al.* (2009)];

HHS/HHT: **Phạm Việp/Diệp** {(Fan Ye, 398-446), ***Hou Hanshu [Hậu Hán Thư****/ History of the Later Han****]*** (Beijing: 1973); ***Truyện*** [Lie zhuan. Biographies], 76/86 [116] "Nan Man Xi Nan Yi," 2831; 88: Xiyu zhuan, bản dịch Mỹ ngữ John E Hill, "Western Regions" (2003, 2009)

HL: *Hợp Lưu* (Fountain Valley, CA)

JAS: *Journal of Asian Studies* (Ann Harbor, MI, USA)

LSTL: Nguyễn Trãi, *Lam Sơn Thực Lục* ***[1432]****,* trong Ức Trai Di Tập; bản dịch Viện Sử Học, trong *Nguyễn Trãi*

Toàn Tập [NTTT], in lần thứ hai, (Hà Nội: KHXH, 1976), tr 43-74, 479-82.

LTHCLC: Phan Huy Chú, *Lịch Triều Hiến Chương Loại Chí,* (Sai Gòn: 1972), bản dịch Viện Sử học, 3 tập (Hà Nội: 1992)

Ming Shi-lu **[*Minh thực lục*],** Geoffrey Wade, *Southeast Asia in Ming shi-lu: An Open Access Resource,* National University of Singapore data base, 2005.

NCLS: Tập san *Nghiên Cứu Lịch Sử* (Hà Nội)

Ngô Thì Nhậm: *Tuyển Tập Thơ Văn Ngô Thì Nhậm,* Mai Quốc Liên et al. dịch, 2 tập (Hà Nội: KHXH, 1978)

NTTT: *Nguyễn Trãi Toàn Tập,* tái bản có bổ sung (Hà Nội: KHXH, 1976)

PBTL: Lê Quí Đôn, *Phủ Biên Tạp Lục,* bản dịch Lê Xuân Giáo (Sài Gòn: 1972)

QTTMT: Nguyễn Trãi, *Quân Trung Từ Mệnh Tập,* I & II. *NTTT,* 1976, [101-206]

Shiji: **Tư Mã Thiên [Sima Qian, 145-86 TTL],** ***Sử Ký*** (Beijing: 1972); **bản dịch Anh ngữ** Burton Watson, *Records of the Grand Hitorian of China* (1961,

1993). [Liệt truyện], 65 [Sunxi Wu Qi zhuan, 2618], 113 [The Account of Southern Yue"], *Shih chi/Watson,* vol. II, pp 239-50;

Thông sử [ĐVTS]: Lê Quí Đôn, *Đại Việt Thông Sử,* bản dịch Ngô Thế Long, trong *Lê Quí Đôn Toàn Tập* (Hà Nội: 1978), tập III.

TKC: Lịch hay Lệ Đạo Nguyên (466 [472]-527) ***Thủy Kinh Chú***

TKCS: *Thủy Kinh Chú Só,* Lịch Đạo Nguyên (466 [472]-527), et al., bản dịch Nguyễn Bá Mão (Hà Nội: 2004).

VĐLN: Lê Quí Đôn, *Vân [Văn] Đài Luận Ngữ,* bản dịch Phạm Vũ và Lê Hiền (Sài Gòn: 1973?).

VSTA: Ngô Thì Sĩ, *Việt Sử Tiêu Án* (Sài Gòn: 1960, 1967).

XHS/THT: **Ban Cố [Ban Gu, 32-92],** ***Xian Hanshu [Tiền Hán Thư];*** (Beijing: 1975) **bản dịch Anh ngữ** *The History of Former Han Dynasty: A Critical Translation with Annotations* by Homer A. Dubs (Baltimore: The American Learned Society: 1938, 1944, 1955), [Biographues] 95, p.3 verso, col. 13 to p.7 rector (b).

ZZTJ/TTTG: **Tư Mã Quang [Sima Guang, 1019-1086],** ***Zi Zi Tong-Jian [Tư Trị Thông Giám];*** (Beijing: 1956), **bản dịch Anh ngữ** Rafe de Crespigny.

LỜI NHÀ XUẤT BẢN

Sau một thời gian khá dài tạm ngưng xuất bản báo in của *Hợp Lưu*, chúng tôi quyết định sẽ theo chiều hướng phát triển mạnh mẽ của kỹ thuật truyền thông, để tái bản *Tạp Chí Hợp Lưu* in, đồng thời phát động việc ấn hành các tác phẩm có giá trị của các học giả và tác giả ngoài cũng như trong nước.

Tác phẩm *Viết Từ Chân Đền Hùng* mà Nhà Xuất Bản Hợp Lưu hân hạnh giới thiệu là biên khảo của Tiến sĩ Vũ Ngự Chiêu và Bà Hoàng Đỗ Vũ, về đề tài Quốc Tổ và nguồn gốc Dân tộc Việt Nam từ thời dựng nước.

Phần thứ nhất tóm lược văn sử và tài liệu khảo cổ về nhà Hồng Bàng đã được quốc sử quán nhà Lê ghi chép trong *Đại Việt Sử Ký, Ngoại Kỷ Toàn Thư,* khắc bản năm 1697-1698. Tiến sĩ Vũ Ngự Chiêu và bà Hoàng Đỗ Vũ đã đến viếng Đền Hùng ở Nghĩa Lĩnh, tỉnh Vĩnh Phú, Bắc Việt Nam, nhân dịp du khảo trong niên khóa 2004-2005, và hiệu đính lại bản thảo về Nhà Hồng Bàng, sơ thảo từ cuối thế kỷ XX.

Phần thứ hai của tác phẩm này là nghiên cứu về cuộc nổi dạy kháng Hán của Hai Bà Trưng đầu đời Đông Hán (25-220), và cuộc tái chiếm cổ Việt của Mã Viện [Ma Yuan] từ năm 42 tới 44, với những huyền thoại như diều hâu đang bay trên trời, lả tả rơi xuống mặt hồ Lãng Bạc vì lam sơn chướng khí, hay trụ đồng Mã Viện đánh dấu võ công "trấn ngự man di;" và, phân định biên giới phía nam đế quốc Hán mà văn gia Tống như Zhu Qufei [Chu Khứ Phi, 1100-1178) hay vua quan Minh Chu Đức Dụ, Chu Đệ, Hoàng Quảng Thành có lẽ đã chứng kiến trong giấc mơ, hay ngây ngật men say chinh phục thiên hạ. Tiến sĩ Vũ Ngự Chiêu và Bà Hoàng Đỗ Vũ đã chứng minh rằng trụ đồng Mã Viện chỉ là một huyền thoại, nhưng Hai Bà Trưng là những tác nhân lịch sử, đại diện cho quốc thống Cổ Việt trước nỗ lực xâm lấn lân bang của nhà Hán, đốt phá thành quách, giết lãnh tụ, và áp đặt nền văn hóa Hán tộc "mình rắn, đầu người," hay "mình người, đầu trâu," xen lẫn với bạo lực thượng cổ. Kinh nghiệm, hoặc hứng khởi cho Ngô Sĩ Liên cùng các sử quan Hậu Lê, là cuộc chiến kháng Minh hơn hai chục năm của Đại Việt—dưới sự lãnh đạo của người anh hùng áo vải Lê Lợi—bẻ gãy tham vọng "tổ hợp" Giao Chí Đô

Thống Sứ Ti, gồm 13 tuyên phủ sứ, vào lãnh thổ Đại Minh từ 1406 tới 1427. Và, rồi là nỗ lực thứ hai, từ đời Chu Hậu Tổng, tức Minh Thế Tông (27/5/1521-23/1/1567) tới Chu Do Kiểm (Tráng Liệt Đế, 7/2/ 1628-19/2/1644) mà tư liệu Trung Hoa, đặc biệt là *Minh thực lục [Ming shi-lu]*, cùng các bộ quốc sử Lê, Tây Sơn và Nguyễn, còn ghi chép rõ rang (dù có những khác biệt khó tránh về ngày tháng và quan điểm, lập luận). Mãi tới năm 1647, Chu Do Lang, tức Minh Quế Vương, mới phong Thái thượng Hoàng Lê Duy Kỳ (Lê Thần Tông, 23/6/1619-27/11/1643, TTH 1643-1649, 11-12/1649-2/11/1662) làm An Nam Quốc Vương, và rồi 20 năm sau, tháng 3-4/1667, Ái Tân Giác La Huyền Hoa (Khang Hy, 1661-1722) nhà Thanh tiếp tục phong Lê Duy Vũ (Huyền Tông, 12/1662-1/1663-16/11/1671) tước An Nam Quốc Vương, trả lại quốc thống cho vua chúa Việt—nhưng hai năm sau, vẫn áp lực chúa Trịnh, vua Lê nhường cho họ Mạc bốn châu đất Thái Nguyên (Cao Bằng từ triều Tây Sơn) làm hương hỏa thêm tám năm. Hay, năm 1788-1789, Ái Tân Giác La Hoằng Lịch (Càn Long, 1735-1796) âm mưu "hưng Lê," tái lập Lê Tư Khiêm/ Duy Kỳ (10/8/1786-2/2/1789), nhưng cuối cùng đành tạm thời hài lòng với "chiến thắng ngoại giao" một Nguyễn Quang Bình giả tới Nhiệt Hà làm lễ ôm đầu gối Hoàng Lịch nhân dịp thượng thọ 80 tuổi, với tổn phí khoảng 4,000 lạng bạc một ngày—nhưng chỉ là số bạc lẻ, so với chiến phí của 10 võ công, khoảng 151 triệu nén bạc suốt triều Hoáng Lịch.

Trong nghiên cứu này, sử gia Vũ Ngự Chiêu đã dùng phương pháp tỉ đối nhiều nguồn tư liệu gốc, trả lại sự thực cho lịch sử dân tộc. Đặc biệt, tác giả dành phần kết luận cho độc giả và hậu thế, hơn tiếm đặt những kết luận mà mỗi công dân Việt cần tự suy gẫm, tìm hiểu cho mình. Kết luận cần thiết vì tình trạng địa lý-chính trị giữa Việt Nam với Trung Hoa—hai nước láng giềng, nhưng nhỏ lớn khác nhau, và tham vọng làm chủ cả vũ trụ của Hán tộc.

Chúng tôi cũng sẽ phổ biến những sáng tác văn chương có giá trị, với niềm tin không thể có sự trói buộc phi nhân, vô lý nào quyến tự do được sáng tác, và tự do thông tin.

Đa tạ sự yểm trợ của quí vị độc giả cùng văn thi hữu suốt hơn hai thập niên qua.

Tạp Chí Hợp Lưu

VIẾT TỪ CHÂN ĐỀN HÙNG

Từ California trở lại Houston, chiều Chủ Nhật, 14/11/2004, chúng tôi tổ chức một buổi họp mặt bỏ túi anh chị em tại tư gia, mừng sớm Lễ Tạ Ơn [*Thanksgiving*] thứ 30. Trong những lễ hội của Mỹ, tôi vẫn nghĩ Lễ Tạ Ơn quan trọng nhất, vượt trên ranh giới và phạm trù tôn giáo. Gà Tây [*turkey*] cùng thực phẩm và hoa quả chỉ có tính cách biểu trưng. Tinh túy là sự tri ân đất nước mới, quê hương mới, và cuộc đời mới. Từ mùa Xuân buồn thảm 1975, Liên bang Mỹ đã trở thành quê hương mới của tôi, nơi dung chứa và ban phát cho tôi một cuộc sống thanh bình, tự do. Những đoá hoa tuyết đầu mùa mờ trắng bầu trời Eau Claire [Nước Trong] của bang Wisconsin vào giữa tháng 8/1975. Những săn đón, trân quí của vợ chồng Bruce Taylor, người không ngừng an ủi tôi rằng chỉ có những kẻ cầm bút chân chính, những nhà phù thủy chữ nghĩa, mới biết thương yêu lẫn nhau, trong một nghiệp dĩ nghiệt ngã, rút ruột nhả tơ. Những ly *Irish coffee* [cà-phê Ái Nhĩ Lan] lung linh ánh lửa lò sưởi, khi nhiệt độ hạ xuống mức âm số. Rồi sáu năm dài Madison, thủ đô Wisconsin. Hàng năm, Lễ Tạ Ơn luôn được mừng đón với xúc động tràn đầy, trong niềm thương mến và đùm bọc, ân cần của bao thày bạn. Những Richard D Coy, John R W Smail, Daniel F Doeppers, Gary Penanen, Duane Fischer, v.. v... Thời gian thoáng bay mau. Dòng sống đưa đẩy tôi xuống định cư tại Houston, Texas, chuyển qua luật học. Coy và Smail, Penanen, Fischer, đã ra đi, những mất mát lớn, khiến không thể không nghĩ đến những lời hứa chưa hoàn tất với họ—***bắc một nhịp cậu tương thông, tương kính giữa hai dân tộc Việt-Mỹ, hàn gắn lại những đau thương dĩ vãng do những lỗi lầm của cả hai phe***. Song song và mờ nhạt là những gợi ý, thúc dục của đồng nghiệp và thân hữu như Anatoli Sokolov, một học giả Nga chuyên biệt về Việt Nam. Ý định trở lại Việt Nam cho một chuyến nghiên cứu tại chỗ dần dần nở lớn. Cơ hội mở ra cho tôi là học bổng Fulbright của Bộ Ngoại Giao và chương trình Rockefeller của Trung tâm William Joiner Center tại Đại học Massachusetts, Boston trong niên khoá 2004-2005. Ít nữa thì có một cơ hội để tái khám phá quê cha đất tổ, tăng bổ cho thứ kiến thức ngày một mờ nhạt về người Việt, đất Việt của dĩ vãng.

Những ngày kế tiếp bận rộn thu xếp hành trang cùng thủ tục cần thiết cho một chuyến đi xa. Gần 30 năm lưu vong, không thể kềm giữ được những xúc động về một giấc mơ vừa hiện thực. Nghiên cứu về khiá cạnh luật pháp tại Việt Nam, tôi, một cựu sĩ quan Việt Nam Cộng Hòa suốt 12 năm dài, một nhà văn có trên 20 sáng tác dưới bút danh Nguyên Vũ, tác phẩm bị tịch thu, thiêu hủy năm 1975, và người nghiên cứu sử học từng khám phá ra những tài liệu văn khố ít nhiều tháo gỡ những lớp sơn son, thiếp vàng của thần tượng Hồ Chí Minh? Nếu không có kế hoạch Đổi Mới tại Việt Nam và chương trình Fulbright của Bộ Ngoại Giao, hẳn chuyến đi sắp tới chỉ có thể là chuyện hoa trong gương, trăng đáy nước.

Dù không thể tháp tùng chúng tôi về nước, mẹ tôi cũng đáp máy bay từ San Jose qua Houston sống với chúng tôi ít ngày. Tám mươi bảy tuổi, mẹ nhiều hơn một lần sắm sẵn áo tang, khăn sô đi tìm mộ chồng, rồi thăm nuôi anh cả tôi, anh T., tại những vùng ma thiêng nước độc của thượng du Bắc Việt. Mẹ là một trong hàng triệu phụ nữ Việt Nam tiêu biểu trong thời buổi loạn ly, người hành hạ người, bắn giết, mổ bụng, cắt lưỡi, khoét mắt người với đầy đủ sự sảng khoái, kiêu hãnh và sủng kính nhờ những bàn tay phù phép ngoại lai. *(Mới đạy, ngày 6/1/2016, Mẹ đã vĩnh biệt cuộc đời và chúng tôi, ở tuổi 99, tại Los Angeles. Tang lễ cử hành ở Houston, lúc nhập quan, Mẹ vẫn tươi tắn như trong một giấc ngủ. Hiền hậu và thương chồng, thương năm con hơn cả thân mình. Nước mắt ứa ra, lăn chậm trên gò má, phần vì thương kính và tri ơn, phần tự hào biết công dưỡng dục của Mẹ Cha đã giúp chúng tôi vượt qua bao thăng trầm, sống như một Người. Như câu di huấn của ông Nội đã truyền lại cho Cha, lúc đang bị đầy ải, lăng nhục ở những trại "cải tạo" Lang Hít, Bắc Kạn, là Ông "không buồn vì thiếu vài cây gậy chống sau quan tài—mà chỉ ngại các con cháu không đủ làm Người." Ngày Cha từ biệt cõi đời, cả hai cây gậy theo sau quan tài đều vắng thiếu. Anh Tr., trong một trại "cải tạo" đất Bắc; và tôi, lưu vong quê người, miệt mài tìm đến những văn khố, thư viện để viết cho xong một bộ sử hầu như còn bỏ ngỏ)*

Ngày Thứ Hai, 22/11, từ 5 giờ sáng, ông bạn đưa chúng tôi ra phi trường Houston trong cơn mưa giông tầm tã. Phi cơ phải bọc về hướng Đông rồi mới trực chỉ Minneapolis, nơi bà Nhạc tôi đang chờ đợi cùng tham dự chuyến đi. Vì phải đổi phi cơ ở Tokyo, gần nửa đêm Thứ Ba, 23/11, mới hạ cánh xuống Singapore. Thật khó chịu khi cả hai điện thoại tay cầm của chúng tôi đều mất sóng, trái ngược hẳn với lời cam kết của nhân viên kỹ thuật hãng AT&T.

Gần hai giờ sáng Thứ Tư, 24/11, mới có phòng trống tại khách sạn trong phi trường. Tắm rửa xong, chúng tôi đều thiếp nhanh vào giấc ngủ mỏi mệt. Vì chuyến bay *Air Viet Nam* chỉ cất cánh lúc 14G45, chúng tôi tham dự cuộc du lịch phía Tây đảo quốc "Sư Tử Thành" khoảng hai tiếng. Hai mươi năm qua, Singapore tiếp tục phát triển nhanh, giữ vững vai trò trung tâm thương mại Đông Nam Á.

Các tiếp viên *Air Vietnam* thật thanh lịch và quyến rũ. Dù chuyến bay chỉ khoảng một giờ, vẫn có món ăn nhẹ và giải khát. Tôi chợt để ý đến huy hiệu bông sen của công ty hàng không quốc doanh này.

Khoảng 15G45, chiếc Airbus hạ cánh xuống phi trường Tân Sơn Nhất. Cảnh sát hải quan Sài Gòn không "dữ" và công khai đòi "mãi lộ" như lời đồn đại. Nhưng hành lý của chúng tôi bị thất lạc, phải ba ngày sau mới có người giao đến nhà.

Một người bạn cũ, Tiến, ra đón tại phi cảng. Đang giờ tan sở, Sài Gòn chật cứng xe cộ. Từ phi cảng tới khách sạn trên đường Hai Bà Trưng tốn hơn một giờ.

Thể khối âm thanh Sài Gòn và sự trái ngược giờ khắc khiến tôi thức giấc từ hai giờ sáng ngày Thứ Năm, 25/11. Lễ Thanksgiving thứ 30 ở Sài Gòn. Chuyện khó tin nhưng có thực. *Sài Gòn,* tôi lập lại với mình như một ông già lẩn thẩn. Ba mươi năm. Gần bằng số năm sống tại cả hai miền Bắc-Nam.

Chiều, đến Đại học Khoa học Xã hội & Nhân văn gặp Tiến sĩ Trần Đình Lâm, đầu mối tiếp xúc của chương trình Fulbright. Cơ quan đối tác của tôi là Đại học Văn Khoa Sài Gòn cũ. Theo nguyên tắc, từ nay Khoa Lịch Sử của Đại học Khoa học Xã hội & Nhân văn sẽ chịu trách nhiệm và tiếp giúp tôi hoàn thành công tác nghiên cứu. Từ việc xin đọc tài liệu văn khố (Kho Lưu trữ Quốc gia), tới việc tiếp xúc các cơ quan liên hệ đều cần giấy giới thiệu của Đại học KHXH & NV Thành phố Hồ Chí Minh.

Trở lại khách sạn, nhờ Tiến mua bao giúp một điện thoại cầm tay. Rồi liên lạc với vài bạn học cũ, hẹn gặp nhau ăn mừng Lễ Tạ Ơn tại quán *Hoàng Yến.* Lễ Tạ Ơn thứ 30, ngay tại Việt Nam.

Mấy hôm sau, tôi hoàn tất các thủ tục di trú và hành chính cần thiết. Tiếp xúc đại diện chương trình Fulbright ở cả Sài Gòn và Hà Nội. Gặp Giáo sư/Tiến sĩ Võ Văn Sen, Khoa trưởng Khoa Lịch Sử. Tôi cũng có cơ hội thăm ông bà Vũ Khắc Hoè, cựu Bộ trưởng Giáo Dục và Tư Pháp, hiện đang nghỉ hưu ở Thủ Đức. Luật sư Hoè là Chủ nhiệm báo *Thanh Nghị* lừng danh một thời ở miền Bắc. Ông cũng sáng lập ra *Đảng Dân Chủ,* qui tụ giới trí thức yêu nước không "Cộng Sản," nhưng cương quyết giành độc lập bằng mọi giá. Vì thế, Luật sư Hoè cùng các đồng chí đã tham gia Mặt trận *Việt Minh,* gây nên những cuộc bút chiến gay gắt với phe *Đồng Minh Hội* và *Việt Nam Quốc Dân Đảng* trong hai năm 1945-1946. Dù đã vào tuổi 90, Luật sư Hoè vẫn nồng nhiệt ca ngợi Hồ Chí Minh—dù rằng ông bị loại khỏi quyền lực từ năm 1948-1949, khi Nguyễn Sinh Côn bắt đầu quay trở lại với Comintern [Quốc Tế "Cộng Sản"], chuẩn bị tái lập Đảng *Cộng Sản Đông Dương* (với tên mới Đảng *Lao Động Việt Nam*).

Không kém quan trọng, tôi được tiếp xúc với Giáo sư Phan Đình Nham, Giám đốc Trung tâm Lưu Trữ Quốc Gia [TTLTQG] II trên đường Lê Duẩn [Thống Nhất cũ], từ ngày 30/11. Giáo sư Nham tặng tôi phóng ảnh một tài liệu về Ngô Đình Nhu (1910-1963): Ngày 8/9/1945, Nhu được cử làm Giám đốc Nha Lưu trữ Công văn và Thư viện toàn quốc. Sắc lệnh này có chữ ký của Bộ trưởng Giáo dục Vũ Đình Hoè, và Võ Nguyên Giáp, ***"Thay mặc Chủ tịch Chính phủ Lâm thời Việt Nam."***

Tuy nhiên, vì là người nước ngoài, đơn xin đọc tài liệu của tôi phải gửi ra tận Hà Nội, chờ quyết định của Cục trưởng Cục Lưu trữ Quốc Gia thuộc Bộ Nội vụ. Đây là điểm khác biệt giữa văn khố Việt Nam và văn khố các nước. Mãi tới ngày 6/12, tôi mới được chấp thuận trên nguyên tắc cho tham khảo các bảng chỉ dẫn tài liệu của bốn kho chính, tức kho tư liệu Phủ Thống đốc Nam Kỳ [Goucoch], Phủ Thủ tướng (1954-1975), Phủ Tổng thống Đệ nhất Cộng Hoà (1955-1963) và Phủ Tổng thống Đệ nhị Cộng Hòa (1967-1975). Nhưng muốn được đọc các tài liệu văn khố cần một chu trình thủ tục phức tạp khác, kéo dài từ ba tới mười ngày.

Chiều Thứ Năm, 9/12, bay ra Đà Nẵng tham dự buổi hướng dẫn đặc biệt của Ban Fulbright thuộc tòa Đại sứ vào hôm sau. Đà Nẵng có thể coi như quê hương thứ hai của tôi, khi một tàu Hạm đội 7 Mỹ đưa toàn gia đình chúng tôi từ Hải Phòng vào Nam "tìm tự do" cuối năm 1954—một ảo vọng phũ phàng trong thế cờ quốc tế mà chính phủ Dwight D Eisenhower (1953-1961) đã ưu ái tiếp tay giúp Thủ tướng Ngô Đình Diệm xây đáp một "tiền đồn của Thế

Giới Tự Do." Dù khoảng 600,000 người "Bắc" di cư—khoảng hai phần ba là tín đồ Ki-tô, quân nhân và gia đình, hay thị dân—không bị "tàu há mồm Mỹ đổ xuống biển," nhưng tự do duy nhất chúng tôi được hưởng là tự do đói khổ, sống chết mặc bay, trong một xã hội giáo phiệt kiểu Trung Cổ.

Ghé Huế một ngày, thăm Lăng vua Nguyễn Phước Hường Nhiệm (niên hiệu Tự Đức, 10/11/1847-19/7/1883), Tử Cấm Thành, Ngọ Môn, và một ngôi chùa có tin còn bảo tồn bài vị Ngô Đình Dinh—cha Ngô Đình Khả (1856-1914), ông nội Ngô Đình Khôi (?1945), Ngô Đình Thục (6/10/1897-1984), Ngô Đình Diệm (21/8/1897-2/11/1963), v.. v.. Rồi bay ra Hà Nội, chuẩn bị thủ tục cần thiết cho hai tháng làm việc tại miền Bắc. Cũng nhân dịp này, về thăm nơi chôn rau cắt rốn ở Phụng Viện thượng (Me Vừng) Bình Giang, Hải Dương, cũng như quê hương bên ngoại thuộc Phủ Lý, không xa khu di tích kinh đô Hoa Lư, tức vùng núi đá vôi thuộc huyện Gia Viễn, Ninh Bình—được sử quan nhà Hậu Lê "sơ" (29/4/1428-12/7/1527) đưa lên vi thế chiếc nôi khai sinh Đại Việt. Thực ra, sự khai sinh của vương quốc Việt Nam đầu tiên có thể khởi đầu đâu đó từ Khúc Thừa Hạo (880-906) tới Ngô Quyền (938-945). Những ghi chép trong sử cũ về Đinh Tiên Hoàng (968?-979) đều quá mơ hồ, tái dựng lại trên vài mảnh vụn viết về "Nam Man Di/Tây Nam Man Di" của cổ thư Trung Hoa, cùng truyền khẩu sử. Những tư liệu khảo cổ và di tích nghệ thuật kiến trúc không đủ xuyên suốt qua bức tường thời gian năm, sáu trăm năm và nỗ lực không ngừng nghỉ đưa Đại Việt trở lại với "truyền thống" Giao Chỉ đô thống sứ ti hay An Nam đô hộ phủ của Bắc phương. (Cổ sử Việt Nam chỉ chép rất sơ sài về giai đoạn Minh thuộc này, phải chăng vì "sự đại chi lễ," giống như Việt Nam Xã Hội Chủ Nghĩa hiện nay)

Giáo sư Sokolov đang công tác ngắn hạn ở Hà Nội. Anh ghé thăm chúng tôi tại khách sạn *Thủy Tiên,* nằm ngay trung tâm thành phố, số 3 Ter Tông Đản, cách Hồ Gươm không xa. (*Tông Đản này có thể là Nùng Tông Đản, vị thủ lĩnh đất Quảng Nguyên, theo phò Lý Thường Kiệt trong cuộc tấn công tự vệ ba châu Ung, Liêm và Khâm năm 1075-1076 để bẻ gãy mưu toan xâm lược của Vương An Thạch (Wang An-Shi, 1021-1086), với ảo vọng xóa tên Đại Việt trên bản đồ Đông Nam Á*). Sokolov giới thiệu với tôi một số học giả Việt anh quen biết. Hôm sau, gặp nhau tại nhà hàng *Thủy Tạ,* trên Hồ Gươm. Chỗ ngồi ngon, nhưng thức ăn không ngon.

Ngày 15/12, có dịp tham dự buổi Hội thảo về nhà thơ cách mạng Cao Bá Quát (1809-1855) tại Đại học Khoa học Tự nhiên, do Trung tâm Nghiên cứu Quốc học của Giáo sư Mai Quốc Liên tổ chức. Nhân dịp này, tôi đồng ý cho đài truyền hình VT 4 của Sài Gòn phỏng vấn về trường hợp Cao Bá Quát. Tuy nhiên, đoạn tôi nói về nhu cầu tìm hiểu sự thực sử học để có thể đi đến tinh thần hòa giải dân tộc bị cắt bỏ.

Chủ Nhật, 19/12, chúng tôi trở lại Sài Gòn. Trong khi chờ đợi các thủ tục để khởi đầu việc nghiên cứu luật pháp, tôi tiếp tục làm việc bán thời gian tại TTLTQG II, số 2 Ter Lê Duẩn (Đại lộ Thống Nhất cũ). Tìm được nhiều tài liệu rất quí. Như hồ sơ thăm Đông Dương của Dân biểu Stalinist Vichy (Pháp) Maurice Honel năm 1937 (***Mission Maurice Honel [1903-?] (18/7-13/9/1937);*** *TTLTQG 2, Goucoch, IIA 45/231 (2):* cũng có thể tìm thấy trong kho SPCE [carton 385] tại Aix-en Provence).

Quan trọng hơn là hồ sơ Nguyễn Hữu Bài bức ép Vĩnh Thụy (Bảo Đại, 8/1/1926-25/8/1945, 1/7/1949-26/10/1955) hồi hương (năm 1930); và, cuộc tranh đấu năm 1963 của Phật Giáo, như công điện từ văn phòng Đại biểu Trung nguyên Trung phần Hồ Đắc Khương báo cáo "Một trái lựu đạn MK-2 ném ra từ đám đông vào đêm 8/5/1963" trước đài phát thanh Huế. *[Xem Phụ Bản] Công điện này khiến Ngô Đình Diệm* (27/7/1897-2/11/1963), *cho tới tháng 6/1963, vẫn khăng khăng với viên chức Mỹ rằng chín nạn nhân ở Huế đêm Phật đản là do một hay hai trái lựu đạn của Cộng Sản gây ra*—dù trước đó, ngay chính Thị trưởng Nguyễn Văn Đẳng, rồi Bộ trưởng Nội Vụ Bùi Văn Lương đã bắt đầu sửa từ "lựu đạn" qua "mìn plastic." (UN General Assembly Official Reports, Agenda Item 77, Session XVIII: ***The Violations of Human Rights In South Vietnam***; pp 23-24; Chính Đạo, Việt Nam Niên Biểu, 1939-1975, I-C: 1954-1963 (Houston: Văn Hóa, 2000), tr

Không kém quan trọng là ba tập tài liệu về cuộc đấu tranh của Phật Giáo do Tôn Thất Thiện và Việt Tấn Xã soạn thảo, bằng ba thứ tiếng Việt, Anh và Pháp nộp cho phái đoàn Liên Hiệp Quốc điều tra về sự vi phạm nhân quyền ở miền Nam. Hay, những báo cáo của Tỉnh trưởng Thừa Thiên Nguyễn Mâu, trưởng ty cảnh sát Lê Văn Dư. Thiếu tá Mâu sau này được cử cầm đầu cơ quan cảnh sát chính trị, và chiếu cố khá kỹ Thượng tọa Thích Thiện Minh cùng phe Phật Giáo Ấn Quang, với sự tán thành của Đại sứ Ellsworth Bunker và Thủ tướng Trần Văn Hương (từng cưỡi xe đạp đi làm Thị trưởng Sài Gòn, nhưng khi làm Thủ tướng thường thích sai con đi cửa hậu Tòa Đại sứ Mỹ, khi âm mưu loại Khánh để vui long Đại sứ Taylor, hay tố cáo ứng cử viên Tổng thống khác là "Cộng Sản" khi tranh cử tổng thống nhưng móc ngoặc với Nguyễn Văn Thiệu cho những mục tiêu tối tăm. Người chép sử nghiêm túc tương lai không thể không ghi lại những lời nhục mạ lãnh đạo Phật Giáo như "lũ trọc đầu và những trò khỉ của chúng," hoặc phải ít nữa ghi thêm một phụ chú: Thượng tọa Thiện Minh sau này chết trong một "trại cải tạo" của những người tự nhận là "Cộng Sản," trong khi Trần Văn Hương được ung dung ở Sài Gòn cho đến lúc chết. Những tư liệu thuộc Kho Phủ Thủ tướng và Tổng Thống VNCH khá đầy đủ những lời cáo buộc lỗ mãng của Tổng Giám Mục Ngô Đình Thục (6/10/1897-?1984), vợ chồng Ngô Đình Nhu

(1910-2/11/1963)-Trần Thị Lệ Xuân (1924-2011); lễ Ngân Khánh [Te Dum] thứ 35 của Tổng Giám Mục Thục tại nhà thờ Kỳ Đồng ngày 5/5/1963, có lễ nghi quân cách, bảo vệ an ninh lộ trình, v.. v... nhưng chưa được khai thác đầy đủ trong nước, và hầu như bị bưng bít, bẻ cong ở hải ngoại để phong thánh họ Ngô (chưa hẳn vì họ Ngô mà có lẽ do những nguyên ủy nào đó).

Bỉ ổi nhất là trò chụp mũ "Cộng Sản" cho hàng ngũ tranh đấu Phật Giáo. Trong số tác giả hải ngoại này có cả Tiến sĩ Tôn Thất Thiện, một thời gian giữ chức Bộ trưởng Thông Tin. Người ta quên một điều: Chính Giáo Hoàng Paul VI ở Vatican đã kết luận rằng Tổng Giám Mục Thục và anh em họ Ngô tạo nên những ảnh hưởng xấu cho Giáo Hội; và áp dụng biện pháp kỷ luật "tuyệt thông" [excommunuication] với Thục, người được Cố vấn An Ninh Quốc Gia McGeorge Bundy của Tổng thống Lyndon B Johnson phải ngao ngán ví von như "cơn điên khùng của một gia đình cai trị chưa từng thấy từ thời Nga Hoàng." Trong khi đó Khâm sứ Vatican tận tâm giúp tình báo Mỹ lột trần mặt nạ nham hiểm—trong âm mưu "không ăn được thì đạp đổ" nông cạn, ngờ nghệch, tự mua chuốc cho mình cái chết bẽ bàng trong lòng chiếc Thiết Vận Xa ở Bộ Tổng Tham Mưu sáng ngày 2/11/1963. Và cái chết của Ngô Đình Diệm, thực ra, do chính vợ chồng Nhu mang đến—trực tiếp là bởi ý định bảo vệ sự an toàn bản thân Nhu ngày 1-

2/11/1963. (Học giả ngoại quốc viết nhiều về chiến cuộc Việt Nam và chế độ họ Ngô trong giai đoạn chiến tranh lạnh thường viết tiểu thuyết dã sử hơn sự thực sử học, dưa trên tư liệu khả tín)

Cũng cần lập lại, trên thực tế, chẳng hề có một thuyết **Cộng Sản** [góp chung tài sản] nào. Bi hài kịch trên nửa thế kỷ XX của người Việt đã phần nào dựa trên sự thiếu hiểu biết chủ thuyết **Communism** [công hữu nguyên thủy] của hai trí thức Trung Hoa, Trần Độc Tú và Lý Đại Chiêu—nên khai sinh ra quái thai "Cộng Sản," hay dịch tên Karl Marx thành "Mã Khắc Tư." Võ Giáp (1911-2013) từng viết trong hồi ký là năm mới 15, 16 đã leo lên cây, đọc trộm cuốn *Bản Án Chế độ thuộc địa Pháp* của Nguyễn Ái Quốc, mê say với chiếc bánh vẽ "làm tùy theo khả năng, hưởng theo nhu cầu." Phần Ngô Đình Diệm, thường tự nhận đã nghiên cứu chủ thuyết Communism từ năm 1922, qua tài liệu Switzerland [Thụy Sĩ]. Vậy mà thản nhiên phát động chiến dịch **"Tố Cộng"** từ ngày 7/7/1955, ban hành Sắc Luật 47 (ngày 21/8/1956), lên án tử hình những hành vi phá rối trị an có liên hệ với Cộng Sản để biện minh cho việc bắt giữ từ 20,000 đến 50,000 "phiến Cọng;" chiêu hồi "92,000" người "tung cánh chim bay về tổ ấm;" rồi viết cả những chữ **chống Cộng Sản** vào Hiến Pháp Việt Nam Cộng Hòa (26/10/1956) [điều 7, chương 1]—bản tiểu thuyết luật pháp của một tiền đồn chiến tranh lạnh mà năm 1963 Diệm còn hợm hĩnh tuyên bố, "phía sau lưng hiến pháp còn có tôi." Thật đáng buồn là các "Giáo sư Triết" VNCH chẳng hề bày tỏ ý kiến—không hiểu, thực chăng, họ đã đọc nguyên bản các tác phẩm của Marx, Lenin, Mao và Hồ? Hay họ cũng bị vây hãm bởi những đạo luật cấm tồn trữ tài liệu Cộng Sản? "Chống Cộng," dĩ nhiên cũng được trân trọng ghi vào điều 4 Hiến Pháp 1967, được chính phủ Johnson duyệt chuẩn trước khi Quốc trưởng Phan Khắc Sửu ban hành. Thật khó quên cảnh năm 1968 một trung úy trẻ của Trung Tâm Huấn Luyện Cục Chính Huấn bị một học viên gay gắt bắt bẻ khi nói đến lời hứa hẹn hão huyền của Marx và Engels về một xã hội "làm tùy theo khả năng, hưởng theo nhu cầu"—hiện đã bị các chế độ "Định Hướng Xã Hội Chủ Nghĩa" bỏ quên.

Phần Mở đầu [Preamble] của Hiến Pháp 26/10/1956 cũng chứng tỏ sự cẩu thả hay thiếu hiểu biết sử địa: Quốc Hội Đệ I Cộng Hòa khẳng định lãnh thổ Việt Nam từ "Mũi Cà Mau" tới "Ải Nam Quan." Trên thực địa, chỉ có Trấn Nam Quan trên đất Bằng Tường, Quảng Tây, do Chu Hậu Tổng (niên hiệu Gia Tĩnh, 27/5/1521-23/6/1567)—xây cất năm 1539-1540 cho ông cháu, cha con Mạc Đăng Dung làm lễ trói mình, buộc giây vào cổ, đi chân đất tới hành dinh Mao Bá Ôn, quì bò van lậy dâng địa đồ, sổ sách "13 tuyên phủ sứ" của An Nam Đô thống sứ ti, để Hậu Tổng sát nhập vào đế quốc Minh ngày 30/11/1540 [29/4/1541]; đổi lại, được tha tội chết, ban phong làm đô thống sứ ti, hàm tùng nhị phẩm [II-2] trực thuộc phiên ti Quảng Đông. Thêm vào đó, còn xin trả lại Khâm Châu một vùng lãnh thổ rộng lớn xung quanh Phân Mao Lĩnh, nơi "cỏ tranh tự động nghiêng mọc theo hai hướng Bắc-Nam" như một ranh giới trời sinh, mà Chu Khứ Phi và vua quan Đường-Tống nằm mơ thấy Mã Viện [Ma Yuan] dựng trụ đồng năm 43-44—mở đường cho tập đoàn Tập Cận Bình [Xi Jinping] và Thường vụ Bộ Chính Trị Đảng Cộng Sản Trung Hoa trâng tráo khai diễn một đợt xâm lược mới, với những khẩu hiệu như "Đường Tơ Lụa Hàng Hải Thế Kỷ XXI," hay "Một Vành Đai, Một Con Đường" từ năm 2013.Trong khi đó, giới truyền thông thế giới và học giả nghiêm túc vẫn lịch sự sử dụng những thuật ngữ như **"tranh chấp biển đảo,"** hay "**Biển Nam Trung Hoa"** [The South China Sea]—trong khi từ thượng cổ vùng biển Đông Nam Á này chỉ có tên gọi "biển Nam" [*Nanhai* hay *nampo*]. (Trong Phần thứ hai, nghiên cứu về Hai Bà Trưng, chúng tôi sẽ khai triển rõ ràng hơn các sử liệu, và thành khẩn mong chờ các đồng nghiệp công bố tư liệu mới nào có thể chứng minh ngược lại kết luận của chúng tôi rằng Trụ đồng Mã Viện chỉ là một huyễn truyền, công cụ xâm lược của Hán tộc, chưa hề hiện hữu)

Tôi cũng có dịp gặp một số tác nhân lịch sử, như quí ông Trần Văn Giàu, Trần Bạch Đằng, Huy Cận, v.. v.. Hai nhân vật khiến tôi đặc biệt chú ý là Giáo sư Trần Văn Giàu và Trần Bạch Đằng. Giáo sư Giàu là một cán bộ Cộng Sản lâu đời, từng theo học Đại Học

Phương Đông tại Mat-scơ-va của Quốc Tế Cộng Sản, tái xây dựng xứ ủy miền Nam trong hai năm 1933-1934, và rồi giai đoạn 1943-1945. (Biên khảo công phu của Anatolyi Sokolov, được dịch qua tiếng Việt, là một đóng góp lớn cho việc nghiên cứu giai đoạn sơ khởi của Đảng Cộng Sản Đông Dương. Nhưng giai đoạn từ Paris sang Mat-scơ-va của Hồ Nam Nguyễn Ngọc Minh, tức Trần Văn Giàu, chỉ dựa theo lời tiết lộ của riêng Giáo sư Giàu. Theo báo cáo của Thomas "Đặng Đình Thọ" với Mật thám Pháp năm 1931, không có tên Nguyễn Ngọc Minh hay Trần Văn Giáu năm 1931) Trong thập niên 1940, Hồ Nam cũng cầm đầu cuộc nổi dạy cướp chính quyền ở miền Nam sau ngày Nhật chính thức buông súng (21-25/8/1945), và rồi tham dự những cuộc thương thuyết với đại diện Bri-tên từ tháng 8 đến đầu tháng 10/1945. Tuy nhiên, vai trò Giàu bị mờ nhạt dần khi đại diện miền Bắc (Hoàng Quốc Việt, Cao Hồng Lĩnh [Lãnh], và các đơn vị tình nguyện chống Pháp lũ lượt kéo vào Nam, cùng sự xuất hiện của khoảng 1,800 cựu tù nhân Côn Đảo đón về Sóc Trăng, rồi phân tán khắp miền nam như Tôn Đức Thắng, Lê Duẩn, Phạm Văn Thiện [Phạm Hùng], Phạm Văn Đồng, v.. v... Trần Văn Giàu bị gọi ra Bắc, họp báo nói về cuộc kháng chiến tại miền nam, bốn [4] sư đoàn dân quân, cùng huyền thoại "thiếu niên Lê Văn Tám" tự tẩm dầu đốt mình, lao vào kho đạn Pháp trong trận Thị Nghè—tức tên được dùng cho công viên quận I, tại vị trí "Nghĩa

Trang Mạc Đĩnh Chi," nơi từng có tin đã vụng trộm chôn xác anh em Diệm Nhu sau cách mạng 1/11/1963, trước khi có tiết lộ về mộ "Huynh và Đệ" ở một ngoại ô Sài Gòn. Sau đó, Trần Văn Giàu qua Thái Lan, Miến Điện phụ trách ngoại giao và mua sắm khí giới—khá quen thuộc với nhân viên quân báo Mỹ ở Tòa Đại sứ Thái Lan. Trong dịp tiếp đặc sứ Phạm Ngọc Thạch của Hồ Chí Minh, Trung tá Law nhận được những tài liệu về ý muốn thương thuyết của Hồ, cùng số quí kim quân phiệt Nhật còn lưu giữ của Đông Dương. Tác phẩm *Miền Nam Giữ Vững Thành Đồng*, theo Giáo sư Giàu nói với tôi, đã được hoàn tất trong niềm luyến nhớ miền Nam.

Riêng Giáo sư Trần Bạch Đằng—tức Trương Gia Triều, bí danh "Tư Ánh," người Việt gốc Hoa miền nam, nhưng gia đình trôi nổi tới Phan Thiết (Bình Thuận) sau ngày mất ba tỉnh miền Đông (1861-1864)—trưởng thành từ thanh niên đoàn, tham gia cả hai thời kỳ sôi động của cuộc Chiến Ba Mươi Năm (1945-1975). Ông từng lên tới chức Bí thư Sài Gòn-Gia Định, tham dự những cuộc mật đàm trao đổi tù binh Mỹ (như kế hoạch **Buttercup,** 1967-1968. Xem Phụ Bản: **Buttercup**, *infra*). Hai vấn nạn lịch sử tôi có dịp trao đổi với ông là cái chết của cựu Đại tá Phạm Ngọc Thảo và việc bắt tay "phiến Cọng" của anh em họ Ngô. Theo Giáo sư Đằng, cấp trên đã yêu cầu Phạm Ngọc "Albert" Thảo ra bưng sau khi bị lộ, nhưng Albert Thảo từ chối, coi thường màng lưới phản tình báo Việt Nam Cộng Hòa. (Thực ra, Thiếu tướng Đỗ Mậu, Giám đốc An Ninh Quân Đội, đã hoài nghi Thảo "nằm vùng" từ lâu. Thiếu tướng Huỳnh Văn Cao, Tư lệnh Sư đoàn 7, rồi Quân Khu IV (1963) cũng không tin Thảo, khi Thảo giữ chức Tỉnh trưởng Định Tường (Mỹ Tho).

Về việc anh em Ngô Đình Diệm, Thục, Nhu liên lạc với "phiến Cộng" hay chăng, theo Trần Bạch Đằng, có những đường dây mở cửa, nhưng phe Cộng Sản không tiếp xúc với họ Ngô. Tôi nghĩ Giáo sư Đằng chưa hẳn biết rõ mọi chi tiết về những đường giây mật, trực tiếp với Hà Nội của anh em họ Ngô. Đường giây **Maneli** hay Trần Văn Dĩnh (được Giáo sư Hammer trích dẫn) là vài thí dụ. Đó là chưa kể Đại sứ Pháp Roger Lalouette, cùng chủ trương trung lập hóa miền nam của Tổng thống Charles de Gaulle, mà Nhu từng cho lệnh Việt Tấn Xã và Tôn Thất Thiện cổ võ ngay trên bản tin hàng ngày. Nhắm mắt lại, gân cổ cất tiếng gáy lúc hoàng hôn để ngợi ca các tội phạm chống Nhân loại và chống Nhân quyền, cùng toàn bộ luật chiến tranh quốc tế thông dụng, chỉ ghi thêm những vết đen trên trang giấy ghi đầy và rõ ràng các tội ác từ 1895-1896 tới 1963. Lối giáo dục nhồi sọ kiểu dùng niềm tin tôn giáo hay "thánh giáo" bào chữa cho các hành vi phản quốc và phục vụ giặc xâm lăng, trong kế sách "dĩ di trị di," không phải là độc quyền của các nhà truyền đạo Espania và Pháp từ thế kỷ XIX, mà đã được những kẻ "đạo nho" cùng vua quan

Trung Hoa sử dụng ít nữa từ thế kỷ XIII—rồi Chu Lệ hay Đệ (17/7/1402-12 [22]/8/1424) hay Chu Hậu Tổng (27/5/1521-23/1/1567), Chu Dực Quân (5/7/1572-18/8/1620), Ái Tân Giác La Huyền Hoa (Kangzi, 1662-1722), Ái Tân Giác La Hoằng Lịch (Qianlong, 1735-1796, TTH 1799), cùng Mao Trạch Đông (Mao Zedong, 1893-9/9/1976), Lưu Vị Hoàng (Lưu Thiếu Kỳ, Liu Shaoqi, 1898-1969): Chu Ân Lai (Zhou Enlai, 1898-1976), Đặng Tiểu Bình (Deng Xiao-ping, 1904-1997), Tưởng Giới Thạch (Chiang Kai-shek, hay Jiang Jieshi (1888-1975), Lý Bằng (Li Peng), Tập Cận Bình (Xi Jin-ping), v.. v.. theo nhau ra tay phù thủy.

Chủ Nhật, 2/1/2005 [22 tháng Một thiếu, Giáp Thân], chúng tôi trở lại Hà Nội, khởi đầu việc nghiên cứu. Ông tài xế tốt bụng đưa đi coi một vòng Hồ Tây, Hồ Trúc Bạch, khu công viên Ba Đình. Đêm, thấm thía cái lạnh *"rét hại"* của Hà Nội, trong ngôi nhà ba tầng chưa kịp thiết kế hệ thống điều hòa không khí.

Phụ Bản :

HOA BUTTERCUP

Ngày 28/2/1967, Dược sĩ Phạm Thị Yên, nguyên trưởng ban trí vận CS tại Sài Gòn—vợ Trần Bửu Kiếm, Ủy viên Đoàn Chủ tịch, Trưởng ban đối ngoại Trung ương MTDT/GPMN, hoạt động dưới danh hiệu xứ bộ miền nam của Đảng Dân Chủ—đã bị bắt năm 1960 và kết án chung thân khổ sai, được Carver, Chính sở CIA Sài Gòn, can thiệp phóng thích để chuyển cho chồng là Trần Bửu Kiếm đề nghị mở liên hệ ngầm giữa Mỹ và Mặt Trận, và nhất là trao đổi tù binh Mỹ. Vấn đề tù binh trở thành mối quan tâm đặc biệt của chính phủ Mỹ, sau khi Nguyễn Sinh Côn và Lê Duẩn tuyên bố tất cả lính Mỹ đều là tội phạm chiến tranh, không thể áp dụng công pháp quốc tế về tù binh. (Xem, chẳng hạn, Vũ Ngự Chiêu [Chieu N Vu], "From Embargo to Normalization: The Human Rights Aspect of the American-Vietnamese Relations, 1975-1995;" Human Rights Seminar, the University of Houston Law Center, 1999.

[Phạm Thị "Bảy" Yên (1919-1971) gốc Xóm Củi, Chợ Lớn. Tốt nghiệp trường thuốc Hà Nội năm 1944. Chủ tiệm thuốc Phạm Thị Yên ở đường Cây Mai-Tổng đốc Phương. Bí thư chi bộ Liên Việt "trí thức" ở Sài Gòn. Sau cuộc biểu tình năm 1950 ở Sài Gòn, ra khu, kết hôn với Trần Bửu Kiếm. Năm 1956 là Trưởng ban trí vận thành ủy. Năm 1960 bị bắt, rồi kết án chung thân khổ sai.

Ngày 28/2/1967, được Mỹ can thiệp phóng thích ở Căm Bốt với mục đích mở liên hệ bí mật với Mặt Trận Dân Tộc Giải Phóng Miền Nam [MTDT/GPMN] (kế hoạch Buttercup [một loại hoa dại màu vàng]). Ngày 15/8/1967, Sáu Hà bị Cảnh Sát bắt khi đến giao cho Bunker một đề nghị của Trương Gia Triều [Trần Bạch Đằng] về việc trao đổi tù binh. Triều muốn VNCH phóng thích một số tù, kể cả Trương Dinh Tong [Trương Như Tảng?], để trao đổi với tù binh Mỹ. Ngày 9/9, VNCH trả tự do cho Tong. Tong vào mật khu, và trong vòng 2 tuần, trở lại với thông điệp của Triều đồng ý thiết lập quan hệ. Ngày 29/9, Tong trở lại mật khu gặp Triều. ("Operations Targeted at the National Liberation Front," attachment to message from Helms to the President, October 7; Central Intelligence Agency, DCI (Helms) Files, Job 80-B01285A, Helms Chrono, Aug-Dec 1967, 01 Aug-31 Dec 67) The exercise was slugged Buttercup. See footnote 3, Document 369.

Yên ra Hà Nội, được gửi đi một số nước. Cuối năm 1968, trở lại miền Nam, phụ trách Liên Minh các Lực lượng Dân tộc, Dân chủ và Hòa bình Việt Nam, tức Mặt Trận II, nhằm thay thế MTDT/GPMN trong tình thế mới. (Huế, 1988:244, 245, 256; *CMBC* 1993:947-49; Chính Đạo, Mậu Thân, tái bản lần thứ hai, 1998:131-132; *"Operations Targeted at the National Liberation Front," attachment to message from Helms to the President, October 7; Central Intelligence Agency, DCI (Helms) Files, Job 80-B01285A, Helms Chrono, Aug-Dec 1967, 01 Aug-31 Dec 67) The exercise was slugged Buttercup. See footnote 3, Document 369.*

Ngày 26/10/1967, Trương Văn Tòng trở lại Sài Gòn với thư Trương Gia Triều, yêu cầu phóng thích 10 cán bộ bị VNCH bắt giữ, kể cả Lê Thị Riêng. Thư này được Trung Ương Cục Miền Nam Đảng Lao Động [*COSVN*] , *tức Ban Bí thư Đảng Nhân Dân Cách Mạng Miền Nam* chấp thuận; và có thể được Hà Nội đồng ý. Từ ngày đó, nhiều biến cố xảy ra, gây nguy hiểm cho nỗ lực trao đổi tù binh. Sự tự kềm chế đã giúp duy trì đường giây. An Ninh Mỹ đã thảo luận đề nghị của Triều, và quyết định phóng thích Mai Thị Vàng [vợ Triều], dù Triều không đòi hỏi, cùng với Sáu Hà.

Khẳng định đã thiết lập đường giây vô tuyến và muốn duy trì. Một đường giây khác là Tong.

(*The text of Truong Gia Trieu's letter received on October 26, 1967 is attached to a memorandum from Helms to Rostow, October 30. (Central Intelligence Agency, Executive Registry Subject Files, Job 80-R01580R, Vietnam);* **Memorandum** Washington, October 28, 1967, 7 a.m. **From the President's Special Assistant (Rostow) to President Johnson**/Source: Johnson Library, National Security File, Country File, Vietnam, Buttercup, Vol. I (B). Top Secret; Sensitive. The notation "PS" on the memorandum indicates that the President saw it. **Doc 369.** [The President left for his ranch in El Paso, Texas on October 28 and returned to Washington on October 30. (Ibid., President's Daily Diary]

Thứ Sáu, 1/12/1967, một số báo Việt ngữ loan tin đại diện MTGPMN vào Sài Gòn tiếp xúc với Tòa Đại sứ Mỹ, bị Cảnh sát Việt bắt; nhưng phải thả vì áp lực Mỹ. [Sau Ha (bị bắt tháng 8/1967, Tong, and Mai Thi Vang bị bắt ngày 25/10/1967; trao cho CIA ngày 15/12/1967] Thứ Tư, 6/12/1967, Đại sứ Ellsworth Bunker than phiền với Nguyễn Văn Thiệu về bản tin hoàn toàn sai lầm trên báo Việt ngữ liên quan đến việc một cán bộ cao cấp VC bị bắt giữ khi tìm cách liên lạc với Tòa Đại sứ Mỹ. Thứ Năm, 7/12, Thủ tướng Nguyễn Văn Lộc và Ngoại trưởng Trần Văn Đỗ cải chính bản tin bắt giữ đại diện MTDT/GPMN. Bunker cũng họp báo cải chính bản tin đại diện MTDT/GPMN bị bắt.

Ngày 12/12/1967, Bunker nói chuyện với Thiệu về kế hoạch trao đổi tù binh—Buttercup—tức phóng thích Sáu Hà và Mai Thị Vàng. Thiệu đồng ý và nhân dịp bàn về Thiếu tướng Nguyễn Ngọc Loan. Ngày 13/12, Bunker nói với Thiệu sẽ phát động kế hoạch Buttercup 2 vào dịp cuối tuần 16-18/12/1967, Thiệu không phản đối. Bunker cũng muốn bàn với Kỳ về việc này, Thiệu đồng ý. (Tel CAS 308. Saigon, December 15, 1967, 0859Z; Saigon Embtel 13292./ Dated December 13. (Ibid.)

Ngày 13/12, Đại tá Huân nói Tổng trưởng Nội vụ Linh Quang Viên không chống đối, nhưng cũng không đồng ý. Lập trường của Viên là cho tới khi nào Mỹ tiếp tục tôn trọng lập trường không tiếp xúc, trực hay gián tiếp, không nói chuyện với MTDT/GPMN, Viên không phản đối.

Ngày 15/12/1967, VNCH mới phóng thích Sáu Hà và Mai Thị Vàng. (National Archives and Records Administration, RG 59, Central Files 1967-69, POL 27-7 VIET S/BUTTERCUP) Ngày 19/12, sĩ quan SĐ 25 BB Mỹ ở Củ Chi đưa Tong và Sáu Hà về mật khu VC. Tuy nhiên Mai Thị Vàng không đi được, vì còn quá yếu [too debilitated] trong khi bị giam giữ. CAS telegram 447 from Saigon, December 20, Bunker; Ibid.)

Kế hoạch **Buttercup 2** nhằm mục đích trao đổi tù binh. Nhưng không kém quan trọng là mở một đường giây liên lạc giữa MT/GPMN với Mỹ, và gián tiếp với chính phủ Thiệu.

Trong buổi nói chuyện tối 17/12/1967, Sáu Hà e ngại rằng chuyến đi thứ hai này có thể khó khăn hơn lần trước, vì gia tăng hoạt động quân sự trong vùng tam giác Bến Súc ở phía Đông, Củ Chi ở hướng Tây và Dầu Tiếng ở hướng Bắc.

Vì vậy đề nghị "B2" là liên lạc viên với B1 [Phạm Thị Yên] thay vì Sáu Hà. Sáu Hà có thể ngồi trong phiên họp cuối và giải thích lập trường của Mỹ. Sáu Hà có thể mang theo văn bản trả lời của Mỹ, được chụp bản sao, dấu trong bìa sau môt cuốn sổ tay nhỏ vừa để trong túi áo. B-2 đồng ý, nói rằng lần trước lọt vào mạng hỏa lực pháo do liên lạc pháo binh phi cơ. Do sự tin cậy giữa B1 và Sáu Hà, sự có mặt của Sáu Hà giúp B1 bớt nghi ngờ.

Sau khi B2 và Sáu Hà lên đường ngày 18/12/1967, Mai Thị Vàng được đưa tới chỗ hộp thư bí mật [safehouse] mới, có một nữ thông dịch ở chung. Ngoài ra, còn 2 nhà ngôn ngữ học tiếp xúc Thị Vàng hàng ngày. Mai Thị Vàng muốn được phóng thích ở Nam Vang. Không dính líu nhiệm vụ gì, chỉ được phóng thích cùng Sáu Hà.

Tuy nhiên, nhân viên Mỹ nhắn tin với Trần Bạch Đằng là sẽ thảo luận ở một nước thứ ba, hoặc ngay tại vùng bảo đảm an ninh tại Việt Nam. **Telegram** CAS 6462. **the CIA Station in Saigon to Rostow, Rusk, McNamara, and Helms,** December 29, 1967, 2052Z. **/1/**National Archives and Records Administration, RG 59, Central Files 1967-69, POL 27-7 VIET S/BUTTERCUP. Secret;

Nodis; Buttercup; Exclusive; Via CAS Channels. Received at 4:45 p.m. **Doc 449.** CAS 6462. [Saigon, December 29, 1967, 2052Z] 1. Review Buttercup files indicates need for expansion our report re briefing, preparation and first launch of Buttercup-2 and Sau Ha on 17/18 December.

Mặc dù Sáu Hà được anh Ba (thư ký của Trần Bạch Đằng) và Tân Đức (Giám đốc đài phát thanh MTDT/GPMN) đón tiếp nồng nhiệt, họ phê bình Sáu Hà việc thiếu thận trọng khiến bị bắt vào tháng 8/967. Theo B-2, Sáu Hà có thể bị mất đảng tịch, tạm thời hay vĩnh viễn. Anh Ba nói có thể Sáu Hà sẽ viết báo.

B2 và Sáu Hà không hài lòng việc trở lại khu MTDT/CPMN từ căn cứ Mỹ tại Dầu Tiếng. Họ được giới thiệu là trong phái đoàn trao đổi tù binh. Đáng lẽ nên ghi họ là nhân viên CIA tại Sài Gòn, vì cả hai phe Mỹ và MT đều muốn giữ bí mật.

B2 cũng bị chê trách là vào hạ tuần tháng 11/1967 đã cho một sĩ quan cảnh sát là Bạch—người từng lấy cung B2—tại một quán café về kế hoạch Buttercup.

Tối 24/12, khi Sáu Hà nói Mai Thị Vàng bị nhốt ở cachot cho tới trước ngày phóng thích, Trần Bạch Đằng rất giận dữ cách đối xử tồi tệ với tù binh.

Đằng muốn Mỹ phóng thích cả những cán bộ cao cấp hơn như Lê Thị Riêng và Chín K.

Telegram [December 31, 1967] ,**From the Ambassador to Vietnam (Bunker) to the President's Special Assistant**

(Rostow), Secretary of State Rusk, Secretary of Defense McNamara, and Director of Central Intelligence Helms/1//1/Source: National Archives and Records Administration, RG 59, Central Files 1967-69, POL 27-7 VIET S/BUTTERCUP. Secret; Immediate; Nodis; Buttercup; Exclusive; Via CAS Channels. Received at 6:24 a.m. **Doc 452.**

Ngày 31/12/1967, Rostow báo cáo với Johnson rằng B-2 đã trở lại Sài Gòn sau khi giao Sáu Hà và thông điệp của Mỹ. Ngày 5/1/1968 [Sáu Hà] ra Bắc báo cáo với thượng cấp. Phía bên kia yêu cầu phóng thích vợ Trần Bạch Đằng tại Nam Vang. Họ rất vui khi thấy phe Mỹ vượt qua những khó khăn và đáp ứng kế hoạch khởi xướng của họ. Đường giây, như thế, còn mở." (Telegram CAP 671267, December 31, Rostow gửi TT; Johnson Library, National Security File, Country File, Vietnam, Buttercup Vol. I (A))

Ngày 5/1/1968, Tong và Mai Thị Vàng về tới bưng an toàn. Ngày 20/1/1968, Tong trở lại Sài Gòn. Đằng và thư ký của Đằng đã chỉ thị Tong trở lại, để nếu TWCMN muốn trao đổi tù nhân, sẽ có sẵn đầu mối. (The text of Tong's written report given to the CIA Station is in telegram CAS 7321 from Saigon, January 23; National Archives and Records Administration, RG 59, Central Files 1967-69, POL 27-7 VIET S/BUTTERCUP).

Trong trường thiên *Vòng Tay Lửa*, đăng hàng ngày trên nhật báo *Tia Sáng* (Sài Gòn), trước khi nhà xuất bản Đại Ngã ấn hành, chúng tôi đã nhắc đến những âm mưu tiếp xúc mật giữa Mỹ và MTDT/GPMN, tương tự như kế hoạch **XYZ,**

Elmtree, Thrush (7/1966), **Mr Out** (10/1966) và **Buttercup** (1967-1968). Tuy nhiên, những chi tiết trong *Vòng Tay Lửa* thuần là do trí tưởng tượng của một nhà văn, có kinh nghiệm thực địa chiến trận. Sự trùng hợp, nếu có, vượt ngoài sự hiểu biết của tác giả. Muốn tìm hiểu về những cuộc tiếp xúc bí mật trong Cuộc Chiến 30 Năm (1945-1975), xem *55 Ngày & 55 Đêm: Cuộc Sụp Đổ Của VNCH,* tái bản lần thứ sáu (sẽ in).

TẾT HÀ NỘI, TẾT LẠNG SƠN

Từ Thứ Sáu, 4/2/2005 [tức ngày 26 tháng Chạp, Giáp Thân], các công sở, trường học Hà Nội bắt đầu nghỉ Tết. Báo cũng ngưng phát hành. Tôi nỗ lực sử dụng khoảng thời gian "thất nghiệp" này để sắp xếp các tư liệu mới thu góp. Đồng thời, chuẩn bị cho bài, "Sự thực sử học: Một con đường ngắn nhất để đoàn kết dân tộc và hiện đại hoá đất nước."

Nhiều hơn một người bạn ngoại quốc từng hỏi tôi: "Tại sao đã gần 30 năm qua, người Việt vẫn chưa thể hòa giải, đoàn kết dân tộc, hầu hiện đại hóa xứ xở, xây dựng một nước Việt Nam hòa bình, thịnh vượng, đủ sức chung vai thích cánh với thế giới?" Gần ba mươi năm nghiên cứu sử học, chín năm vào ngành luật học, tôi vẫn chưa tìm được câu trả lời. Chuyến du khảo tại Việt Nam từ tháng 11/2004 giúp tôi thêm can đảm để mạo muội đưa ra những suy nghĩ đã âm thầm triển khai trong tâm tư nhiều thập niên. Theo sự suy nghĩ của tôi, có hai cách để thể hiện sự đoàn kết dân tộc một cách tinh thành. Hai con đường này cần thể hiện tương ứng với nhau: Đó là việc truy tìm và phổ biến sự thực sử học hầu tạo mối cảm thông giữa mỗi và mọi cá nhân, phe nhóm, giai tầng xã hội về thân phận dân tộc Việt trong cuộc cờ thế giới, nhu cầu hiện đại hóa cho sự sinh tồn của chính mỗi cá nhân cũng như dân tộc; và, việc thiết lập một nền dân chủ, pháp trị hiến định có khả năng chịu đựng thử thách nghiệt ngã của thời gian.

Tôi dự định sẽ đề cập đến việc thiết lập một nền dân chủ, pháp trị hiến định trong một dịp khác. Vấn đề rất tế nhị, trong khi thời khoá biểu làm việc quá bận rộn. Phó bảng Phan Chu Trinh một thời nói về hủ tục "hủ Nho" và "hủ Tây" của người Việt. Đầu thế kỷ XXI, sử thù hận giữa các phe phái Việt cũng có vẻ do ảnh hưởng ý thức hệ--tức "Cộng Sản" và "chống Cộng." Nhưng ít ai biết Cộng Sản [góp chung tài sản] là từ dịch sai thuật ngữ "Communism" của Karl Marx (1818-1883) và Dietrich Engels (1820-1895) trong "Tuyên Ngôn Communism" năm 1848. Cả hai phe tham chiến tại Việt Nam đều không biết rằng "Cộng Sản" là tiếng các trí thức Trung Hoa dịch sai từ "Communism"—và, thực ra, chưa ai được chứng nghiệm cái gọi là "công hữu xã hội nguyên thủy" mà Marx và Engels đã cường điệu để đả kích các xã hội tư bản thế kỷ XIX, và kêu gọi công nhân vô sản [*proletariat*] đứng lên đảm nhiệm sứ mệnh làm cách mạng, đấu tranh giai cấp, tái lập chế độ công hữu nguyên thủy theo đó mọi người làm việc theo khả năng, thụ hưởng theo nhu cầu—đã bị lịch sử đào thải vì tình chất mê tín, dị đoan, hay "hủ bạo lực cách mạng." Những thí nghiệm ngay trên chính con người qua các kế hoạch "Cải Cách Ruộng Đất" ở Nga, Trung Hoa, Việt Nam, hay Cách Mạng Văn Hóa rồi sẽ được các sử gia chân chính tái dựng lại đầy đủ trong tương lai. Chỉ khi nào mọi và mỗi người Việt hiểu được sự thật xỉn tanh mùi máu này, mới có hy vọng hòa giải, hòa hợp trên căn bản "đồng bào," và quyền lợi chung của đất nước, dân tộc. (Tôi thật dị ứng khi thấy những thanh niên Cộng Sản hay công an phường kéo nhau lêu nghêu đi trên đường phố và các ngõ hẻm, chửi thề tục tĩu như lũ "cao bồi" nhân vị hay giải phóng trong thập niên 1950-1960)

Không khí chuẩn bị đón Xuân Ất Dậu khiến không thể thu mình ngày đêm trong căn nhà ống nằm sâu trong Ngõ 285 đường Đội Cấn—người cùng các đồng chí như Trần Trung Lập đã nổi dạy ở Thái Nguyên năm 1917, nguồn hứng khởi cho Đảng trưởng *Việt Nam Quốc Dân Đảng* Nguyễn Thái Học (1901-1930). Khoảng xế chiều, vợ chồng tôi thường đáp xe buýt tuyến 09 xuống bờ Hồ, vừa có dịp tản bộ, vừa ngắm chợ Tết. Những ngày cuối năm, đường phố chi chít cờ và biểu ngữ. Nhớ câu thơ của một thi sĩ *Nhân Văn-Giai Phẩm*:

Tôi đi không thấy phố, thấy nhà,
Chỉ thấy mưa sa trên màu cờ đỏ.

(Trần Dần)

Hà Nội, nửa thế kỷ sau, đã hẳn vui tươi, nhiều màu sắc, phát triển hơn. Tối tối, nhấp nháy đủ loại bảng hiệu, quảng cáo. Đường phố nào cũng xe cộ luồn lách, bóp còi inh ỏi. Xe tránh người, chẳng phải người tránh xe. Người ngắm cảnh có lẽ đông hơn khách sắm Tết. Du khách nước ngoài nhiều hơn Việt kiều. Ăn thịt bò khô "gia truyền" tại đường Mã Mây, hay góc Hồ Hoàn Kiếm-Cầu Gỗ, thả bộ theo các đường hàng Bạc, hàng Đào, hàng Đường. Khoảng 7 giờ tối, có loa kêu gọi dọn sạch đường phố, cất xe máy vào nhà hay chuyển đến các điểm gửi vì sắp tới giờ của bộ hành. Luật pháp có thể chưa hoàn thiện, nhưng an ninh vượt ngoài dự tưởng. Không một vụ trộm cướp, trấn lột. Những chuyên viên ăn mày, cướp giật, trấn lột đã bị cô lập trong những mùa lễ hội lớn. Phải tới ngày trở lại Sài Gòn mới thấy xuất hiện vài ba gia đình "khất thực."

Những chuyến xe buýt Bờ Hồ-Cầu Giấy-Bờ Hồ mở ra cho tôi những mắt nhìn mới về Hà Nội. Trên xe, có dấu hiệu cho thấy các em cháu ngoan ngoãn, lịch sự hơn. Đứng lên nhường chỗ cho những người lớn tuổi. Ăn nói lễ độ, khác hẳn những giọng điệu xấc xược, với tiếng chửi thề đầu môi ở các ngõ ngách dơ bẩn, nồng nặc uế khí đó đây của Thanh Niên Xung Phong, hay Cảnh Sát, Công An phường Sài Gòn. Những câu chuyện vãn với các em sinh viên khiến nhịp tim trì trọng. Một em, sinh viên y tế trung cấp, tâm sự bố là công nhân, lương khoảng hơn một triệu; mẹ làm nông, cầy cấy khoảng 1 sào ruộng, chắt chiu cho con ăn học bằng người. Anh làm công nhân điện, lương khoảng 2 triệu, vợ một con, gắng phụ cha mẹ nuôi cho em tốt nghiệp y tá mà sau 2 năm, lương tháng vào khoảng 230,000, ở vùng thôn quê. Nhưng tại Hà Nội, tiền thuê nhà, 200,000, chưa kể điện nước (khoảng 30,000), vé xe buýt (30,000/1 tuần), tiền ăn mặc (khoảng 200,000-300,000). Trong một số công sở, lương tháng cho các em cháu đã tốt nghiệp Đại học khoảng 350,000/tháng. Lương một Luật sư tập sự 500,000/tháng. Trong khi đó, nền văn hoá ẩm thực hay nhậu nhẹt đang ở cao điểm. Vài trăm thước có một tiệm bia hơi, bia tươi. Khách nhậu thuộc đủ thành phần, đủ lứa tuổi. Giới giàu có, ăn tiêu bạc triệu là chuyện thường tình. Giá giữ ghế tàu nổi cho một bữa tối trên mặt Hồ Tây lên tới 400,000 một giờ, chưa kể tiền ăn. Thực khách uống rượu ngoại, thứ thực, với những món nhậu đủ loại, đủ kiểu.

Tối Ba mươi Tết (8/2/2005), chương trình truyền hình khá khởi sắc. Có mục Táo quân về trời chỉ trích các tệ nạn trong năm. Chiếc lông gà phủ bụi trách nhiệm của các táo quân giao thông, y tế, giáo dục, kinh tế, thể thao thật chua chát.

Gần 11 giờ đêm, vợ chồng tôi mới ra tới bờ hồ Hoàn Kiếm, hoà nhập vào thế khối khách du Xuân ngồi đứng thành hai ba vòng chờ đợi giờ đốt pháo bông tống cựu, nghênh tân. Đền Ngọc Sơn đóng cửa.

Vào hái lộc trong khu di tích lịch sử vua Lê. Đi bộ từ bờ Hồ tới giữa Hàng Bông mới có taxi trở lại nhà trọ.

Mồng một Tết, Thứ Tư 9/2/2005, chúng tôi tiếp vài thân hữu từ Pháp và Mỹ đang có mặt tại thủ đô Việt Nam. Xem tin thế giới trên truyền hình và internet. Thật vui mừng khi thấy Israel và Palestine đang nỗ lực hòa đàm, cuộc bầu cử ở Iraq tiến triển tốt đẹp. Lời cảnh giác Iran về chương trình nguyên tử của Tổng thống George Bush và tân Ngoại trưởng Condoleezza Rice hoàn toàn phù hợp với sự trông đợi của tôi về một giải pháp hợp tình, hợp lý cho Trung Đông trong khuôn khổ cuộc chiến chống khủng bố quốc tế.

Mồng 2 Tết [Thứ Năm, 10/2/2005], kéo nhau đi du Xuân Lạng Sơn, khoảng 170 cây số Đông Bắc Hà Nội. Tỉnh biên giới này là một trong những điểm nóng, ít nữa trong dư luận hải ngoại, từ sau ngày ký hiệp định biên giới Việt-Hoa cuối năm 1999.

Khoảng 11 giờ trưa, xe mới rời khách sạn của người bạn trên đường Quán Sứ. Qua cầu Chương Dương, từ QL 5 rẽ qua QL 1-A. Đường xây cất khá hiện đại, xe chạy hai chiều. Nhưng nói chung, người qui hoạch và thiết kế việc xây dựng thiếu kinh nghiệm về hệ thống ra vào xa lộ.

Giáp giới phía Bắc Hà Nội là Bắc Ninh, thành phố giàu có nhất miền Bắc. Hai bên đường, ruộng bay thẳng cánh. Thấp thoáng những căn hộ mái ngói, bê-tông, cốt sắt tại các thôn làng dọc đường. Xe chạy khá nhanh vì xe cộ tương đối thưa vắng. Qua khỏi Bắc Ninh tới Bắc Giang. Trời chuyển lạnh, heo hút gió núi khi ngừng ghé khu di tích lịch sử Ải Chi Lăng, cách Lạng Sơn khoảng 40 cây số. Chi Lăng—địa danh đi vào lòng người Việt với bao niềm kiêu hãnh về công lao bảo vệ bờ cõi của tiền nhân. Người anh hùng áo vải Lam Sơn. Nguyễn Trãi, tác giả *Bình Ngô Đại Cáo*. Trần Nguyên Hãn, Phạm Văn Xảo, v.. v... Chính tại khu vực Chí Linh này ngày 3/10/1427 (theo Minh thực lục) hay 10/10/1427 (theo Quân Trung Từ Mệnh Tập), Liễu Thăng bị phục kích chết cùng khoảng 100 thuộc hạ thân tín. Từ đây xuống thành Xương Giang, khoảng 70,000 quân tăng viện Quảng Tây đã trải qua cơn mộng dài dữ tợn. Thôi Tụ cùng Hoàng Phúc bị bắt sống. Xa hơn về phía tây, tại châu Thủy Vĩ, và ghềnh Liên Hoa, Tuyên Quang-Hưng Hóa, Tổng binh Mộc Thạnh, phó tướng Đàm Trung cùng bao quân tướng Vân Nam vỡ mật, kinh hồn trước những cờ, gươm và ấn tín của Liễu Thăng; rút chạy về Lâm An, rồi Côn Minh, mang theo cuồng vọng "tổ hợp" Giao Chỉ Đô thống sứ ti, với 13 tuyên phủ sứ, vào "nội địa." Vương Thông chẳng còn một lựa chọn nào khác hơn xin làm lễ thề nguyện ngưng chiến, xin rút quân ngày 10/12/1427, theo sử Việt (*Quân Trung Từ Mệnh Tập, Nguyễn Trãi Toàn Tập,* 1976:185-87; *ĐVSK, BKTT,* X:43b-44a, Lâu (2009), 2:350) hay 12/11/1427 (theo *Minh thực-lục,* Xuanzong, juan 32:7b; MSL, vol 17, p 810), dập tắt tham vọng Hán hóa người Việt như từng thực hiện ở Quảng Đông, Quảng Tây, hay Quí Châu, Vân Nam của những Chu Chiêm Cơ (16/6/1425-31/1/1435), Trương Phụ, v.. v... Điều đó không có nghĩa giấc mộng bá chủ thiên hạ của Hán tộc đã tàn. Sử dụng chiêu bài "diệt ác, hưng Trần" đạo đức giả—vì chính Trương Phụ cùng quan tướng Minh đã thẳng tay tiêu diệt con cháu nhà Trần trong thời gian chiếm đóng, rồi sắc phong cho một người giả họ Trần là Trần Cảo (1426-1428) do Lê Lợi ([1416] 29/4/1428-5/10/1433) dựng nên làm An Nam Quốc Vương—Chu Chiêm Cơ quyết không phong vương cho Lê Lợi; và, mãi tới ngày 6/11/1436, triều đình Chu Kỳ Trấn (7/2/1435-1449) mới chính thức trả lại Đại Việt vị thế môt "nước chư hầu." (*Ming shi-lu,* Yingzong, (Wade, NUS data base, 2005), juan 22:15a; MSL, vol 23, p 449); rồi ngày 17/2/1437, Li Yu [Lý Úc] và Nai Heng [?Lý Hanh] làm lễ sắc phong cho "Lê Lân" tại Hà Nội; (*ĐVSK. BKTL,* XI:35a, Lâu (2009), 2:421). Sử quan Phan Phu Tiên triều Lê Bang Cơ (Nhân Tông, 15/9/1442-28/10/1459) đã tóm gọn được chính sách thực dân xâm lược của Hán tộc qua bốn chữ, "Mềm nắn, rắn buông."

Gần hai giờ trưa, xe lăn bánh vào địa phận Lạng Sơn. Thành phố vắng lặng đón Tết. Hầu hết các hàng quán đều đóng cửa. Bác tài xế đưa tới khách sạn Kim Sơn của công ty lương thực Cao Lạng, số 3 phố Minh Khai. Thuộc loại hai sao, gần chợ Đêm (Kỳ Lừa). Trang bị hầu như cho du khách Trung Hoa. Cô thâu ngân viên cho giá "đặc biệt" 140,000 đồng một phòng, nhưng đòi 20 Mỹ kim khi thấy hộ chiếu Mỹ. Cuối cùng vẫn đồng ý 140,000 [khoảng 18 Mỹ Kim].

An tâm về chỗ ngủ đêm, cho xe hướng về Hữu Nghị Quan, một thời được biết như "Trấn Nam Quan," hay "Ải Nam Quan" trong khối văn sử bình dân Việt do các nhà thông ngôn thời Pháp thuộc sáng tạo. Trấn Nam Quan thực ra nằm trên đất Trung Hoa, thuộc lãnh thổ Bằng Tường, tỉnh Quảng Tây. Được xây cất năm 1539 vào thời Chu Hậu Tổng (Minh Thế Tông, 27/5/1521-23/1/1567) để tổ chức lễ đầu hàng, cắt đất, của ông cháu Mạc Đăng Dung ngày 30/11/1540, cái "cửa ải trấn ngự man di phương Nam" của Hậu Tổng tự nó nói lên lòng cao ngạo và tự tôn chủng tộc của con cháu những Khổng Khâu, Tư Mã Thiên, Tô Đông Pha, v.. v... Tài liệu quân sự Pháp năm 1887 ghi nhận khoảng cách từ Trấn Nam Quan của người Hoa [hay *Porte de Chine*] tới Ngưỡng Đức Đài [đài nghênh đón ơn đức Thiên tử người Hán], do Nguyễn Phước Chủng xây năm 1802 để xin cầu phong, tức trạm đổi ngựa Đồng Đăng, là 2,800 mét. Sau khi đả bại nhà Mạc (12/7/1527-1/1593), tái chiếm Hà Nội (Đông Đô) năm 1593, Trịnh Tùng (19/9/1570-22/7/1623) đã hai lần sai vua Lê Duy Đàm (Thế Tông, 2/2/1573-12/10/1599) đến đây thảo luận với đại diện Chu Dực Quân (Minh Thần Tông, 5/7/1572-18/8/1620) về vị thế của An Nam Đô thống sứ ti, số cống lễ phải nộp cùng tượng người bằng vàng [*kimren*] khoanh tay, cúi đầu.

Lần thứ nhất, quan Minh không xuất hiện. Lần thứ hai, Tuần phủ Quảng Tây bắt Trịnh Tùng phải nhường cho con cháu họ Mạc 4 châu đông bắc Thái Nguyên, giáp ranh Quảng Tây, được biết như phủ Cao Bình từ năm 1677, và rồi Cao Bằng từ đời Tây Sơn (1778-1802). Không ít lãnh thổ của "Cao Bình" đã bị thổ quan Quảng Tây "tằm thực." Thế kỷ XIX, sử quan Nguyễn đành ghi trong *Đại Nam Nhất Thống Chí* là không thể biết rõ địa phận những châu cũ ở đây. Tương tự như chu trình tằm thực ở phía Tây Bắc, tức "Hưng Hóa-Tuyên Quang." Ải Lê Hoa, phía nam Mông Tự, chẳng hạn, lọt vào lãnh thổ Minh từ năm nào không rõ. Thời Trịnh Sâm, con cháu *"Giặc khâu mắt"* Hoàng Công Chất mang dân và đất 7 châu Hưng Hóa nội phụ vào Vân Nam. Ngay đến Phạm Thận Duật (1825-1885), một lưu quan [người Kinh] ở Hưng Hóa vào cuối thập niên 1850, còn rất mơ hồ về những châu động bị mất này trong báo cáo về triều đình. (Phạm Thận Duật, "Hưng Hóa Ký Lược," bản dịch Ngô Thế Long; trong Nguyễn Văn Huyền et al., *Phạm Thận Duật: Cuộc đời và tác phẩm* (Hà Nội: KHXH, 1989), tr 121-122 [107-199] Thực ra, chính Nguyễn Phước Chủng (Gia Long, 1/6/1802-3/2/1820), rồi Nguyễn Phước Đảm (Minh Mạng, 14/2/1820-20/1/1841), Nguyễn Phước Miên Tông (Thiệu Trị, 11/2/1841 - 4/11/1847) và Nguyễn Phước Hường Nhiệm (Tự Đức, 10/11/1847-19/7/1883)— không phải quan chức Lê-Trịnh— đã quay mặt làm ngơ, rồi xếp đặt lại lãnh thổ, lập phủ Điện Biên, cắt xén đất đai Sơn Tây cho Hưng Hóa có đủ số 16 châu động như cũ. Vì thế, khi Khu Tự Trị

Tây Bắc [ZANO] được thành lập năm 1948-1950, lá cờ của Liên Bang Thái Tự Trị có ngôi sao mang 16 cánh—nhưng những "chuyên viên" chỉ mơ hồ biết "lịch sử" Thái qua huyền thoại *"Sip Song muang"* [12 xứ Thái], bao gồm cả một phần lãnh thổ Ava-Mian Dian—cả tin theo kiểu đười ươi cầm ống rằng ngôi sao trên lá cờ Liên bang Thái "phải" có 12 cánh!

Năm 1940, Sư đoàn 5 Ngự Lâm Quân Nhật đã san thành bình địa các chiến hào Đồng Đăng, Kỳ Lừa của Pháp cũng như Trấn Nam Quan. Đầu thập niên 1950 Mao Trạch Đông cho xây lại quan ải này, dưới tên Mục Nam Quan, hay Hữu Nghị quan. Cuộc xâm lăng Việt Nam của Trung Cộng vào tháng 2-3/1979 lại thêm một lần khiến cửa ngõ biên giới này bị tàn phá, phải xây cất lại. Chẳng hiểu nó vẫn nằm nguyên vị trí cũ hay đã bị dời đổi.

Cách nào đi nữa, buổi chiều ngày mồng 2 Tết Ất Dậu (2005) không còn một sứ quán nào để bái vọng Thiên triều. Chỉ có một trạm kiểm soát Việt Nam, với hai đồn canh biên giới ở hai đầu một công sở thuế quan. Cách đồn canh phía Bắc vài chục thước là trụ mốc **"Hữu Nghị O km"** tức cây số không của Quốc lộ 1. Từ đây, **một gờ thép được chôn xuống, chạy ngang mặt đường, đánh dấu sự phân chia lãnh thổ Việt-Hoa.** Du khách có thể ngồi hay đứng bên trụ mốc biên giới chụp hình kỷ niệm, nhưng không được ngồi lên trụ mốc này. Du khách cũng được quyền chụp hình đồn canh biên giới trên lãnh thổ Trung Hoa, hay hai vòm miệng hầm đường xe lửa đang xây cất không xa. Từ cây số không cũng có thể thấy một phần của trạm hải quan biên giới Trung Hoa mờ khuất sau những vòm cây của một khúc đường đỉnh cong queo.

Người tài xế cho biết công dân Việt muốn du lịch Quảng Tây thật dễ dàng, chỉ cần nạp một lệ phí tượng trưng nào đó. Nhưng khách nước ngoài cần xin phép Tòa Đại sứ Trung Hoa ở Hà Nội. Trên phố Hàng Bạc vài văn phòng du lịch quảng cáo nhận đưa du khách qua Nam Ninh hay Bắc Kinh. Riêng tôi, vì nghiên cứu tại Việt Nam, nên cần phải thông báo cho cơ quan Fulbright của Tòa Đại sứ biết trước nếu muốn qua Trung Hoa. Bởi thế, dù anh bạn điêu khắc gia ở Texas rủ lên Bắc Kinh đành cáo lỗi hẹn một dịp khác.

Chúng tôi chụp ít hình kỷ niệm tại cột 0 km Hữu Nghị. Mồng 2 Tết, vắng người, ba bốn cảnh sát biên phòng Tàu vui tính tiến đến chào hỏi, chúc Tết. Một cảnh sát biết đếm *"một, hai, ba"* khi chụp giúp tấm hình kỷ niệm. Một thân hữu của tôi cũng ***"uổ, nỉ"*** [tôi, anh] đáp lễ. Nhân viên biên phòng Việt thật lịch sự, nhã nhặn. Tôi gửi tặng các anh em gói *Lucky Strike* đầu lọc làm quà Tết.

Trở lại trung tâm thành phố, đến thắp hương tại đền Đồng Đăng Linh Tự. Rồi cho xe chạy quanh quan sát cảnh vật. Mặc dù đường phố vắng vẻ, Lạng Sơn được xây cất, mở mang "hiện đại" vượt ngoài dự tưởng. Dinh thự, nhà ống ba bốn tầng chi chít. Đường phố khá sạch sẽ. Chẳng còn dấu tích nào của cuộc binh lửa 1979 phần tư thế kỷ trước.

Vì mãi tới ngày 8 tháng Giêng mới có chợ, hầu hết các khách sạn, quán ăn đều đóng cửa, kéo nhau vào một quán bạt bên đường, sát khu hội chợ ăn tối. Ám ảnh dịch cúm gia cầm khiến chúng tôi chỉ gọi cháo tim cật hay mì tôm (khô) thịt lợn tái, rồi kéo về khách sạn nghỉ ngơi. Mở truyền hình, theo dõi kênh VTV 2 của tỉnh Lạng Sơn. Hệ thống "cáp" chẳng hiểu bị hư hay ngừng hoạt động vì vắng khách.

Chín giờ tối, kéo nhau tới Chợ Đêm cách khách sạn không xa, ăn bánh mì thịt lợn nướng bên bếp than hồng. Đi bộ quanh các phố phường hoang vắng, lộng gió. Vào một tiệm *internet,* đọc điện thư [*e-mail*] và gọi điện thoại về Minnesota. Giá thuê bao *internet* ở đây 3,000 đồng một giờ [khoảng 2 MK]. Khá đông thanh niên, thiếu nữ nhận, gửi điện thư hay mê mải chơi "games." Cuộc cách mạng kỹ thuật thông tin phát triển nhanh chóng, lan rộng mau chóng từ Âu-Mỹ tới thôn quê, rừng núi Việt Nam, và hẳn sẽ mang lại một cuộc cách mạng văn hóa toàn cầu; vì ngay đến các học sinh tiểu học cũng có thể quan sát vùng đen tối của mặt trăng, hay những tinh cầu mới phát hiện của vũ trụ đã có hang tỉ tuổi đời—vùi chôn một lần và mãi mãi thứ huyền thoại "bắc thang lên Trời" tìm người đẹp tuyệt thế.

Trên đường về, ghé "café Trung Nguyên" trên bờ sông Kỳ Cùng. Café Trung Nguyên đã trở thành một hệ thống quán cà-phê nổi danh toàn quốc, giống như hệ thống MacDonald hay Starbucks tại Mỹ. Công ty mẹ là công ty sản xuất cà-phê Ban Mê [Buôn Ma] Thuột. Khách vắng tanh. Nước sông khiến ấm áp hơn. Trí nhớ đưa về những cuộc thảm bại của quân đội Pháp năm 1885 và rồi 1940, 1950 trên dòng sông Kỳ Cùng này.

Mồng 3 Tết [Thứ Sáu, 11/2], khoảng bốn giờ sáng đã bị thức giấc vì tiếng gà gáy. Bóng đêm còn dày đặc. Vén màn cửa, nhìn xuống, những trụ đèn phố trắng ngát sương mù. Cặm cụi đun nước pha trà. Ghi nhanh cảm xúc trên mặt giấy. Gần 6 giờ mới vào giường giỗ lại giấc ngủ muộn. 10 giờ sáng mới có thể thức dậy.

Ra chợ Đêm ăn sáng. Lại bánh mì thịt lợn nướng bên bếp lửa than. Đi thăm động Tam và Nhị Thanh. Cổ thành nhà Mạc. Núi Tô Thị.

Ngày xưa, có câu ca dao:

Đồng Đăng có phố Kỳ Lừa
Có nàng Tô Thị, có chùa Tam Thanh.

Nghe nói năm 1979, động Tam Thanh đã bị phát nổ vì dùng để chứa đạn dược. Hòn đá Tô Thị bế con chờ chồng cũng mới được tái thiết. Nghe thuật lại những chuyện kể về cuộc tấn công của quân Trung Cộng năm 1979: Nga đã sử dụng một loại "bom bí mật" nào đó khiến quân Tàu chết như rạ, hai tháng sau dân Lạng Sơn mới dám trở lại nhà cũ. Tin báo chí

Tây phương thì Lạng Sơn bị san thành bình địa. Bởi thế, thành phố mới xây cất khang trang, có kế hoạch hơn.

Mua một tấm đối kỷ niệm về chữ "Nhẫn" tại động Tam Thanh. Trả 20,000 đồng, được tặng hai hộp diêm lấy hên. Leo lên đài Vọng Thị. Chụp hình dưới gốc đào bên hông ngôi nhà sàn Lạng Sơn.

Tại động Nhị Thanh, có bàn thờ Ngô Thời Sỹ, đốc đồng Lạng Sơn trong ba năm 1777-1780, người đã khám phá và trùng tu động Nhị Tam Thanh. Ngô Thời Sỹ, tác giả *Việt sử tiêu án,* cha của Ngô Thời Nhậm—một dòng họ lừng danh về cổ sử.

Thành nhà Mạc và núi Tô Thị đã được xếp hạng di tích lịch sử. Người ta đang xây cất những bậc thang đá từ mặt đường lên thành nhà Mạc và núi Tô Thị. Thành nhà Mạc thực ra chỉ còn hai mảng vách đá xây chắn ngang mặt tiền và hậu của một ngọn đồi nhỏ nhìn xuống thung lũng. Từ nền thành nhà Mạc, lối lên mỏm đá mẹ con Tô Thị khá khúc khuỷu.

Xuống núi, ghé một tiệm cafe không xa chỗ đậu xe. Chủ người Nha Trang. Dân Kinh tại đây khoảng 15 tới 20 phần trăm. Còn lại là người Nùng, Tày, và Dao ở rải rác qua cả đất Trung Hoa.

Một giờ trưa, tạm biệt Lạng Sơn trở lại Hà Nội. Quốc lộ 1-A xám lạnh. Những chiếc xe gắn máy chao lượn bất kể luật lệ. Nhờ bác tài ghé qua Bắc Ninh tìm chỗ ăn bữa trưa muộn màng. Khu tân trang của thị xã thật đẹp. Cũng có tượng Lý Thái Tổ (Công Uẩn,

21/11/1009-31/3/1028) đầu đội kiểu mũ vuông kỳ quặc—vua không ra vua, quan chẳng ra quan, văn võ bất minh—tay cầm một cuộn giấy, nhưng chưa kịp giát vàng như tượng Lý Thái Tổ ở công viên Hồ Gươm Hà Nội mới được cắt băng khánh thành năm 2004. Qua đến khu phố Bắc Ninh cũ mới tìm được một quán phở "gia truyền." Nhưng đã xế chiều mồng ba Tết, nên chỉ còn phở bò chín.

Về tới Hà Nội đã gần sáu giờ chiều. Một số hàng quán đã mở cửa. Tại khu phố cổ, du khách nhiều hơn người Hà Nội. Mưa nặng hạt khi xe về tới khu Đội Cấn. Tôi vẫn chưa thể làm quen với mùi khăm khẳm chuột chết của các cống rãnh, ngõ ngách Hà Nội. Một nữ trí thức, từng du học Nga, có lần nói qua tiếng cười ấm áp: "Đỡ rồi đấy anh ạ. Hồi trước còn khổ và bẩn hơn nữa."

Dẫu vậy, có lẽ còn đỡ hơn Bắc Kinh. Tình trạng ô nhiễm của Trung Hoa khiến các giới chức Mỹ quan tâm. *(Năm 2015, báo chí Mỹ tiết lộ dân Bắc Kinh phải "mua bình chứa không khí." Chính phủ Obama hiện đang tìm cách giúp dân Bắc Kinh và các thành phố lớn qua khỏi mối đe dọa ô nhiễm không gian).*

Figure 1-Cây số không-2005

UỐNG NƯỚC NHỚ NGUỒN

Tháng Giêng là tháng ăn chơi. Việt Nam đang đổi mới nên nhà nước cảnh giác các viên chức, nha sở phải ngăn ngừa và đề phòng thói quen tệ hại này. Lịch trình làm việc của tôi dày và bận rộn hơn với những cuộc tiếp xúc chính và bán chính thức.

Từ Thứ Năm, 17/2/2005 [Mồng 9 Tháng Giêng Ất Dậu], mới có dịp tiếp tục làm việc trên Fonds Quốc Hội tại Trung tâm Lưu trữ Quốc Gia 3 trên đường Phan Kế Bính. Có dịp làm quen giáo sư văn học Hoàng Ngọc Hiến, trao đổi với những nhà nghiên cứu và luật gia tên tuổi. Ngày rời Hà Nội cũng gần kề. Thứ Bảy, 19/2 [11 Tháng Giêng], chúng tôi quyết định đi viếng Đền Hùng.

Đền Hùng là một di tích lịch sử quốc gia, khá qui mô thuộc địa phận tỉnh Phú Thọ (Vĩnh Phú), cách Hà Nội khoảng trăm cây số hướng tây bắc Quốc lộ 2. Từ

Hà Nội, đến cây số 95.5, rẽ trái 2 km tới chân núi. Đi xe lửa, qua ga Việt Trì, Phú Đức, xuống ga Tiên Kiên. Rẽ tay phải 3.8 km tới chân núi. ("Vĩnh Phú," Thúy, 1978:126-127 [117-132])

Vĩnh Yên thành lập năm 1899, thuộc tỉnh Sơn Tây cũ (gồm Phú Thọ cũ [- Hưng Hóa], cách Hà Nội 62 km hướng Tây Bắc; Phú Yên, thành lập năm 1905, ở giữa Hà Nội và Vĩnh Yên [- Đa Phúc, Kim Anh, thuộc Bắc Ninh] [cây số 47 từ Hà Nội]. Thẳng đường 2, đi Việt Trì, cây số 84 [sau là tỉnh lị Vĩnh Phú, xây cất từ năm 1954]; Phú Hộ, cây số 113, Đoan Hùng, cây số 136 [bưởi ngon nổi tiếng], lị sở ở ngã ba sông Lô và sông Chảy; và Tuyên Quang, cây số 164. ("Vĩnh Phú," Thúy, 1978:119 [117-132])

Khu di tích trải rộng trên nhiều ngọn đồi. Từ Việt Trì, xe dừng lại trước một trạm gác. Đi bộ khoảng hơn một cây số mới tới chân núi lên đền. Cơn mưa bụi ngày thêm nặng hạt khiến chúng tôi quyết định lên thăm Bảo tàng trước, trên một ngọn đồi nằm về phía Tây. Tại đây, trưng bày đủ loại di vật, từ kiệu sơn son thiếp vàng tới trống đồng Ngọc Lũ. Di chỉ Phùng Nguyên tìm thấy trong khu vực này.

Xuống khỏi đồi Bảo tàng, trời đã quang đãng hơn. Bắt đầu leo thang đá lên Đền Hạ. Năm trăm bậc đá khiến phải ngưng lại nhiều lần cho đỡ chồn chân. Một cô chụp hình chuyên nghiệp tự nguyện làm hướng dẫn viên cho chúng tôi. Nào là tháp chuông với quả chuông nặng 180 cân. Cây đại với trên trăm tuổi đời. Cây dừa ba ngọn đã hơn 700 tuổi trước đền Mẫu Âu Cơ. Bên cạnh đền là một ngôi chùa khá cổ kính. Vài ba đoàn thanh niên thiếu nữ ồn ào mang theo nhang hương, vàng mã và gà vịt lên cúng lễ. Lại cũng có dịch vụ xin xâm, cầu siêu.

Từ Đền Hạ lên Đền Trung khoảng 200 bậc thang nữa. Nơi đây, theo cô hướng dẫn của chúng tôi, thờ các vua Hùng. Có những miếng đá xếp thành vòng tròn ghi lại dấu tích chỗ họp hội nghị của "vua Hùng thứ sáu." Từ đây, nhìn xuống phía Tây, là xã Nghĩa Lĩnh, chuyên cung cấp dịch vụ cho khách hành hương đền Hùng. Cô hướng dẫn đến từ ngôi làng với khoảng 3,000 đầu người này. Vui miệng, cô cho biết phải thi qua một kỳ khảo sát đặc biệt mới được hành nghề. Mỗi tháng, trừ chi phí, thuế má, kiếm được khoảng 500,000 đồng. Nhưng mỗi năm chỉ làm việc ba tháng, từ tháng Giêng tới khoảng ngày 10 tháng Ba âm lịch, tức ngày Giỗ Tổ. Hai vợ chồng cô, thu nhập trung bình hàng tháng vào khoảng 600,000 đồng (gấp ba lần thu nhập văn hoa tối thiểu).

Đền Thượng nằm cao nhất. Chật ních khách hành hương. Khói nhang nghi ngút. Đã trưa, khách hành hương tụ họp ăn trưa ở sân hậu. Thấy có cả bia và rượu thuốc.

Từ đây, đường xuống đền Gương ở chân núi dễ đi hơn. Đền Gương là nơi hai công chúa thường chải tóc, soi gương. Giống như những đền miếu khác, khói nhang nghi ngút; khách thập phương chen chúc không còn chỗ chen chân. Vì đã kinh qua "nghề" đổi tiền tại chùa Hương, nhà tôi chuẩn bị đầy đủ tiền lẻ để "cúng dường công đức."

Xuống tới chân núi, ghé một quán nhỏ mua ít tấm bánh "chè Lam," đặc sản miền Trung du Bắc Việt. Nhờ bác tài đưa bọc lại chân núi, thăm đền Tổ mẫu Âu Cơ.

Theo truyền thuyết, quốc tổ là Lộc Tục, tức Kinh Dương Vương, dòng giõi Thần Nông (Shen Nung) bên Tàu. Lộc Tục làm vua nước Xích Quỉ, khai mở nhà Hồng Bàng (2879-258 TTL). Nước Xích Quỉ rất rộng. Mặt Bắc chạy tới Động đình Hồ (thuộc Hồ Nam), Hà Nam và Hà Bắc trong lãnh thổ Trung Hoa ngày nay. Lộc Tục sinh con là Sùng Lãm, tức Lạc Long Quân. Sùng Lãm lấy Âu Cơ, sinh ra một trăm con trai. Đó là tổ tiên Bách Việt (cư ngụ vào khoảng các tỉnh Hồ Nam, Chiết Giang, Phúc Kiến, Quảng Đông, Quảng Tây).

Ngô Sĩ Liên, trong *Đại Việt Sử Ký Ngoại Kỷ Toàn Thư*, ghi rằng Lạc Long Quân lấy con gái Đế Lai là Âu Cơ, sinh một trăm con trai; tục truyền sinh 100 trứng. Một hôm Lạc Long Quân bảo Âu Cơ rằng, "Ta là loài rồng, nàng là giống Tiên, nước và lửa xung khắc nhau, khó mà hợp nhau được." Bèn từ biệt nàng, chia 50 con theo mẹ về núi, 50 con theo cha xuống ở phương Nam, tôn con trưởng làm Hùng vương nối ngôi.

Vua Nguyễn Phước Hường Nhiệm phê: Kinh Thi có câu: "hàng trăm con trai." Đó là lời chúc có nhiều con trai. Xét sự thực thì chưa đến số đó, huống chi là một trăm trứng? Nếu quả có như thế thì có khác chi với loài cầm thú, còn là loài người được sao? Chuyện nuốt trứng chim én [rồi sinh ra vua lập nghiệp nhà Thương], hay dẫm vào dấu chân người to lớn [rồi sinh ra vua tổ nhà Chu] cũng chưa quái lạ như thế. Thì chuyện ấy với chuyện mình rắn đầu người [anh em/vợ chồng Phục Hy-Nữ Oa], mình người đầu trâu [Thần Nông], đồng một loại hoang đường, không thể kê cứu được." (*CMTB* (Sài Gòn: 1965),] 2:14-5) Hường Nhiệm, người thiếu khả năng sinh sản, có lẽ đã đọc kỹ *Thực Lục [Veritable Records]* của ông nội mình là Nguyễn Phước Đảm, nhờ toa thuốc đặc biệt, có tới hơn 140 con trai và gái, nhưng chỉ có 78 con trai.

Khâm Định Việt Sử Thông Giám Cương Mục [KĐVSTGCM], Tiền Biên [TB], do Trương Bửu Lâm, Bửu Cầm, Tạ Quang Phát dịch và chú thích, (Sài Gòn: 1965), I:14-5; *Đại Việt Sử Ký Ngoại Kỷ Ngoại Kỷ Toàn Thư [ĐVSK, NKTT],* I:1b-3b (Nhượng Tống), tr 34; Ngô Đức Thọ, et al. (2009), 1:151-153; *Đại Việt Sử Ký Tiền Biên [ĐVSKTB],* Ngoại Kỷ [NK], I:2a, 3b, 5ab, The (1997), tr 39-40, 41-42.

Tôi không phải một chuyên viên cổ sử, cũng không đủ kiến thức và kinh nghiệm khảo cổ, nên khó thể kết luận thực chăng vua Hùng và nhà Hồng Bàng hiện hữu. Cũng khó thể kết luận Thục Phán là tác nhân lịch sử hay một nhân vật truyền thuyết. Vấn đề cần nhấn mạnh, **đại đa số người Việt tin rằng vua Hùng là quốc tổ.** Những người chịu trách nhiệm về văn hoá và tư tưởng tại Việt Nam, do mục tiêu chính trị hay vì một lý do nào đó, cũng đang nêu cao khẩu hiệu uống nước nhờ nguồn, dân "Lạc Việt" là dòng dõi của chiếc bọc trăm trứng, sinh trăm con.

Chỉ từ ngày xã hội học khai triển thuyết "đa nguyên" [*pluralism*] người ta mới có cái nhìn thiện cảm hơn với huyền thoại "trăm trứng, trăm con" như một thúc dục và biểu hiệu của tính chất đa nguyên chủng tộc và văn hoá của vùng văn hoá-kinh tế-chính trị [*social, economic and political zone*] Đại Việt, bước thứ ba của chu trình tăng trưởng và phát triển của hạt nhân văn hoá-kinh tế-chính trị [*social, economic and political core*] tại đồng bằng sông Hồng và sông Mã nhiều thiên niên trước—tức cộng đồng người Việt nguyên thủy. Sợi giây xuyên suốt qua huyền thoại này có lẽ là nhu cầu đoàn kết dân tộc, mọi sắc dân nên thương yêu đùm bọc nhau như trăm con một mẹ, hãy gác lại những tị hiềm, dị biệt để cùng hướng về mục tiêu xây dựng và bảo vệ quốc gia, bảo vệ quê cha, đất tổ trước những hiểm họa ngoại xâm. Thật là một sai lầm đầy ăn năn, hối hận khi y cứ vào niềm tin tôn giáo và sự cận thị lịch sử của mình để nhắm mắt lại mà chê bai, ruồng bỏ huyền thoại Âu Cơ và Hùng Vương như "thần rắn, ma trâu," hầu thanh thản xưng tụng và tôn thờ những niềm tin sơ khai và "thần rắn, ma trâu" ngoại lai khác. Và cũng không thể không quan tâm đến những nhận xét, không hẳn sai lầm: người Việt thường có thói xấu ganh ghét, tị hiềm và tàn ác với đồng chủng, trong khi khom lưng sùng bái ngoại nhân, gọi bất cứ ai có sữa dư cho bú là mẹ. Trường hợp anh em Mạc Thúy, Mạc Viễn thời Minh thuộc (1406-1427), hay cha con ông cháu Mạc Đăng Dung (30/11/1540-29/4/1541) là những tấm gương ô nhục giúp dân Việt soi chung để không đi vào những vết xe đổ dĩ vãng. (Xem, chẳng hạn, Vũ Ngự Chiêu & Hoàng Đỗ Vũ, *Nhục Hận Biển Đông Nam Á: Kiện hay Không Kiện?*, 2015, tập II: "Giao Chỉ Đô Thống Sứ Ti, 5/7/1407-2/1/1428)," và Phụ Bản V: Cuộc Đầu Hàng Của Ông Cháu Mạc Đăng Dung (30/11/1540-29/4/1541)).

Xe lại bắt đầu chuyển bánh, trực chỉ Việt Trì. Nhờ bác tài hỏi đường tới chỗ ba nhánh sông Hồng hợp lưu, tức ngã ba Bạch Hạc. Vài dân địa phương nói chỗ hợp lưu là chính cầu Việt Trì, mới được tái thiết. Người cả quyết ngã ba Bạch Hạc là một nơi khác, cách đó không xa. Chuyến du khảo không thể vào sâu chi tiết hơn vì đã đến giờ ngược đường số 2 xuôi Hà Nội. Tôi có cái hẹn với một tác nhân lịch sử tại xã Phú Thị, Gia Lâm, quê hương của nhà thơ cách mạng xấu số Cao Bá Quát—người đã bao lần nhắc nhở tôi: *"Giật mình khi ở xó nhà, Văn chương, chữ nghĩa khéo là trò chơi ..."*

Figure 2-Từ chân đền Hùng -2005

PHẦN I :

NHÀ HỒNG BÀNG

(2879-258 TTL)

Thần Nông [Shen Nung, 2737 TTL]

[Viêm Đế; dạy dân cày bừa, họp chợ buôn bán, dùng cây cỏ làm thuốc chữa].

Đế Minh [Ming-de] [+ Vụ Tiên]

[Đế Nghi] 1. Kinh Dương Vương [Lộc Tục]

Xich Quỉ [Red Demons]

[+ con gái Động Đình Quân]

2. Lạc Long Quân [Sùng Lãm]

[+ Âu Cơ [con Đế Lai], sinh 100 con].

3. Hùng Vương

Van Lang ([Nation of] Educated Men)

Hùng Vương VI: Phù Đổng Thiên Vương

18. Hùng Vương XVIII (-258 TTL)

Bị Thục Phán [Shu Pan] diệt.

Truyền thuyết: giao ngai vàng cho họ Thục.

Văn hóa Sơn Vi: các di vật tại **Sơn La, Lào Cai, Yên Bái, Vĩnh Phúc, Phú Thọ, Bắc Giang, Thanh Hóa, Nghệ An.** Hang Ông Quyền (Hòa Bình): C14 18,390 +/- 120 năm. Hang Con Moong (Thanh Hóa): C14 11,840 +/- 125 năm. Đoạn kết của người vượn, **chuyển sang bộ lạc, thị tộc.**

Văn Hóa Đông Sơn [đồ đồng mới]:

Hùng Vương

2,300 TTL: Đồ sắt: Đồng Mõm (Diễn Châu)

Tiên Hội; Gò Chiền; Gò Chiền Vậy [C14: 2350 TTL [BC] +/- 100]; Đường Mây [C14: 2350 TTL [BC] +/- 100]; Đông Sơn (Thanh Hóa): Cổ Loa:

I. SỬ VĂN VỀ NHÀ HỒNG BÀNG (2879-258 TTL):

Qua những bài dạy sử địa từ cấp đồng ấu tiểu học của thế kỷ XX-XXI, sách giáo khoa chữ Việt mới (dựa trên chữ cái Latin) ghi lịch sử Việt Nam khởi từ nhà Hồng Bàng (2879-258 Trước Tây Lịch [TTL] kỷ nguyên), với mười tám [18] vua Hùng hay Hùng vương [Xiongwang]. Dù nội dung những bài học sử địa trên rút ra từ quốc sử triều Lê (29/4/1428-12/7/1527, [1533]29/4/1541-2/2/1789), Tây Sơn (1778-1802) và Nguyễn (1/6/1802-1889, 1889-25/8/1945)—tức *Đại Việt Sử Ký Toàn Thư* (1697-1698) của Ngô Sĩ Liên et al., *Đại Việt Sử Ký Tiền Biên* (1798-1800) của Ngô Thời Sĩ et al., và *Khâm Định Việt Sử Thông Giám Cương Mục [CM], Tiền Biên [TB]* (1884), Nguyễn Phước Hường Nhiệm *et al.*— rất ít tác giả, kể cả Trần Trọng Kim (1883-1953?), dù thông thạo Hán và Pháp ngữ, nhưng không được huấn luyện chuyên nghiệp, như triết lý sử, phương pháp viết sử, phương pháp sưu tầm, lượng giá, cùng sử dụng tài liệu một cách khoa học (như cách viết phụ chú, trích dẫn, v.. v...)

Ngoài ra, còn những chỉ thị riêng từ các Toàn quyền, Khâm sứ, quan tây lẫn quan ta về thực thể "Đông Pháp" *[l'Indochine francaise]* và công ơn "khai hoá" [*civilizing mission*]. Riêng về nhà Hồng Bàng, nhiệm vụ các giáo chức chỉ nhằm khiến học sinh "học cho biết," nhưng "không nên tin làm truyện thực."[1]

[1] Nha Học Chính Đông Pháp, *Sử Ký- Địa Dư Giáo Khoa Thư, Lớp Sơ Đẳng,* do Trần Trọng Kim, Thanh tra các trường Sơ đẳng Bắc Kỳ, và Đỗ Đình Phúc, Sơ đẳng giáo học thượng hạng, biên soạn, Việt Nam Tiểu Học Tùng Thư, in lần thứ nhất (Hà Nội: 1927), tr 8. Trần Trọng Kim (1883-1952) còn là tác giả *Việt Nam Sử Lược,* ấn bản đầu năm 1919. Tư liệu văn khố Trường Thuộc Địa [Ecole Coloniale] Paris ghi Trần Trọng Kim sinh năm 1883, nhưng khai giảm 4 tuổi (thành 1887)—khác hẳn Ngô Đình Diệm, man khai tăng 4 tuổi (từ 3/1/1901 lên 27/7/1897) để được tập ấm "cửu phẩm văn giai," năm 1915-1916 làm việc tại trụ sở sau này mang tên Viện Bảo tàng [Musée] Khải Định, Huế. Kim dẫn lời một "đại thần về hưu"bác bỏ lời cáo buộc của các Giáo sĩ về Nguyễn Phước Đảm (14/2/1820-20/1/1841) và gia đình Anh Duệ Hoàng Thái tử Nguyễn Phước Cảnh (6/4/1780-20/3/1801), (*ĐNCBLT,* I, q 2 (1993), 2:44-54; *ĐNTLCB,* I, 2: 1778-1801, 1963:33-34, 386), tức vợ, Tống thị Quyên; con Hoàng tôn Đán [Mỹ Đường], Mỹ Thùy; và ghi rằng không có việc Nguyễn Thân trộn tro xác lãnh tụ Cần Vương Phan Đình Phùng với thuốc súng bắn đi theo lối trừng phạt truyền thống; *VNSL,* II:431. Theo tài liệu văn khố Pháp, ngày 22/1/1896: Lê Tựu Khiết báo cáo về kết quả cuộc khám nghiệm tử thi Phan Đình Phùng; Centre des Archives d'Outr-Mer [CAOM] (Aix-en Provence), GGI, Amiraux 22302. Ngày 14/2/1896, Khâm sứ Ernest A Brière báo cáo: Sau khi đánh bại dư đảng của Phan Đình Phùng, Nguyễn Thân đào mộ Ngự sử Phùng tại khu vực Ngô Đình Khả chỉ huy, cho người quen biết như Linh mục Du nhận diện, đốt thành than, rồi trộn với thuốc sung bắn đi bốn phương "theo tục lệ An-Nam" [đối xử với các tội phạm]; Báo

A. CÁC VUA HỒNG BÀNG:

Lộc Tục, dòng dõi Thần Nông [Shen Nung] hay Viêm Đế, được truyền tụng là vua đầu họ Hồng Bàng, tức Kinh Dương Vương. Lộc Tục sinh ra Lạc Long Quân (Sùng Lãm). Hùng Vương là con trưởng Lạc Long Quân. Hùng Vương dựng nước tên Văn Lang, đóng đô ở Phong Châu (nay là Bạch Hạc).

Hồng Bàng thị thủ viết Kinh Dương vương, tương truyền ngã Việt chi thủy [thỉ] quân dã. Sinh Lạc Long Quân. [Hùng] vương nãi Lạc Long Quân chi tử dã].

---

cáo đề ngày 14/2/1896, Brière gửi Toàn quyền; trích in trong Vũ Ngự Chiêu, *Các vua cuối nhà Nguyễn, 1884-1945,* 3 tập (Houston: Văn Hóa, 1999-2000), II:602-603. Xem thêm Nguyên Vũ [Vũ Ngự Chiêu], "Góp Phần Nghiên Cứu Trương Vĩnh Ký, 1837-1898;" *Ngàn Năm Soi Mặt* (Houston: Văn Hóa, 2002), tr 156-269. Đáng ghi nhận là nhiều trí thức Ki-tô, vao đầu thế kỷ XXI, chưa chấp nhận sự thực sử học "kháng Pháp" của Ngự sử Phùng. Về tiểu sử Ngô Đình Diệm, xem Chính Đạo [Vũ Ngự Chiêu], "Jean-Baptiste Ngô Đình Diệm (1897-1963);" *Cuộc Thánh Chiến Chống Cộng* (Houston: Văn Hóa, 2004), tr 11-70. Về ngày mất của Trần Trọng Kim, một tài liệu Việt Nam ghi vào năm 1952. Một tư liệu văn khố lục quân Pháp ghi năm 1953, Trần Trọng Kim còn tham dự Đại hội Quốc Dân, hai đại diện là Phan Huy Quát và Đặng Văn Sung.

Hùng Vương kiến quốc hiệu Văn Lang, đô Phong Châu.[2]

Chữ Việt bộ Tẩu [ThC, 655-56]: vượt qua;

Chữ Lạc, bộ Mịch [ThC, 485]: quấn quanh, ràng buộc;

Chữ Hùng, bộ Chuy [ThC, 745], giống đực, hùng mạnh [*CMTB*, I:1a, 2b (Sài Gòn: 1965), 2:8-9, 14-5]; khác chữ Hùng bộ Hỏa [ThC, 373-74: con gấu, dũng sĩ; chỉ các vua Sở];

Chữ Lang bộ "Ấp," có nghĩa chàng thanh niên, người chồng mới, ông quan trẻ.

1. Kinh Dương Vương:

Theo Ngô Sĩ Liên, Nhâm Tuất, năm thứ nhất, cháu ba đời Thần Nông là Đế Minh tuần du phương nam tới Ngũ Lĩnh, lấy Vụ Tiên (hay con gái Vụ Tiên),

---

[2] Quốc sử quán triều Nguyễn, *Khâm Định Việt Sử Thông Giám Cương Mục [CM], Tiền Biên [TB],* I:1A, I:3a, bản dịch Trương Bửu Lâm et al., (Sài Gòn: 1965), 2:8-9,16-7; bản dịch viện Sử học, 2 tập (Hà Nội: NXB Giáo Dục, 1998), 1:74. [Sẽ dẫn: *CMTB*, (Sài Gòn: 1965-1970), (Hà Nội: 1998)]. Xem thêm Dư Địa Chí, số 2, 3, 4, 7, 9, *NTTT* (Hà Nội: 1976), tr. 211-12, 214, 215. Sử Nguyễn thường dùng tiếng **"Hán nhân"** để chỉ người Việt. Quốc sử quán triều Nguyễn, *Đại Nam Thực Lục Chính Biên [ĐNTLCB],* bản dịch Viện sử học Hà Nội, 38 tập (Hà Nội: 1962-1978).

sinh Lộc Tục. Lộc Tục có thánh đức, Đế Minh yêu quí, muốn chọn làm vua, nhưng Lộc Tục nhường ngôi cho anh [khác mẹ] là Nghi. Đế Minh bèn phong Nghi làm hoàng đế đất Bắc, Lộc Tục làm Kinh Dương Vương cai trị phương nam, gọi nước là Xích Quỉ [Quỉ Đỏ].

[Sơ Viêm đế Thần Nông thị tam thế tôn Đế Minh, nam tuần chi Ngũ Lĩnh, thú Vụ Tiên nữ, sinh tử Lộc Tục, hữu thánh đức, Đế Minh kỳ ái chi. Dục sử tự vị, Lộc Tục cố nhượng kỳ huynh Nghi. Đế Minh ư thị lập Đế Nghi vi tự, trị bắc phương; phong Lộc Tục vi Kinh Dương Vương, trị nam phương. . . [3]

Người đọc sử Việt thường ít chú ý đến vai "em" vua phương Bắc này của Lộc Tục—vì trong lịch sử bang giao hai nước, vua Trung Hoa tự xưng hoặc được cung văn là thánh nhân, con Trời [thiên tử], làm chủ cả thiên hạ. Vương quyền biến thái từ "tối thượng" [*sovereignty*] tới "bá chủ" [*suzerainty*] tùy theo sức mạnh quân sự. Khi mạnh, vua Trung Hoa cho mình quyền thôn tính lân bang, mở quận huyện, đặt vào bản đồ "Hoa hạ" hay "Trung nguyên." Những đạo quân viễn chinh Hán tộc vác trụ mốc biên giới trên vai, hay chuyên chở bằng chiến thuyền, lừa

---

[3] *CMTB*, I:2a, 3b-4a (Sài Gòn: 1965), 2:12-3. Xem thêm Tấu nghị ngày 11/7/1856 [mồng 10/6 Tự Đức 9]; *Ibid.*, Quyển Thủ:3b-4b, (Sài Gòn: 1960), 1:12-7; Dụ Chỉ 2 ngày 12/8/1856 [12/7 TĐ 9 [Bính Thìn]; *Ibid.*, QT 9, (Sài Gòn: 1960), 1:34-37.

ngựa tới các xứ hoang vực trên hệ thống "đường Tơ Lụa" [Silk Road từ Trung Hoa tới vùng Trung Á, tức Khu Tự Trị người Uyghur ở Xinjiang từ ngày 1/10/1955]. Tiến trình quen thuộc là phá thành [tusha], giết lãnh đạo, nô lệ hóa và đồng hóa dân bản xứ. [4]

Tội ác chiến tranh [war crimes] này cũng tương tự như Đặng Tiểu Bình [Deng Xiao-ping] ở Tibet trong thập niên 1950; Mao Trạch Đông, Chu Ân Lai, Đặng Tiểu Bình, Diệp Kiếm Anh [Ye Jian-ying] vào tháng 1/1974 tại quần đảo Hoàng Sa [Paracels]; Đặng Tiểu Bình, Hứa Thế Hữu [Xu Shi-you] và Dương Đắc Chí [Yang De-zhi] tại các tỉnh biên giới Việt-Hoa năm 1979, hay Đặng Tiểu Bình trong các trận xâm lược ngày 12/7/1984 ở cao địa Lão Sơn, xã Thanh Thủy, huyện Vị Xuyên, Hà Tuyên; và trận phục kích trên biển ngày 14/3/1988 trong vùng đảo Sinh Tồn thuộc Trường Sa [Spratlys]; bắn đắm hai tàu vận tải HQ 604, 605, làm hư hại nặng tàu đổ bộ HQ 506, và giết chết 64 công binh không khí giới. Tập Cận Bình [Xi Jinping], Lý Khắc Cường [Li Keqiung], Ban thường vụ Bộ Chính Trị cùng Quân Ủy Trung Ương Đảng *Cộng Sản Trung Hoa [Zhonghua gongshandang*] đang tham

---

[4] Xem, chẳng hạn, cuộc triệt hạ kinh thành Champa thế kỷ III-IV và thế kỷ VII, hay thành Thăng Long dưới đời Trần vào các năm 1258, 1285 và 1287-1288, đời Lê/Hồ năm 1406-1407.

vọng tổ hợp Đông Nam Á vào đế quốc Trung Cộng, qua việc độc chiếm biển Đông Nam Á, khiêu khích các quốc gia thuộc Pacific Rim], qua kế hoạch sử dụng vũ lực thực hiện những mạo nhận chủ quyền biển từ Nhật, Đài Loan [Taiwan] xuống Phi-Lip-Pin [Philippines], Ma Lai [Malaysia], In-Đô-Nê-Xi-A [Indonesia], và có thể cả Ôs-tra-li-a [Australia] qua việc công bố bản đồ "Nam Hải" [nhưng dịch sang tiếng Anh/Mỹ thành the South China Sea] gồm một chuỗi dấu chấm nối liền chín [9] hay mười [10] điểm nằm sâu trong vùng đặc quyền kinh tế [*Exclusive Economic Zone*] và/hay thềm lục địa [*continental shelf*] được qui định theo Luật Biển Liên Hiệp Quốc [*United Nations Convention on the Law of the Sea, UNCLOS*] 1982, cùng bộ phận Luật Quốc Tế Thông Dụng [*international customary law*], phần lớn dựa trên án lệ của các tòa án quốc tế như Tòa Trọng Tài Thường Trực [*Permanent Court of Arbitration, PCA*] tại the Hague, Netherlands [Dutch, hay Hòa Lan]—tạo nên những vụ va chạm [*skirmishes* và *military standoff*] do quyết định đơn phương thiết lập một dàn khoan Nanyang Shiyou 981 tại phía tây nam Paracels [Hoàng Sa] từ ngày 2/5 đến 17/7/2014. Mặc dù Xi Jin-ping, Bí thư Đảng *Cộng Sản Trung Hoa [CSTH]* khẳng định "trong máu chúng tôi không có DNA xâm lược hay bành trướng," một học giả Nhật từng đưa ra nhận xét người Hán còn ăn thịt nạn nhân; và ngay Khổng Khâu [Kong Qiu], tức Khổng Tử [Kongxi] từng ăn thịt người. [*Consumption of human flesh was inevitable. Confucius apparently consumed human flesh, too*]. [5]

Việt Nam là một thí dụ tiêu biểu sách lược "thôn tính thiên hạ" của Trung Hoa. Hiện tượng quen thuộc là chiến công vệ quốc ít khi là chiến thắng cuối cùng. Thực trạng địa lý-chính trị Đại Việt khiến không thể không duy trì liên hệ ngoại giao với phương Bắc, trong khuôn khổ "luật kẻ mạnh." Thứ trật tự chính trị

---

[5] Vũ Ngự Chiêu & Hoàng Đỗ Vũ, *Nhục Hận Biển Đông Nam Á: Kiện hay Không Kiện?,* 2 tập (Fountain Valley, CA: Hợp Lưu, 2015), tập I; Zhai, 2000:209; *Xinhua News Agency,* 16/5/2014. Nhưng *Hậu Hán thư* của Phạm Việp, được Tư Mã Quang *et al.* chép lại trong *Tư Trị Thông Giám* [*Zizhi tongjian, ZZTJ/TTTG*] rằng sắc dân Ô Hử [Wuhu]—tức một tộc Thái từng sinh sống ở phía nam Quảng Tây, bắc Giao Châu, thích ăn thịt người; nhiều lần nổi dạy chống Đông Hán từ 144 tới 184; *HHT/HHS,* 71/61, 2308/09 (7b-8a); 31/21, 1111/12 (15ab); *ZZTJ/TTTG,* Sima & de Crespigny, chapt 57, 1825, 1844; chapt 58, tr 1859, 1871, 1872/1773; *CMTB,* II:23a-26a, (Sài Gòn: 1965), 2:230-233 234-235. Nhưng nguồn tin từ Vạn Chấn [Wan Zen], *Nam châu dị vật chí* [Extraordinary Things in the Southern Territories] về Hám Nhân quốc; *CMTB,* II:23-24, (Hà Nội: 1998), I:126-127. Tác giả Vạn Chấn này từng được Bắc Kinh sử dụng như một thứ thẩm quyền về địa lý cổ thời của Trung Hoa, để mạo nhận chủ quyền Hoàng Sa, Trường Sa và toàn vùng biển Đông Nam Á.

đặc thù Á Đông, qui tâm về Bắc Kinh này, dĩ nhiên, khó thể bình đẳng hay cân xứng. Vua quan Hán ngang ngược bắt vua chúa Việt phải chấp nhận thứ quan hệ "cha-con, giữ gìn nhau như môi với răng" *["do tử dữ phụ mẫu chi tương thân," "phụ tử chi quốc, thần xỉ chi bang"]*, đánh nhẹ thì khoanh tay chịu tội, đánh mạnh thì bỏ chạy, "thuận trời thì sống, nghịch trời thì diệt" *[thuận thiên giả xương, nghịch thiên giả vong].* [6]

Sử quan Nguyễn bác việc Đế Minh du nam, cho rằng sử nhà Lê "chỉ dựa vào chỗ bâng quơ mà biên soạn ra nhà Hồng Bàng, rồi e không có gì làm căn cứ cho người ta tin, lại phụ họa theo truyện Liễu Nghị

---

[6] Thư Trương Lập Đạo gửi Trần Khâm (Nhân Tông, 8/11/1278-16/4/1293, TTH, 9-10/1299) năm 1291; *ANCL*, q V: Danh thần thơ văn, bản dịch Trần Kính Hòa, 1961:102-103. Xem thêm Truong Buu Lam, "Intervention versus Tribute in Sino-Vietnam Relations, 1788-1790;" trong John King Fairbank, (ed) *The Chinese World Order: Traditional Chinese Foreign Relations* (Cambridge, MA: Harvard Univ Press, 1968), pp 165-79; Idem, "Tributary Trade and China's Relations with the West;" *Far Eastern Quarterly*, I (1942), pp 129-49; and, Idem, and Teng Ssu-yu, "On the Ch'ing Tributary System;" *Harvard Journal of Asian Studies,* VI (1941), pp 135-246; Yuankang Wang, *Harmony and War: Confucian Culture and Chinese Power Politics* (NY: Columbia Univ Press, 2011), pp 41, 48.

đời Đường của nhà tiểu thuyết làm chứng có . . . ." Nhưng vẫn "dĩ nghi truyền nghi;" chọn Hùng Vương làm đầu mối quốc thống, chép trong phần Cương (chữ lớn), phụ chép Kinh Dương và Lạc Long ở phần Mục [chữ nhỏ, ghi chép chi tiết] theo kiểu mẫu của Chu Hy (Zhu Xi, 1130-1200) trong *Thông Giám Cương Mục [Tongjian gangmu]* mà Nguyễn Phước Hường Nhiệm (10/11/1847-19/7/1883, niên hiệu Tự Đức) chọn làm kiểu mẫu để soạn quốc sử nhà Nguyễn. [7]

---

[7] *CMTB*, I:1b-2b (Sài Gòn: 1965), 2:10-5; Quyển Thủ:3b-4b, 9 (Sài Gòn: 1960), 1:12-7, 34-7 [Dụ Chỉ ngày 12/8/1856 [12/7 TĐ 9]; quyết định chọn Hùng Vương làm đầu mối quốc thống, (chép trong phần Cương, chữ lớn), phụ chép Kinh Dương và Lạc Long ở phần Mục [chữ nhỏ, ghi chép chi tiết]; *Đại Việt Sử Ký Toàn Thư, Ngoại Kỷ [ĐVSK, NKTT]*, I:2a, bản dịch Ngô Đức Thọ, Hoàng Văn Lâu & Ngô Thế Long, 3 tập (Hà Nội: 2009), 1: 152; bản dịch Cao Huy Giu, 3 tập (Hà Nội: 1967), 1:60; bản dịch Mạc Bảo Thần-Nhượng Tống (1944, 1964?), tr. 34; [Sẽ dẫn : *ĐVSK, NKTT*, Thọ (2009), Giu (1967), Nhượng Tống (1944, 1964)]; Ngô Thời Sĩ et al., *Đại Việt Sử Ký Tiền Biên*, Quốc sử quán Tây Sơn (1798-1800), 17 tập (7 NK, 10 BK), NK I:1a-11a; bản dịch Dương Thị The et al. (Hà Nội: 1997), tr 41 [Sẽ dẫn: *ĐVSKTB*, NK, The (1997)]; Nguyễn Trãi, *Dư Địa Chí*, số 1, 2, 3; trong Ức Trai Di Tập (1868); bản dịch Viện Sử Học, trong *Nguyễn Trãi Toàn Tập [NTTT]*, in lần thứ hai có tăng bổ và hiệu đính, (Hà Nội: KHXH, 1976), tr 212, 214; Phan Huy Chú, *Lịch Triều Hiến Chương Loại Chí, [LTHCLC]*; bản dịch (Sài Gòn: 1962); bản dịch (Hà Nội: 1992), 3 tập, 1:166.

2. Lạc Long Quân:

Kinh Dương Vương [Lộc Tục] lấy con gái Động Đình Quân Thần Long, sinh ra Sùng Lãm, tức Lạc Long Quân. Lạc Long Quân lấy con gái Đế Lai (con Đế Nghi) là Âu Cơ, sinh một trăm con trai. Tục truyền sinh 100 trứng. Đó là tổ Bách Việt.

[Lạc Long Quân thú Âu Cơ sinh bách nam, tục truyền sinh bách noãn, thị vi Bách Việt chi tổ].

Việt bộ Mễ [ThC 474, nghĩa là đến]; Lạc bộ Mịch [ThC 485].

[Bách Việt bộ "mễ," *Shiji,* Ngô Khởi truyện, q. 2, tờ 36; có lẽ liên hệ tới trồng lúa, ăn gạo [ThC 474]; sử Nguyễn dùng cả hai chữ Việt bộ Tẩu và Việt bộ Mễ khi nói về cuộc xâm lược phía nam sông Dương Tử hay Trường Giang của Tần Thủy Hoàng, 214-210 TTL.

Chi tiết này hơi khác huyền thoại, theo đó, sau khi lên ngôi, Lạc Long Quân xuống ở trong động ngầm dưới nước. Mỗi khi dân cần gì đến vua, chỉ cần hô to "Bố đang ở đâu? Lại đây giúp ta," vua sẽ xuất hiện ngay. Một hôm, khổ sở vì giặc phương bắc, dân gọi vua lên giúp. Lúc ấy, Đế Lai con Đế Nghi đang tuần thú khắp nơi, để người yêu là Âu Cơ trong hành cung. Thấy Âu Cơ, vua thích lắm, bèn gây duyên chồng vợ. Âu Cơ sinh được 100 con trai; tục truyền là một cái bọc trăm trứng, nở ra 100 con. [8]

3. Hùng Vương

Một hôm Lạc Long Quân bảo Âu Cơ rằng, "Ta là giống rồng, nàng là giống Tiên, nước và lửa khắc nhau, khó mà hợp nhau được." Bèn từ biệt nàng, chia 50 con theo mẹ về núi, 50 con theo cha xuống ở phương Nam. Lạc Long Quân lập con trưởng làm vua tức Hùng Vương. Đặt quốc hiệu là Văn Lang. Đóng đô ở Phong Châu, tương truyền được 18 đời, đều xưng là Hùng Vương.

Nhất nhật, Lạc Long Quân vị Âu Cơ viết: "Ngã thị long loại, nễ thị tiên loại, thủy hỏa tương khắc, hợp tinh vi nan." Nãi dữ chi tương biệt, phân ngũ thập tử tùng mẫu qui sơn, ngũ thập tử phùng phụ cư nam, suy kỳ trưởng vi Hùng vương tư quân vị, kiến quốc hiệu Văn Lang quốc. Đô Phong Châu, tương truyền thập bát thế, giai xưng Hùng Vương]." [9]

---

[8] . *ĐVSKTB*, Ngoại Kỷ [NK], I:3b-5a, The (1997), tr 41. Các nhà nghiên cứu Tây phương thường dẫn như sách của Ngô Thời Sĩ, nhưng Ngô Thời Nhậm, con Thời Sĩ, cũng góp phần hiệu đính. Ngô Thời Nhậm hợp tác với nhà Tây Sơn, nên *ĐVSKTB* còn gọi là sử Tây Sơn.

[9] *CMTB*, I:1b-2 (Sài Gòn: 1965), 2:8-15; *ĐVSK, NKTT*, I:1b, 3a, 5b; Thọ (2009), 1: 151, 153,155; Giu (1967), 1:59-60; Mạc

Việc chia con, các truyền thuyết cũng có chỗ dị biệt. Có bản nói người con cả trong số 50 người theo mẹ lên núi Phong Sơn trở thành Hùng Vương thứ nhất; hoặc Hùng Vương thứ ba. (Kinh Dương Vương là vua Hùng thứ nhất). Truyền bản sử Lê sửa lại là người con trai trưởng theo cha lên làm vua. Có lẽ nho gia Lê muốn tôn xưng thuyết phụ hệ, tức dòng cha mới là chính; bác bỏ phong tục mẫu hệ cũ còn áp dụng trong các xứ Mường [một trong những hệ Kinh tộc ít bị pha trộn nhất].

Riêng kinh đô Phong Châu, tức Núi Hùng, được ghi là Nghĩa Lĩnh Sơn, thuộc làng Sơn Vi, Bạch Hạc, phủ Lâm Thao, Phú Thọ. Hiện nay, Núi Hùng thuộc tỉnh Vĩnh Phú, có ba đền: Hạ (Âu Cơ), Trung (vua Hùng), và Thượng. Tại đây, có câu đối "Đột ngột cao sơn cổ Việt Hùng thị thập bát thánh vương vị." (Năm 2005, tại đền Hạ, có hình Hồ Chí Minh đến thăm đền trong chiến tranh Việt-Pháp).

Bảo Thần-Nhượng Tống (1944, 1964?), tr 33; và, *Bản Kỷ Thực Lục [BKTL]*, q. XIII:17a, Lâu (2009), 2:589; *ĐVSKTB*, NK, I:3b, The (1997), 39-46; Nguyễn Trãi, *Dư Địa Chí,* số 1, 2, 3; *NTTT,* 1976:211-12 [211-46], 543 chú 3-5 [543-662]; Quốc sử quán nhà Nguyễn, *Đại Nam Nhất Thống Chí,* q. XIII: Tỉnh Hà Nội, bản dịch Phạm Trọng Điềm và Đào Duy Anh, 5 tập (NXB Thuận Hóa, 1997), tập 3, tr. 223. [Sẽ dẫn : *ĐNNTC* (1997)]

Cần nhấn mạnh, nguyên bản Ngoại Kỷ không còn lưu truyền. Nó được hay bị sử quan Hậu Lê hiệu đính, và viết thêm [tục biên] liên tục cho tới khi *Đại Việt Sử Ký Toàn Thư* hoàn tất và khắc bản in cuối năm 1697 hoặc đầu 1698 [tháng 11 Đinh Sửu, 13/12/1697-11/1/1698]. Tổng cộng trong 19 tập truyền bản *ĐVSKTT,* ngoài quyển I phần Ngoại Kỷ nêu rõ do Ngô Sĩ Liên biên soạn, chỉ còn 166 đoạn bình luận của NSL trích từ nguyên bản. [10]

Các truyền bản *ĐVSK* có nhiều chi tiết khác biệt, và đôi lúc đối nghịch nhau. Truyền bản Lê Hy do Cao Huy Giu-Đào Duy Anh dịch (1967), hay Ngô Đức Thọ et al. (2009) chuyển ngữ không chép tên 18 vua Hùng.

---

[10] *ĐVSK, NKTT,* "Tựa *Đại Việt Sử Ký Tục Biên;*" Quyển Thủ, 2a [1a-6a]; NK, I:1a, Thọ (2009), 1:112, 150-51; "Biểu dâng sách *ĐVSKTT,*" Quyển Thủ, 1a-6a, Thọ (2009), 1:115-16; *Bản Kỷ Thực Lục [BKTL],* XIII:17a, Lâu (2009), 2:589; Emile Gaspardone, "Bibliographie annamite [Thư tịch An Nam];" *Bulletin de l'Ecole Francaise d'Extrême Orient [BEFEO],* số XXXIV (1934), tr. 59 [No. 127 (VĐULT) [126-28], 128 (LNTQ) [128-30] [1-167]. Hiện nay, có bốn bản dịch Việt ngữ của *ĐVSKTT*: bản dịch Cao Huy Giu (trọn bộ, 1967, dựa theo bản Quốc Tử Giám Lê Hi [1697]), bản dịch mới nhất, năm 2009, dựa theo Nội Các quan bản [phủ Chúa Trịnh], Hà Văn Tấn hiệu đính, 3 tập. Xem thêm chi tiết trong Phan Huy Lê, "Đại Việt Sử Ký Toàn Thư: Tác giả, Văn bản, Tác phẩm;" Ibid., Thọ (2009), 1:29-30 [13-102];

Sử Nguyễn nhiều lần nhắc đến 18 đời trong "sử cũ," nhưng không ghi từng đời vua. Hồ Tông Thốc, tác giả *Việt Sử Cương Mục,* thế kỷ XIV—người ít nhiều giúp Lê Quí Ly (1336-1407?) "về nguồn" với họ Hồ Hưng Dật mà sử đương thời không ghi chép, và còn hoang tưởng ra gốc rễ "đế Thuấn" [Shunde], một trong hai mẫu vua thánh Khổng giáo lý tưởng, được "đế Nghiêu" [Yaode] nhường ngôi, và gả cả hai con gái cho Thuấn; đền thờ ở Động Đình hồ—liệt kê đủ 18 vua Hùng trong *Việt Nam Thế Chí.* Hàng năm, trong dịp Lễ Quốc Tổ [10/3 âm lịch] còn xuất hiện những tập sách nhỏ về 18 vua Hùng theo *Hùng vương ngọc phả* của Nguyễn Cố. Học giả Nhật Iwamura Shigemitsu ghi trong *An Nam Thông Sử [An Nan T'ung Chih]* danh sách 18 vua Hùng, từ Kinh Dương Vương, và Hùng Hiền Vương, tức Lạc Long Quân, trở xuống. 16 vua Hùng còn lại là Hùng Quốc Vương, Hùng Hiệp Vương, Hùng Hy Vương, Hùng Huy Vương, Hùng Chiêu Vương, Hùng Vĩ Vương, Hùng Định Vương, Hùng Vi Vương, Hùng Trịnh Vương, Hùng Quì Vương, Hùng Việt Vương, Hùng Anh Vương, Hùng Triệu Vương, Hùng Tạo Vương, Hùng Nhi Vương, Hùng Duệ Vương. Danh sách này cũng tìm thấy trong *Thành ngữ điển tích Danh Nhân tự điển,* của Trịnh Văn Thanh.

Theo sử Lê, năm 257 TTL, đời Hùng Vương cuối, cháu Thục vương là Phán xâm lăng Văn Lang. Hùng vương nhảy xuống giếng chết. Nước Văn Lang mất.

Giáp Thìn. Chu, Noãn Vương, ngũ thập bát niên. Thục vương Phán lai xâm. Vương phó tỉnh tốt. Văn Lang quốc vong.[11]

Sử Nguyễn bác việc Thục Phán thuộc nước Ba Thục; nhưng đồng ý là Thục Phán tự xưng làm An Dương Vương [An Yang wang]; đổi tên nước là Âu Lạc [Oulo], đóng đô tại Phong Khê.

Giáp Thìn. Thục, An Dương Vương nguyên niên. Chu, Noãn Vương, ngũ thập bát niên. Thục Vương ký hữu Văn Lang. Cải quốc hiệu viết Âu Lạc, đô Phong Khê.

---

[11] Phan Huy Chú, *LTHCLC,* "Văn tịch Chí," q. XV, "truyện Ký," 1992, 3:164 [163-64]; Henri Maspéro, "Etudes d'histoire d'Annam [Nghiên cứu lịch sử An Nam], IV. Le Royaume de Van Lang [Vương quốc Văn Lang];" *Bulletin de l'Ecole Francaise d'Extrême-Orient [BEFEO],* Vol. XVIII (1918), no. 3:1 [1-10]; Iwamura Shigemitsu, *An Nan T'ung Chih [An Nam Thông Sử]* (tiếng Nhật) (Singapore: World Bank, 1957), tr. 9-10; Trịnh Văn Thanh, *Thành ngữ điển tích Danh Nhân tự điển,* 2 tập (Sài Gòn: Khai Trí, 1966), 1:554. Nguyễn Linh, "Về sự tồn tại của nước Văn Lang," *Nghiên Cứu Lịch Sử [NCLS]* (Hà Nội), số 112 (7/1968), tr. 20-1, 20n2 [19-32]. [bảng so sánh huyền thoại Việt và Mường]; Idem., "Bàn về nước Thục của Thục Phán;" *NCLS,* 124 (7/1969), tr. 41cột 1 [33-51]; [Sẽ dẫn, Linh, "Văn Lang," 1968, & "Thục Phán," 1969]

Cựu sử [ĐVSK, NKTT, I:5b]: Vương tính Thục, húy Phán, Ba Thục nhân dã. Thời vương ký tính Văn Lang, nãi cải quốc hiệu viết Âu Lạc, đô Phong Khê. [12]

Âu [Ou] bộ Ngoã [ThC, 401, còn có nghĩa cái âu, bồn chứa nhỏ]; **Lạc [Lo], bộ Mịch** [ThC, 485, nghĩa là quấn quanh, ràng buộc, cái lưới, bao la, thứ quả cây]

Từ Kinh Dương Vương [2879 TTL], đồng thời với Đế Nghi, truyền đến đời Hùng Vương cuối, chấm dứt năm Quí Mão [258 TTL], tức là năm thứ 57 đời Chu Noãn Vương, nhà Hồng Bàng cai trị 2622 năm [lịch ta]. Trung bình mỗi vua Hùng cai trị 120 năm tức hai thế kỷ lịch ta (60 năm). Ngô Thì Sĩ bác số tuổi trung bình trên, vì người chứ đâu phải vàng đá. [13]

---

[12] *CMTB*, I:8a, (Sài Gòn: 1965), 1:36-7; *ĐVSKTB*, NK, I:11, The (1997), tr 45.

[13] *ĐVSK, NKTT*, I:5a, 5b-11b, Thọ (2009), 1:155, 156-62; Mạc Bảo Thần-Nhượng Tống (1944, 1964), tr. 39-40, 59-60; Giu (1967), 1:63-4 [63-70]; *ĐVSKTB*, Ngoại Kỷ, I:9-10, 15, The (1997), tr 44-5; *CMTB*, I:7, 8a (Sài Gòn: 1965), 2:32-5, 36-7; (Hà Nội: 1998), 1:79; Léonard Aurousseau, "La première conquête chinoise des pays ananmites." *BEFEO*, XXIII (1923), pp. 213n3, 239-40 [nhà Thục tồn tại 3 năm]; Idem., "Notes et Mélanges: Sur le nom de Cochinchine." Ibid., vol 24 (1924), pp 563-79.

B. SỰ CỔ THỜI CỦA NƯỚC VIỆT:

Theo Ngô Sĩ Liên, cổ Việt xuất hiện cùng thời Hoàng Đế huyền thoại Trung Hoa. Đời đế Nghiêu (Yao, 2357-2258 TTL), được biết như **Nam Giao** [Nan Jiao] (2352 TTL). Đời Chu Cơ Tụng (Thành Vương, Zhou Zheng-wang, 1115-1079 TTL, hiện nay rút ngắn còn 1042-1035-1006 TTL) gọi là **Việt Thường** [Yue Shang].

Theo "Kinh" *Thư [Shu],* Nghiêu từng sai Hy Thúc xuống Nam Giao, nghiên cứu thiên văn và thực nghiệm công trình "đo bóng mặt trời," định rõ ngày Hạ chí (mồng 5 tháng 5 lịch ta, hay 21-22/6 Tây lịch, khi ngày dài nhất, đêm ngắn nhất ở bắc bán cầu; nhưng ngược lại ở nam bán cầu). Những người chú giải *Thư* đầu tiên—như Khổng An Quốc, cháu xa đời Khổng Khâu, thày dạy Tư Mã Thiên—chú thích Nam Giao là phương nam. Nhưng Tư Mã Trinh (Sima Zheng, thế kỷ VIII, đời Đường), trong *Sử Ký Sách Ẩn,* và Sái [Thái] Trầm hay Trừng, đời Tống (960-1279), trong *Thư Kinh Tập Truyện,* làm những bước nhảy vọt địa lý, ghi ***"Nam Giao là Giao Chỉ ở phương nam."***

Thư, Nghiêu điển: "Thân mệnh Hy Thúc trạch Nam Giao, bình trật Nam ngoa, kính trí nhật vĩnh tinh hoà, dĩ chính trọng Hạ, quyết dân nhân, điểu thú hy cách." Thái thị: Nam Giao: Nam phương Giao Chỉ chi địa." [14]

Trạch: ThC 140 [nhà ở, nơi ở, yên định], ThC 249 [chọn láng giềng], ThC 362 [chằm, đầm, chỗ đọng nước lớn]. Chữ Chỉ bộ phụ, [ThC 743], nghĩa là nền.

Truyền bản *Shiji* [Sử Ký] của Tư Mã Thiên chép: Năm Tân Mão thứ sáu [1110 TTL], *ở phía nam **Giao Chỉ**,* sứ giả Việt Thường sau hai ba lần thông dịch tới cống một chim trĩ trắng.

[6a] "Chu Thành vương tân mão lục niên, Giao Chỉ nam hữu Việt Thường thị trùng [6b] lai tam dịch nhi lai hiến bạch trĩ"].

Chữ Việt trong tên Việt Thường có bộ "Tẩu," nghĩa là "vượt qua." Nó thường dùng để chỉ người Ư Việt (ở Triết Giang), Mân Việt (Phúc Kiến), Dương Việt (Giang Tây), Nam Việt (Quảng Đông). [Thiều Chửu, 655-656]. Chữ Việt bộ Tẩu còn xuất hiện trong quốc hiệu "Đại Cồ Việt" mà sử Hậu Lê dùng cho nhà Đinh (968[?]-980), Cự Việt, Đại Việt, rồi Việt Nam do

---

[14] *CMTB*, I:5b (Sài Gòn: 1965), 1:26-7; (Hà Nội: 1998), I:76-7. *ĐVSK, NKTT*, I:1a, Thọ (2009), 1:150; Mạc Bảo Thần-Nhượng Tống (Hà Nội: 1944, Sài Gòn: 1964), tr 37; Giu (1967), 1:62, 313n5; *ĐVSKTB*, NK I:1ab, The (1997), tr 39.

sử quan Nguyễn và Thanh (từ năm 1804 tới 1838, và từ 1945 tới hiện tại).

Đây cũng là lần đầu tiên xuất hiện địa danh Giao Chỉ—chữ Giao [Jiao] bộ Đầu nghĩa là gặp nhau [ThC, 12]; và Chỉ [Zhi] bộ Phụ, cùng nghĩa với chữ chỉ bộ Thổ, có nghĩa cái nền. [ThC 12, 107, 743]. Trên thực địa, tên Giao Chỉ chính thức xuất hiện đời Lưu Triệt (Hán Vũ Đế,140-87 TTL) sau khi Lộ Bác Đức (Lu Bode) xâm chiếm Nam Việt [Nan Yue] của họ Triệu [Zhao], "giết [tru] Lữ Gia, mở chín quận" năm 112-111 TTL.

Cũng có thông tin huyền thoại trên ghi trong *Hàn Thi ngoại truyện*: sứ Việt Thường trải qua chín lớp thông ngôn mới tới cống hiến, Chu Cơ Đán, phụ chính của Cơ Tụng đến năm 1104 TTL, hỏi vì duyên cớ gì mà đến, thì sứ đáp: Trời không có gió bão, không có mưa dầm, biển không có sóng dữ, đã ba năm, chắc là ở Trung Quốc có thánh nhân, nên tới chầu. Đán cho rằng nước nào chính lệnh chưa đến thì quân tử không bắt họ phải thần phục; cấp cho sứ Việt Thường năm [5] cỗ xe có vải che, làm theo lối chỉ nam, để hồi hương. Đoàn xe men theo bờ biển tới Phù Nam [Funan], Lâm Ấp [Linyi], đi trọn một năm về đến nước.[15]

---

[15] Sima Qian (Tư Mã Thiên, 145-86 TTL), *Shiji [Sử Ký]*, [Liệt truyện], 113 [The Account of Southern Yue"], *Shih*

Việc này không ghi trong truyền bản *Thư*, mà chỉ được Phúc Thắng chép trong *Thượng Thư Đại truyện*. Sau chép lại trong truyền bản *Sử Ký*, *[Tiền] Hán Thư* [q. 12:2a, 95] của Ban Cố và *Hậu Hán Thư* [q. 116, 5a]. của Phạm Việp.

Tưởng nên ghi thêm, không chỉ có sử quan Việt tự nhận dòng giõi Việt Thường. Dân Sản Lỳ hay Sa Lý ở tây nam Trung Hoa có truyền thuyết tổ tiên họ cống chim trĩ trắng đời Chu Cơ Tụng. Dân Lão Qua [Ai Lao], và dân Miến Điện (Myanmar hiện nay, theo sách *Điên Nam Tạp Chí*) cũng tự nhận là đất Việt Thường cũ.

Chưa hài lòng với thời điểm nhà Chu, các tác giả Đường (Tang, 618-906) và Tống (Song, 960-1279) còn thêm vào lịch sử quan hệ Bắc-Nam hơn một nghìn năm nữa: Năm 2353 TTL [Mậu Thân thứ 5] họ Việt

---

chi/Watson, (1961, 1993), vol. II, pp. 239-50; Shu (Waltham), 1971, pp 199-200; *ANCL*, q. V: Tiền triều thư sớ, (Huế: 1961), tr 117-18; *ĐVSK, NKTT*, I:1a, Thọ (2009), 1:150; Giu (1967), 1:62, 313n5; *CMTB*, I:6b-7a; (Sài Gòn: 1965), 2:28-33; (Hà Nội: 1998), I:77-78; Ban Gu, *[Xian] Han-shu [[Tiền] Hán Thư/* History of the Early Han], [Biographues] 95, p.3 verso, col. 13 to p.7 rector (b); Phạm Việp (Fan Ye, 398-446), *Hou Han Shu [Hậu Hán Thư/*, History of the Later Han [Biographies], HHS / HHT, 86/76 Nanmanyi/Sinan namyi;

Thường đã tới cống Y Kỳ Phóng Huân một con rùa sống trên ngàn tuổi. Trên lưng rùa có chữ giáp cốt, và "Nghiêu" dùng chế lịch rùa. Đời Thanh [Qing, 1644-1912], sách *Ngự Phê Thông Giám Tập Lãm* (q. 1) còn chép lại việc cống rùa.[16]

Trịnh Tiều (Zheng Qiao, 1104-1162), trong *Thông Chí [Tongzhi],* (2:7a) và Kim Lý Tường (1232-1303), Tống Nho đời Nguyên (1260-1368) trong *Thông Giám Tiền Biên* dùng cho sách của *Zhou Xi, ZiZhi tongjiangang mu.*

C. QUỐC HIỆU:

Thiên tiểu thuyết lịch sử của Ngô Sĩ Liên và sử quan Lê còn khiến người đời sau khá nhức đầu về những quốc hiệu sử dụng trong thời Hồng Bàng.

1. Xích Quỉ:

Xích quỉ nghĩa là "Quỉ Đỏ" [*Red Demons*]. Chẳng hiểu tại sao Ngô Sĩ Liên chọn quốc hiệu này cho Kinh Dương Vương. Phải chăng hàm ý rằng phong tục, đời sống còn sơ khai, chưa được ánh sáng lễ giáo nhà Chu và Khổng Khâu chiếu rọi, khai hóa (Theo thuật ngữ *xích tử chi tâm?*) Linh mục/Giáo sư Kim Định đề nghị nhìn lại cổ sử dưới góc cạnh của Viêm tộc (do hai chữ

---

16 . *ĐVSKTB*, NK, I:2a-b, The (1997), tr 40; *ANCL*, q V, "Tiền triều thư só," 1961:109.

Hỏa ghép thành) —tức phát minh ra lửa và dùng lửa để canh tác—nên Xích Quỉ có thể liên hệ đến quẻ Li (quẻ 30, nghĩa là lửa, *the clinging, fire);* Chữ Quỉ Đỏ còn có thể liên quan đến "Quỉ Môn Quan" —nơi mười người qua, chín người không trở lại, hay nước "tiểu man di" Quỉ Phương trong Chu Dịch: "Cao Tông nhà Ân [Vũ Đinh] phải cần ba năm mới thắng nước Quỉ Phương nhỏ bé" *[Cao Tông phạt Quỉ Phương, tam niên nhi khắc chi].* Ngô Thì Sĩ đề nghị nên gạch bỏ, vì "Xích Quỉ là tên nào mà để làm tên nước." [17]

2. Văn Lang [Wen Lang]:

Văn là tốt đẹp, sáng sủa, và chữ Lang bộ Ấp [ThC, 695-96], nghĩa là một chức quan, một quan còn trẻ, tên gọi con trai các nhà cai trị cổ Việt [quan lang], và tiếng vợ gọi chồng [lang quân]. Địa danh Văn Lang trên thực địa xuất hiện vào đời Tùy [Sui, 581-617]-Đường [Tang, 618-906], ghi trong *Thông Điển* [*Tongdian*] của Đỗ Hữu/Hựu (Du Yu, 735-812). Sau đó, sao chép lại trong *Hoàn Vũ Ký* của Yue Shi (Nhạc Sử, 930-1007) đời Tống:

---

[17] *The I Ching,* Wilhem/Baynes, (1970), pp 118-121; Chu Dịch, *PBCTT,* q IX (2000), tr 356-363).

Phong Châu là quận Thừa Hóa, nước Văn Lang xưa *[Phong Châu, Thừa Hoá quận, cổ Văn Lang quốc]*.

Lang bộ "Ấp."[18]

Theo *Annan Zhi* [*An Nam Chí*], của Gao Xiongzheng [Cao Hùng Trưng]—còn biết như *Annan Zhiyuan* [*An Nam Chí Nguyên*], sử dụng tư liệu Minh và Trần: "Đất Giao Chỉ lúc chưa chia ra quận huyện, [....] gọi là nước Văn Lang, lấy việc thuần hậu chất phác làm phong tục, dùng giây thắt nút để cai trị, truyền được 18 đời."

> *[Giao Chỉ chi địa, vị hữu quận huyện thời, [...] hiệu Văn Lang quốc, dĩ thuần phác vi tục, kết thằng vi trị, truyền thế thập bát.* [19]

Chữ "lang" còn nhiều cách viết, với nghĩa khác nhau: Lang bộ Nữ [ThC 133]: Ngọc kinh lang hoàn: chỗ trời chứa sách vở; Lang bộ Nghiêm [ThC 180] hành lang, mái hiên; Lang bộ Mộc [ThC 297] cây quang lang [Cây quang lang: củ mài, có bột giống

---

[18] *CMTB*, I:1a, 2a; (Sài Gòn: 1965), 2:8-9, 12-3. Do Yu [Đỗ Hựu/Hữu], *Tong dian [Thông điển]* (Shanghai: 1935), q. 184, tờ 25b; *Hoàn Vũ Kí*, q. 70, 10a; dẫn trong Maspero, "Van Lang," *BEFEO*, 1918, 3:2, 4 [1-10]; *CMTB*, I:2a, (Sài Gòn: 1965), 2:12-3;

[19] *CMTB*, I:2b-3a, (Sài Gòn: 1965), 2:14-17. Lang bộ "Ấp;" Giao Chỉ (Chỉ bộ Phụ)

như bột mì, làm bánh ăn được; *TKCS*, ch. 37, "Diệp Du Hà," Mão (2004), tr. 419]; cái gõ cá của ngư dân [minh lang]; Lang bộ Mộc [ThC 308]: trong tân lang [cây cau]; quang lang [cây quang lang]; Lang bộ Thủy [ThC 366]: chảy xiết; Lang bộ Khuyển [ThC 386]: chó sói [như Văn Lang di dẫn trong *Thủy Kinh Chú*]; Lang bộ Ngọc [ThC 393]: Ngọc lang can; Lâm lang: tiếng ngọc; Lang bộ Ngọc [ThC 399]: Lang bộ Hòa [ThC 448]: Eo vực; Lang bộ Trùng [ThC 588, 597]: Khương lang [bọ hung]; Lang bộ Kim [ThC 714]: Lang đang: cái khóa, cái xích.

Thư tịch Trung Hoa về cổ Việt phong phú hơn sau khi Lưu Triệt sai Lu Bo-de [Lộ Bác Đức] và Yang Bu [Dương Bộc] diệt Nan Yue [Nam Việt] của nhà Zhao [Triệu, 207-111 TTL]. Tuy nhiên, nho gia Hán hoàn toàn im lặng về nhà Hồng Bàng, Hùng Vương hay nước Văn Lang. Ngay đến bộ *Đại Việt Sử Ký* của Lê Văn Hưu đời Trần, hay *An Nam Chí Lược* của Lê Tắc—hoàn tất khoảng năm 1306-1336—đều im lặng.

Sách sử Trung Hoa trước đời Tùy-Đường ghi bốn [4] tên đất và tên dân cổ Việt. Đó là **Bách Việt** [bộ Mễ, ThC 474, nghĩa là "đến"], **Việt Thường** [bộ "Tẩu," ThC, 655-56, nghĩa là "vượt qua"], **Nam Giao**, và **Giao Chỉ** [giao, bộ đầu, ThC 12; chỉ bộ phụ, cùng nghĩa với chữ chỉ bộ Thổ, ThC, 107, 743, cái nền].

Từ thế kỷ thứ IV-VI xuất hiện trong cổ tích hay dã sử Trung Hoa những Hùng vương, Lạc hầu, Lạc tướng, Lạc Việt, Văn Lang (Lang bộ khuyển), v.. v... Viết và đọc theo lối Việt Nho hay quan thoại, những tên người và đất cổ Việt còn lưu truyền chỉ nhằm "dĩ nghi, truyền nghi," chờ hậu thế tìm hiểu thêm. Thí dụ như sự xuất hiện của giống "mọi" Văn Lang ở huyện Chu Ngô quận Tượng Lâm, tức Nhật Nam. Dã sử *Lâm Ấp Ký (Lin-Yiji,* đã tuyệt bản) chép phía nam huyện Chu Ngô có tộc Văn Lang di sống ngoài đồng, không có nhà, ngủ trên cây, ăn thịt cá sống, thu hái cây cỏ thơm làm nghề nghiệp, trao đổi với nhau như thời thượng cổ. *Thủy Kinh Chú* của Lịch hay Lệ Đạo Nguyên (466 [472]-527) (q. 36, tờ 24a) chép lại thông tin trên từ *Lâm Ấp Ký,* và thêm chi tiết người ta gọi con sông ở gần đó là Văn Lang cứu. *Hoàn Vũ Kí* (q. 171, tờ 7b), [2-3] của Nhạc Sử cũng chép tương tự. Nhưng khi trích dẫn *Lâm Ấp Ký,* Lý Phưởng (Li Fang, 925-996) (tác giả [Thái Bình] *Ngự Lãm* (q. 172, tờ 11b; *TKC,* ch 36, tờ 24a), lại chép Văn Lang cư ngụ tại quận Thương Ngô [ở lãnh thổ Dạ Lang cũ]—Sau khi chiếm Dạ Lang năm 111 TTL, Lưu Triệt đổi tên thành quận Kiến Vi, rồi tách làm hai quận Kiến Vi ở phía Bắc, Thương Ngô ở phía Nam. Vấn nạn khó giải đáp là những tên người hay đất tại Cổ Việt xuất xứ từ đâu? Do người Hán hay Việt đặt ra [*invention*], phiên âm [*phonetic transcription*], hay chuyển dịch [*translation*]?

Những quan chức Hán đương thời hiểu biết về phương nam cũng nói rất ít về cổ Việt—ngoại trừ An Dương Vương, và Bách Việt nói chung. Năm 135 TTL

[Bính Ngọ], khi Lưu Triệt muốn cử binh đánh Mân Việt [vì Mân Việt tấn công Nam Việt, và họ Triệu yêu cầu nhà Hán can thiệp]. Lưu An (Liu An), viết biểu lên Lưu Triệt như sau:

> Việt ở ngoài [biên giới], dân cắt tóc vẽ mình, không thể dùng pháp độ một nước đai mũ mà cai trị. Việt không có thành quách, làng xóm, chỉ ở trong khe suối, hang đá và rừng tre, từ xưa tập luyện thủy chiến; đất đai ở sâu xa, tối tăm mà nhiều khe suối rất hiểm; sông núi cách trở gay go, cây cối rậm rạp, lui tới khó khăn không kể xiết. Mới trông qua thì tưởng dễ, mà muốn tới thì khó khăn. *[Việt phương ngoại chi địa, tiễn phát văn thân chi dân, bất khả dĩ quan đái chi quốc pháp độ lý dã. Việt phi hữu thành quách ấp lý, xứ khê ốc chi gian, hoàng trúc chi trung, tập ư thủy chiến, quán ư dụng châu, địa thâm muội nhi đa thủy hiểm, sơn xuyên yếu tắc, hiểm trở lâm tùng, phất năng tận trứ, thị chi nhược dị, hành chi thậm nan].* (THT/HS, [Biographies], 64 thượng: Nghiêm Trợ truyện, dẫn trong *Thủy Kinh Chú Sớ [TKCS]*, ch 36: "Uất Thủy," Mão (2004), tr. 364: *ANCL*, q. V, "Tiền triều thư sớ;" 1961:107 [107-9, *Hán Thư*, Hoài Nam Vương]; *ĐVSK, NKTT*, II:9a-11a, Thọ (2009), 1:171-73), Giu (1967), 1:79-80 [Sử Nguyễn không nhắc gì đến Lưu An hay tờ biểu. *Ngô Thời Sĩ không chép lại thư*. Chỉ nói Lưu An dâng sớ khi Lưu Triệt

muốn đánh Mân Việt, nhưng Triệt không nghe. *ĐVSKTB,* NK 12a, The (1997), tr. 61)

Người Việt sức yếu, tài mọn, không biết đánh bộ, lại không biết dùng xe ngựa, cung nỏ. Thế mà không thể đem quân vào được vì họ giữ được đất hiểm mà người Trung Quốc thì không quen thủy thổ. [*ĐVSK, NKTT,* II:9a, Giu (1967), 1:79. [*ĐVSKTB* không ghi] Tôi lại nghe nước Việt khác với Trung Quốc, trời đã hạn cho một dãy núi cao, [Ngũ Lĩnh phân cách trong ngoài], xưa nay không ai bước chân tới, xe ngựa không thông, hình như trời đất đã cách biệt trong ngoài vậy." (*ANCL,* q. V, "Tiền triều thư sớ," 1961:108 [107-109]; *TKCS,* ch 36: "Uất Thủy," Mão (2004), tr. 364. *ĐVSK, NKTT* bỏ không chép.

Nhà Tần lại ham sừng tê, ngà voi của đất Việt sai Đồ Thư mang 50 binh chia làm 5 đạo, một đạo ở Dâm Thành, ải Cửu Nghi, một đạo ở Phiên Ngung, một đạo ở Nam dã, một đạo ở sông Du Can, Ba năm không cởi áp giáp. Giết được quân trưởng Tây Âu là Dịch Hu Tống. Quân Việt không chịu hàng, rút lên núi kháng cự. Bầu ra một quân chủ mới. Giết chết Đồ Thư. Quân Tần phơi thây mấy vạn người. [Doanh Chính bèn phái những người đi đầy tới đóng đồn làm lính thú. (*Hán chí,* Nghiêm Trợ truyện, *TKCS,* ch 36: "Uất Thủy," Mão (2004), tr. 364: *ANCL,* q. V: "Tiền triều thư sớ;" 1961:107 [107-109]; *ĐVSK, NKTT,* II:9a-11a, Thọ (2009), 1:171-73), Giu (1967), 1:79-80, 315n27;

Sau đó sai Úy Triệu Đà đem quân giữ đất Việt. Đánh nhau suốt 10 năm. Bắc Nam đều thụ địch. Tiến không xong, thoái không được. Suốt 10 năm đàn ông không cởi áo giáp, đàn bà vận chuyển cực khổ. Người ta treo cổ trên cây đối mặt nhau. Kịp khi [Tần Thủy] Hoàng "băng," cả thiên hạ nổi lên chống.

Trong khi đó trong ngoài rối loạn, dân sự rối ren, người đi không về, kẻ qua không trở lại, người người không vui sống, đua nhau chạy trốn, đâm ra trộm cướp, gây thành mối họa ở Sơn Đông. Lão Tử nói: Hễ quân lính ở đâu, chông gai mọc ở đó. [*Thử Lão Tử sở vị: "sư chi sở xứ, kinh cức sinh yên" dã.*] [20]

---

[20] *ANCL,* q. IV: Tiền triều chinh thảo, q. V, "Tiền triều thư sớ," 1961: 91,107-109); *Hán chí,* q 64 thượng: Nghiêm Trợ truyện, dẫn trong *TKCS,* ch 36: "Uất Thủy," Mão (2004), tr. 364: *ĐVSK, NKTT,* II:9a-11a, Thọ (2009), 1:171-73, Giu (1967), 1:79-80, 315n27; [CM không nhắc gì đến Lưu An hay tờ biểu. *ĐVSKTB* không chép lại thư. Ngô Thời Sĩ, vì một lý do nào đó, không nói đến luật kẻ mạnh và tham tâm bành trướng, thôn tính thiên hạ của Hán tộc. Dụng ý có lẽ còn kém Lê Trắc một bậc—Trắc cổ võ việc hòa hiếu. Vì thế còn chép lại kế hoạch "dĩ man trị Man" của Lý Cố [Ly Gu], hay biểu của

Cuối thế kỷ XIX, đầu thế kỷ XX, các tác giả Pháp bắt đầu tấn công vào thành trì quốc sử phong kiến Việt. Tác giả được trích dẫn nhiều nhất là Henri Maspéro. Theo Maspéro, một chuyên viên Hán học, Văn Lang là sản phẩm cuối cùng của một chuỗi sự lẫn lộn, hoang mang [*confusion*] về địa lý cổ thời và sao chép sai lầm của văn gia Trung Hoa từ đời Đường; rồi, sử quan Việt đã chỉ chép lại những sai lầm đó. Sự sai lầm của địa lý gia Trung Hoa về lãnh thổ rộng lớn của cổ Việt là do sự lẫn lộn [*confusion*] giữa hai tên **Văn Lang** và **Dạ Lang.** Hai chữ Văn [ThCh 260, bộ Văn] và Dạ [ThC 14, bộ Đầu] gần giống nhau, sai lầm có thể xảy ra trong khi sao chép. Sách *Thông Điển* [*Tongdian*] của Đỗ Hữu/Hựu đời Đường chép Phong Châu [Fengzhou] là tên xứ **Văn Lang** [Wen Lang] **cũ** [Lang bộ Ấp]–nhưng tên Phong Châu chữ Hán này chỉ được đặt ra vào đời Tùy-Đường (thế kỷ VI-VII). Trong khi đó, *Nguyên Hòa Quận Huyện Chí [Yuanho kiun xianzhi]* của Lý Cát Phủ (khoảng 758-814), (tể tướng năm 807, và từ 811 tới 814 dưới triều Đường Hiến Tông [Tang Xianzong, 806-820) lại ghi Phong Châu là đất **Dạ Lang** [Ye Lang] **cũ** [Lang bộ Ấp]; tương đương với huyện Tân Xương (giữa Quí Châu và Vân Nam hiện nay). Rồi chú thêm, trong lãnh thổ

Điền Tích can Triệu Khuông Dẫn (Zhao Kuang-Yin, Tống Thái Tông)].

huyện Tân Xương còn suối Dạ Lang. Từ đầu đời Hán, đã thấy ghi hầu quốc Dạ Lang của người Miêu, lãnh thổ trải dài từ Quí Châu tới tây Vân Nam hiện nay, đông giáp nước Ba, tây giáp hồ Vân Nam Phủ. Bởi vậy, Maspero ***ước đoán*** rất có thể văn gia Đường đã gán lãnh thổ Dạ Lang cho Văn Lang. [Maspéro, "Van Lang," 1918, 3:2]

Sai lầm thứ ba, theo Maspéro, là do sự lẫn lộn về tên và đất của tộc **Văn Lang di.** *Lâm Ấp Ký* (Lin-Yiji, đã tuyệt bản) nói ở phía nam huyện Chu Ngô quận Nhật Nam có tộc Văn Lang di (Lang bộ khuyển) sống ngoài đồng, không có nhà, ngủ trên cây, ăn thịt cá sống. *Thủy Kinh Chú* (q. 36, tờ 24a) và *Hoàn Vũ Kí* (q. 171, tờ 7b) của Nhạc Sử cũng chép tương tự. Nhưng khi trích dẫn *Lâm Ấp Ký* về quận Nhật Nam, Lý Phưởng (Li Fang, 925-996), tác giả [Thái Bình] *Ngự Lãm* (q. 172, tờ 11b; TKC, ch 36, tờ 24a), đã chép sai chữ ***Chu Ngô*** ở Nhật Nam thành **Thương Ngô** [ở phía Nam lãnh thổ Dạ Lang. Lý Phưởng lại đặt Văn (tức Dạ) Lang đúng vào đất Chu Ngô (q. 171, tờ 7b). Vì thế tên huyện Chu Ngô của Nhật Nam, nơi có người Văn Lang di trong *Lâm Ấp Kí,* trở thành quận Thương Ngô của Dạ Lang. ([hái Bình] *Ngự Lãm,* q. 172, 11b, và *Hoàn Vũ Kí,* q. 170, tờ 10a). Khi đến tay các nhà địa lý Đường, sự lẫn lộn giữa Chu Ngô và Thương Ngô, cộng thêm với sự lẫn lộn giữa Dạ Lang và Văn Lang từ *Nguyên Hoà Quận Huyện Chí* và *Thông Điển,* đưa đến sự khai sinh tên Văn Lang, với chữ Lang bộ ấp: *Phong Châu là [quận Thừa Hoá] nước Văn Lang cũ.*

Chưa hết, các nhà địa lí Đường lại vi phạm thêm lầm lẫn thứ tư: Đỗ Hữu [Hựu] và Lý Cát Phủ (*Nguyên Hòa quận huyện chí,* k. 58, 9b; dẫn lại trong *Ngự Lãm*, k 172, 11b) đưa Văn Lang và Phong Châu từ Hoa Nam xuống Bạch Hạc và Việt Trì, Bắc Việt, nhưng với chữ Lang bộ Ấp, thay vì Lang bộ khuyển [trong *Hoàn Vũ Kí,* (q. 171, tờ 7b)] mới đúng. [3] [21]

Sẽ có người phản đối, Maspéro tiếp, vì Nhạc Sử ghi trong *Hoàn Vũ Kí,* (q. 171, tờ 7b) rằng tại huyện Tân Xương (tức nước Dạ Lang cũ) còn dấu tích *Văn Lang thành*—mà người Việt tin là đền Hùng Vương danh tiếng tại làng Hy Cương, gần Việt Trì, huyện Sơn Vi, Phú Thọ (nay thuộc tỉnh Vĩnh Phú). Sự phản đối này như chừng có sức nặng, dù thực tế đền Hùng chỉ dựng lên khoảng đầu thế kỷ XV thời Minh thuộc (5/7/1407-2/1/1428), được nhắc đến trong *Giao Chỉ Di Biên, Đại Minh Nhất Thống Chí* [q. 90, 5b] và *Việt Kiệu Thư* [q. 1].

Trước đó, phụ đạo họ Lê cai trị huyện Sơn Vi, và thật đáng ngạc nhiên nếu sự thờ phụng Quốc tổ [người Việt] được cử hành ở một xứ mọi rợ. [3-4]

---

[21] *CMTB,* I:2a (Sài Gòn: 1965), 2:12-3; Maspéro, "Văn Lang," 1918, 3:4. Bản dịch Ming shi-lu của Wade không có chi tiết này.

"Phong Châu Thừa Hóa quận, cổ Văn Lang quốc, tắc Phong Châu đương tức kim Sơn Tây chi Vĩnh Tường, Lâm Thao chư phủ địa hạt. Hựu Sơn Vi huyện hữu Hùng vương sơn, Hùng vương miếu khả cứu, bất khả chuyên chỉ Bạch Hạc dã."[22]

Tóm lại, theo Maspéro, lỗi không ở các sử quan Việt, mà do tác giả Trung Hoa. Họ đã lầm lẫn biến Văn Lang (*Lang bộ khuyển*) ở Chu Ngô (Tượng Lâm) thành Văn Lang bộ Ấp; rồi nhập với tên Dạ Lang ở tây nam Trung Hoa, và cuối cùng, đưa thành Dạ Lang, dưới tên Văn Lang, xuống đất Bạch Hạc-Việt Trì (tỉnh Vĩnh Phú hiện nay).

Lập luận Maspéro phiến diện, thiếu khả năng thuyết phục:

1. Sử quan Việt hay Hoa khó lẫn lộn Dạ Lang thành Văn Lang hoặc ngược lại.

Hai chữ Văn và Dạ hay Lang bộ khuyển [ThC 386], với Lang bộ Ấp [ThC 695] khác nhau khá xa. Chính Maspéro cũng ghi nhận Nhạc Sử chép trong *Hoàn Vũ Kí*, (k. 171, tờ 10a) cả hai địa danh Thương

---

[22] *CMTB,* I:2a (Sài Gòn: 1965), 2:12-3. Theo Louis Bezacier, đền Hùng Vương có thể thành lập vào đời Lý; *Le Vietnam* (Paris: 1972), tr. 22.

Ngô và Chu Ngô, cũng như hai chữ Văn Lang (bộ Ấp và bộ Khuyển). [3n2] Nhưng Maspéro tảng lờ chi tiết này.

2. Giả thuyết chép lầm cũng khó thuyết phục vì văn gia Hán hiểu rõ sự ngoắt ngoéo của Hán tự hơn Maspéro đánh giá.

Những lầm lẫn, nếu có, chỉ ở những trường hợp thông thường. Thí dụ như đoạn nói về cuộc dấy binh kháng Hán của Trưng Vương trong truyền bản *An Nam Chí Lược* của Lê Tắc, có người muốn đọc hiểu chữ ***"công duyên** quận ấp"* thành ***"công trị** quận ấp."* Lý do đưa ra là chữ "duyên" bộ Thủy [ThC 338, trong truyền bản *An Nam Chí Lược* nghĩa là ven, lân cận như duyên hải, duyên thủy], tương tự với chữ "Trì," còn có âm khác là "Trị," cũng bộ Thủy [ThC, 337, nghĩa là (1) sửa, (2) trừng trị, (3) sửa trị, (4) chỗ quan hành chính địa phương đặt trị sở, (5) tên xưng hô hay tên gọi quan trấn thủ [trị hạ]. Nhưng nếu "công duyên" khó hiểu, và chép sai, "công trị" ***vô nghĩa,*** *chẳng những khó thuyết phục về cách dùng chữ, mà còn không phù hợp với đoạn văn của Lê Tắc:* Không ai nói "đánh trừng trị các quận ấp." Thói quen ham muốn "hiệu đính" cổ thư này khiến những truyền bản cổ thư đầy "chú" với "tiên" chỉ khiến người đọc lạc đường, và thiếu tính chất khả tín, trong các nghiên cứu nghiêm túc. *Thủy Kinh Chú Sớ* là một thí dụ tiêu biểu. Một nạn nhân khác là *Dư Địa Chí* của Nguyễn Trãi.

Hơn nữa, sự lầm lẫn hay bất nhất, nếu có, về Văn Lang với Dạ Lang ở đây có thể ít nhiều liên hệ đến tham vọng nam tiến, khiến văn gia Trung Hoa dời dần những biên giới ngày một xa, rộng hơn. Trường hợp Tượng Quận đời Tần, và trụ đồng Mã Viện là thí dụ tiêu biểu. [23]

---

[23] Chính Đạo, "Trụ đồng Mã Viện: Sự đàn hồi của biên giới đế quốc Trung Hoa;" *Hợp Lưu* (Fountain Valley, CA), số 110 (tháng 6-7/2010), tr. 5-36. Năm 2011, Bắc Kinh chính thức tuyên bố chủ quyền lãnh hải biển Đông Nam Á tức Nam Hải hay Nanpo. Rồi công bố ý định dùng tiền bạc để phát triển kinh tế Đông Nam Á qua những hiệp ước tay đôi với các nước thành viên Đông Nam Á. Chỉ có Ngoại trưởng Hillary Clinton của Liên Bang Mỹ tỏ ý chống đối. Ba trong những quốc gia đang đối diện hiểm họa bành trướng thực dân xã hội chủ nghĩa Hán tộc là Nhật Bản, Philippines, và Australia. Nếu Trung Nam Hải có khả năng làm nhái hàng không mẫu hạm mua của Cộng hòa Ukraine, Hawaii có thể trở thành một tiền đồn của Liên Bang Mỹ tại Thái Bình Dương. Không phải vô tình mà Ngoại trưởng Clinton cảnh giác Bắc Kinh, và gửi một đơn vị Mỹ tới Australia. Zhongnanhai—dưới sự lèo lái của Tập Cận Bình [Xi Jinping], Lí Khắc Cường [Li Keqiang], cùng ban thường vụ Bộ Chính Trị (Trương Đức Giang [Zhang Dejeng], Chủ tịch Quốc Hội; Du Chính Thành [Yu Zhengsheng], Lưu Vân Sơn [Liu Yunshan], Vương Kỳ Sơn [Wang Qishan], Trương Cao Lệ [Zhang Gaoli]), giống như Hồ Cẩm Đào [Hu Jintao], Ôn Gia Bảo [Wen Jiabao]—đã và đang tự lột mặt nạ, trình diễn mặt thực xâm lược, chủ trương thẳng tay hạ sát, cướp bóc ngư dân, đầu độc đàn bà, con trẻ Đông Nam Á bằng những vật dụng hay thực phẩm độc hại.

3. Sản phẩm chung cuộc của giả thuyết tam tứ sao thất bản Maspéro muốn đưa ra là quốc hiệu Văn Lang, nếu viết đúng, phải là Văn Lang với chữ Lang bộ khuyển. Người Việt đủ thông minh và kinh nghiệm để hiểu sự mọi rợ văn hóa của văn gia nước lớn, tức thích gọi bất cứ người ngoại quốc nào là mọi rợ, man di, trâu bò, chó, lợn. Giống như những từ *Tây nhung* [Xirong, bộ qua, ThC 219], *Bắc địch* [Beidi, bộ khuyển, ThC 384], *Nam man* [Nanman, bộ Trùng, ThC 597], *Đông di* [Dongyi] do Khổng Khâu hay những người mạo danh Khổng chia đặt cho các sắc dân chung quanh Trung Hoa. Kiến thức giới hạn của Khổng Khâu và 72 người hiền [scholarly worthies] về địa lý, nhân chủng, hay dân tộc học này đã tạo nên ảo tưởng về sự tối cao [*supremacy*] của chủng tộc và văn hoá Hán, khiến "Bạch quỉ," "Tây dương di" và "hồng mao" đua nhau xâu xé vật hoá thạch còn sống [a

---

Nhẫn nhục và cúi đầu chỉ mời gọi thêm những hành động ngang ngược khác, những thủ đoạn cướp bóc man dã khác. Việt Nam cần tìm cách đồng minh với bất cứ ai có thể đồng minh, truy tố bè nhóm tội phạm chiến tranh ở Trung Nam Hải ra trước tòa án quốc tế. Đừng biến Đảng *Cộng Sản Việt Nam* thành một tỉnh ủy của Đảng *Cộng Sản Trung Quốc*. đã và đang hành xử như một tội phạm chiến tranh ở Tibet và Đông Nam Á. Xem Vũ Ngự Chiêu & Hoàng Đỗ Vũ, *Nhục Hận Biển Đông Nam Á: Kiện hay Không Kiện?, op. cit.*

living fossil] của Marx và Engels suốt thế kỷ XIX, trương lên những bảng "Cấm chó và người Tần [Chinese]" tại công viên các nhượng địa.

Bởi thế mới có những thuật ngữ *"Chinoiserie," "Chinese-ness,"* hay "đạo Nho" [*daoru*] để chỉ những kẻ thích nói nhân, nghĩa, nhưng việc làm từ nhỏ đến lớn chỉ nhằm lợi nhuận—giống như lời phán Triệu Quang Nghĩa (Zhao Guang-yi, Song Taizong, 976-997) về việc thừa nhận và chế phong cho Lê Hoàn (980-1005), hay Triệu Hằng (Song Zhenzong, 997-1022) khi thừa nhận Lý Công Uẩn (21/11/1009-31/3/1028). [24]

Khoảng một ngàn năm sau, Đặng Tiểu Bình cũng lập lại hầu như nguyên văn qua tuyên bố bất hủ, *"mèo trắng hay mèo đen không quan hệ, chỉ cần bắt được chuột."*

4. Là học giả thời cực thịnh của thực dân trung cổ Tây phương [Pháp], Maspéro và người đương thời mang mặc cảm tự tôn—dù ý thức hay không—chấp nhận một định đề tiên thiên là sứ mệnh khai hóa [*civilizing mission*] của các nước "văn minh". Không

---

[24] . *ĐVSK, BKTT,* I:17ab [Lê Hoàn, 986], II:4b, Thọ (2009), 1:271-72, 298; Giu (1967), 1:190, 192, 332; *ĐVSKTB,* BK, I:23ab [Lê Hoàn, 986], II:2a, 7b [Lý Công Uẩn], The (1997), tr 169, 193 [nhà Lê hay nhà Lý có khác gì nhau], 198; *CMCB,* II:9, (Hà Nội: 1998), 1:285; *LTHCLC,* q. 46, (1992), 3:188-89.

duyệt nghĩ đến yếu tố tàn ác và tham lam của người tự cho mình sứ mệnh khai hóa—tức tiêu diệt mọi dấu tích nạn nhân của hành động thực dân, xâm lăng, hoặc xuyên tạc, sỉ nhục những nước yếu nạn nhân. Năm 1879, Petrus Trương Vĩnh Ký ghi vào tập bài giảng lịch sử cho các trường Nam Kỳ lòng tri ân người khai hóa và chủ Pháp mới. Năm 1944, sau khi vừa được Winston S Churchill và Franklin D Roosevelt giúp giải phóng nước Pháp khỏi ách cai trị Nazi Germany, "Charles vĩ đại" lập tức mưu tái chiếm Đông Dương, hợm hĩnh tuyên bố quyết đưa con thuyền lạc bến trở lại với mẫu quốc. Linh mục/Cao ủy Georges Thierry d'Argenlieu, thủ hạ thân tín của Charles de Gaulle, vận dụng mọi mưu mẹo để tái chiếm Đông Dương với đủ thứ bảng hiệu—từ Tuyên ngôn 24/3/1945 tới mật lệnh của de Gaulle—biến Đông Dương thành một chiến trường nóng của cuộc chiến tranh lạnh 1947-1991, với kết quả chung cuộc là sau chín [9] năm máu lửa phải quị lụy Mao Nhuận Chi cùng Nikita S Khrushchev xin cho rút quân "trong danh dự"—khởi đầu cuộc sụp đổ của đế quốc Pháp qua Hội nghị Geneva 1954 và chiến dịch Điện Biên Phủ (19/11/1953-7/5/1954) do Mao Nhuận Chi, Chu Ân Lai và Quân Ủy Trung Ương Trung Cộng dàn cảnh. (Xem hồi ký Võ Giáp (1911-2013), Thierry d'Argenlieu, Zhou En-Lai; Chính Đạo, "Từ Điện Biên Phủ tới Geneva;" *Cuộc Thánh Chiến Chống Cộng,* op. cit., 2004:71-149).

Không tự kiềm chế Luật Kẻ Mạnh, Maspéro khiến nghiên cứu khá công phu chỉ đưa đến kết luận khẳng định, phiến diện.

5. Có lẽ vì mục tiêu chiến tranh chính trị, Maspéro còn tảng lờ mọi bằng chứng ngược lại với sự cả đoan của mình, coi cổ thư Trung Hoa là khuôn vàng, thước ngọc, mà quên mất lời khuyên của Mạnh Kha: "Tận tín thư bất như vô thư." Ngay chính Ngô Sĩ Liên rồi Nguyễn Nghiễm đã cảnh giác độc giả rằng "tin sách chẳng bằng không có sách." (Từ cuối thế kỷ 20, đầu thế kỷ 21, các nhà sử học và khảo cổ thế giới cũng bắt đầu phát động phong trào tìm hiểu giai đoạn tiền Roma, trả lại sự thực lịch sử cho Trung Đông cùng con người Jesus Christ lịch sử).

6. Hơn nữa, Ngô Sĩ Liên và sử quan Lê không phải là người đầu tiên hay cuối cùng tô son, điểm phấn cho dĩ vãng dân tộc mình, qua những tài liệu tuyên truyền được gán ghép danh hiệu *quốc sử*. Sử quan Việt cũng không là những người duy nhất dùng huyền thoại viết sử—họ là học trò ngoan ngoãn của sử quan Trung Hoa, bậc thầy trong việc lưu truyền đủ loại thông tin thần rắn quỉ trâu. Tự hào thông kim, bác cổ sử văn Hán, nhưng Maspéro chẳng nhắc gì đến việc văn gia Hán tộc (kể cả truyền bản *Sử Ký* của Tư Mã Thiên) huyễn truyền về Ngũ đế, Tam vương, hay Bàn Cổ lập ra trời đất. Maspéro nghĩ gì khi có người yêu cầu từ bỏ niềm tin như "đấng Tạo Vật" hóa phép

ra toàn vũ trụ trong sáu [6] ngày khoảng 7,000 năm trước, hay thứ thiên đường đầy rẫy Mẹ Đồng Trinh cùng những thiên thần thập tự quân hai tay đẫm máu người Jews, Arabs và ngoại đạo? Hay địa ngục rực lửa với đủ loại quỉ nhập tràng, phải dùng "thánh giá" đâm suốt qua trái tim mới ngăn cản được chúng trở lại nhân thế? Maspero sẽ trả lời ra sao nếu có câu tra vấn về dung mạo Thượng Đế hay Adam và Eva—mũi lõ mắt xanh, hay mũi tẹt, tóc quăn, da đen, vàng, nâu hay đỏ? Dù có sự khác biệt về chi tiết và cường độ, do sự khác biệt vũ trụ quan, nhưng bản chất tuyên truyền là hằng số. Có thể Maspéro chưa đủ kiến thức bàn về những thánh lệnh [papal bulls] phân chia thế giới không Ki-tô cho Portugal và Espania trong thế kỷ XV-XVI, nhưng Maspéro hẳn từng biết thủ cấp người Việt yêu nước (như Hoàng Hoa Thám, hay các lãnh tụ *Việt Nam Quốc Dân Đảng* ở Yên Bái) bị phơi treo nhiều ngày trước các chợ búa? Các lãnh đạo chế độ Cộng Sản nghĩ gì khi được nhắc nhở rằng "cộng đồng nguyên thủy" *[primordial community]* của Karl Marx và Frederich Engels ***chưa bao giờ được nghiệm chứng?*** Và, ít người đặt ra với Marx cùng đệ tử như Mao Nhuận Chi hay Nguyễn Sinh Côn câu hỏi then chốt: ***Dựa trên bằng chứng [evidence] nào để bàn về cộng đồng công hữu nguyên thủy?*** Hay, nhân danh thứ công lý gì để lập những "tòa án nhân dân" hầu tiêu diệt phong kiến, địa chủ, phản động, phản cách mạng, vừa ăn cướp, vừa đánh trống—chẳng cách biệt gì với những phiên tòa dị giáo [Inquisitions] ở Tây phương thời Trung Cổ? Đó là chưa nhắc đến tên *"Cộng Sản" [gongshan]*—**góp chung của cải, pooling of assets**—mà những người tự nhận Marxist đầu tiên của Trung Hoa như Trần Độc Tú (Chen Du-Xiu, 1879-1942), Lý Đại Chiêu (Li Da-Zhao, 1888-1927) trong *Hội Nghiên Cứu Chủ Nghĩa Mã Khắc Tư* đã dịch một cách sai lầm từ thuật ngữ "communism."

Sự hiện hữu của nước Văn Lang, bởi thế, vẫn là nghi án lịch sử muôn đời. Và Hùng Vương, mà không phải Lạc Vương, sẽ tiếp tục được tôn xưng như quốc tổ người Việt. Cho tới khi xuất hiện những tài liệu rõ ràng, có tính cách thuyết phục khoa học.

Quốc hiệu Văn Lang còn được ghi trong dã sử [Đại] *Việt Sử Lược*, không rõ tên tác giả—Sử Hy Nhan?, theo Trần Bá Chí— xuất hiện khoảng cuối đời Trần, trước nhà Hậu Lê: đời Chu Cơ Đà [Trang vương, 696-682 TTL], ở bộ Gia Ninh (Bắc Ninh ngày nay) có người lạ dùng ảo thuật thu phục được các bộ lạc, tự xưng là Hùng Vương, đóng đô ở Văn Lang. Việt Vương Câu Tiễn (505-462 TTL) cho người tới dụ hàng nhưng Hùng Vương không theo. Như thế, Hùng Vương không mở dòng quốc thống của Văn Lang từ các vua thần thoại Trung Hoa mà Tự Đức và sử quan Nguyễn miệt thị gọi là "Ma Trâu, Thần Rắn" [Ngưu quỉ, xà thần]. [25]

Tuy nhiên, tác giả không hề trưng dẫn xuất xứ thông tin của mình, nên *Việt Sử Lược* không có giá trị sử học cao hơn các huyền thoại để khai triển thành một dã sử tiểu thuyết mới, dựa trên tư liệu khảo cổ. Đã có vài tác giả sử dụng truyền bản sử lược vô danh này để tái tạo hệ thống chính quyền nội địa dưới triều nhà Lý—một việc làm dường phí phạm công sức. Giống như việc tung ra những tài liệu giả mạo để tung tin Nguyễn Sinh Côn đã chết; và một anh người Tàu nào đó gốc Hẹ mạo nhận bí danh Nguyễn Ái Quốc hay Tống Văn Sơ. Việc làm này cũng tựa việc "nhái" các bang nhạc và xe gắn máy được chính quyền Trung Hoa bảo trợ, hay quay mặt làm ngơ, ngay tại các thị trường Đông Nam Á. Đáng quan tâm, nếu không phải đáng lo sợ hơn, là việc Bắc Kinh đang làm nhái hai hay ba hang không mẫu hạm khác để hoành hành ở Thái Bình Dương và biển Đông Nam Á hay biển In-đi-a, thay đổi cán cân hải lực toàn vùng vào khoảng năm 2020.

---

[25] *Đại Việt Sử Lược* [vô danh]; dẫn trong Maspero, "Van Lang," XVIII (1918), 3:7. Gia Ninh nằm trong khoảng Bắc Ninh hay Hà Bắc ngày nay]. Maspéro đã giới thiệu Đại Việt Sử Lược khi bàn về danh sách 15 bộ nước Văn Lang; "Van Lang,;" XVIII (1918), 3:4 [1-10];

D. LÃNH THỔ:

Vương quốc Văn Lang rất rộng; đông giáp Nam hải, tây đến Ba Thục, bắc đến hồ Động Đình, nam giáp nước Hồ Tôn tức Chiêm Thành. Trong Dư Địa chí dâng lên Lê Nguyên Long (Thái Tông, 20/10/1433-7/9/1442) năm 1435, chép theo kiểu thiên Vũ Cống trong *Thư,* [còn gọi là *An Nam Vũ Cống*], Nguyễn Trãi viết:

> "Nước ta mới mở, gồm có sông núi, phía đông giáp biển, phía tây đến nước Thục, phía nam đến Chiêm Thành, phía bắc đến hồ Động Đình."

Nguyễn Thiên Túng chú thích: **Thục** là tên nước, bây giờ là tỉnh Vân Nam. **Chiêm Thành** ngày xưa là nước Hồ Tôn. **Động Đình Hồ** là tên hồ, ở về đất nước Sở, chu vi tám trăm dặm. Trong hồ có hai ngọn núi. Tại núi Quân Sơn có đền thờ Tương Quân, con gái vua Nghiêu (vợ Thuấn).

Trên thực địa, **Ba Thục**, theo sử Nguyễn, có lẽ là hai quận Ba và Thục nay thuộc Tứ Xuyên [Xichuan], tây nam Trung Hoa (bắc Vân Nam). Động Đình hồ nằm sâu trong tỉnh Hồ Nam [Hunan]. Đây có thể là địa bàn Bách Việt trước khi người Hán xâm lấn miền nam sông Dương Tử, cướp đoạt tài sản, tàn sát dân bản xứ, xua đuổi một số chạy về phương nam (Nùng,

Thái, Mèo [H'Mong], v.. v..), đồng hóa những người còn lại. Sông Dương Tử được coi như ranh giới tự nhiên của Trung Hoa và Bách Việt—cũng đường ranh của hai nền nông nghiệp lúa mì [millet] và lúa thóc [wet-rice]. [26]

Hùng Vương chia nước làm 15 bộ. Có hai [2] danh sách khác nhau: Lĩnh Nam Trích Quái, và Dư địa chí của Nguyễn Trãi. Sử Lê dựa theo danh sách của Nguyễn Trãi: Giao Chỉ, Chu Diên, Vũ Ninh, Phúc Lộc, Việt Thường, Ninh Hải, Dương Tuyền, Lục Hải, Vũ Định, Hoài Hoan, Cửu Chân, Bình Văn, Tân

---

[26] *ĐVSK, NKTT*, I:3a, Thọ (2009), I:153; Giu (1967), 1:61; *CMTB* I:3-4b (Sài Gòn: 1965), 2:16-23; Dư Địa Chí, số 1 & 9 [Kinh Dương Vương, Xích Quỉ; Hùng Vương, Văn Lang, Phong Châu ...;; *NTTT,* (1976), tr. 211 [211-46], 215, 543-44. Đáng ghi nhận là thói quen sửa chữa hay thêm vào truyền bản cổ thư của người đời sau khiến giá trị Dư Địa Chí là những dấu hỏi lớn. Thí dụ như Dư Địa Chí số 2, nói Kinh Dương Vương được phong sang "Việt Nam" [tr. 211]; Dư Địa Chí số 13 ghi trong sách chương [văn kiện ngoại giao] của Bắc triều lúc gọi nước ta là Việt Nam [Đế Minh phong Kinh Dương Vương làm Việt Nam Vương], Nam Việt, Giao Chỉ, An Nam, Nam Bình; nay cũng gọi là Việt Nam; [tr. 216]; *CMTB*, I:3a-5a, (Sài Gòn: 1965), 2:16-25; Maspéro, "Văn Lang," (1918), 3:1.

Hưng, Cửu Đức, và Văn Lang, là nơi Hùng Vương đóng đô.[27] [Xem **Phụ Bản II**]

---

[27] [*Phân quốc vi thập ngũ bộ*]; Dư Địa Chí, số 3 & 9, *NTTT* (1976), tr. 212, 215 [211-46, chỉ chép 14 bộ, không có Văn Lang], 544 [543-662]. *ĐVSK, NKTT,* I:3a, Thọ (2009), 1:153; Giu (1967), 1:61; *CMTB,* I:3a, 4b-5a (Sài Gòn: 1965), 2:16-7, 22-5. Việt Sử Lược hay Đại Việt Sử Lược, ghi Nhật Nam thay vì Tân Hưng; q. 1, tờ 1a; Ibid, p. 544; Maspéro, "Van Lang," (1918), 3:4-5; [1-10].Iwamura Shigemitsu, *An Nam Thông Sử [An Nan T'ung Chih]* (Singapore: World Bank, 1957), tr. 9-10 [có danh sách 18 vua Hùng, và bản đồ đời Hán dựa theo tư liệu Trung Hoa]. Xem thêm *ĐNNTC,* q. XXI: Sơn Tây (1997), 4:184-85, 224 (thành cổ Kinh Dương Vương), 226 (thành cổ Bình Đạo), 234 (miếu Hùng Vương) [183-264], và Ibid., q. XIX: Bắc Ninh (1997), tập 4:54 (bộ Vũ Ninh đời Hùng Vương; đời Hán là Luy Lâu và Long Biên (Giao Chỉ); Bắc Giang thời Tiền Lê; Gia Lâm đời Lý; Bắc Giang hay lộ Kinh Bắc đời Trần; Bắc Giang và Lạng Giang thời Minh thuộc; 82-3 (sông Nguyệt Đức tức sông Cầu), 83 (sông Thiên Đức, tức sông Đuống), 84-5 (Nhật Đức tức sông Thương), 85 (sông Lục Đầu, nước ba sông Nguyệt Đức tức sông Cầu, Thiên Đức, tức sông Đuống, Nhật Đức tức sông Thương, đổ vào sông Phan tỉnh Hải Dương; 91 (Cổ Loa), 93-4 (giếng cổ Minh Châu), 119 (Nguyễn Thiên Tích, huyện Tiên Du), 120 (Nguyễn Thiên Túng, huyện Đông Ngàn)[53-152] ; q. XV: Tỉnh Hưng Yên (1997), 3:286 (Sơn Nam thượng và hạ; Chu Diên đời Hán), 296 (sông Đuống tức Phổ Đà hay Đà Lỗ), 296-97, 306 (sông Luộc, tây bắc huyện Hưng Nhân 7 lí)

Lưu Triệt sai Lộ Bác Đức đánh Nam Việt năm Nguyên Đỉnh 6 [111 TTL]; *Shiji [Sử Ký],* q. 113, tờ 6a; *Tiền Hán Thư*, q. VI, tờ 15b-16b;

Mặc dù khó phủ nhận việc Hán tộc không ngừng xâm lược lân bang, giết lãnh tụ, nô dịch hóa dân chúng qua khuôn thước "thánh giáo", và đất đai cổ Việt mất vào Trung Hoa không nhỏ, địa danh 15 bộ gây nhiều nghi hoặc trong giới Nho gia Việt. Thứ nhất, các địa danh trên đều là chữ Hán. Thêm nữa, chúng trùng hợp với tên các châu, huyện thời Bắc thuộc hay Đại Việt (Giao Chỉ, Chu Diên, An Nam) trước thế kỷ XV hay XVI, không phù hợp với lãnh thổ quá rộng lớn của vương quốc Văn Lang trong truyền thuyết. Bảng Nhãn Lê Quí Đôn nghĩ rằng "Không có chữ nghĩa gì truyền lại, tên quận huyện do nhà Hán, nhà Ngô đặt ra," "các hậu nho góp nhặt, vay mượn chép ra, khó mà tin được." [28] Đó cũng là nhận định của sử quan Nguyễn. Sau khi tham khảo *Thiên Hạ Quận Quốc Lợi Bệnh Thư* của Cố Viêm Vũ (1613-1692) và các sách khác, kể cả *Đại Thanh Nhất Thống Chí* của Từ Kiền [Càn] Học (1631-1694), Hường Nhiệm than lên: "Không khảo chứng được," làm sao biết biên cương Văn Lang đến đâu. [29]

---

[28] Lê Quí Đôn, *VĐLN*, q. III, "Khu Vũ Loại," số 83, (Sài Gòn: 1973?), tr. 167 [165-67]; *CMTB*, 4b, (Sài Gòn: 1965), 2:22-3), [Maspéro đã tham khảo tài liệu này]

[29] Dư Địa Chí, số 2, & 13; *NTTT,* (Hà Nội: 1976), tr. 211, 216; *CMTB*, I:3a-5a, (Sài Gòn: 1965), 2:16-25 [ghi Quảng Tây, Hồ Nam, Hồ Bắc, Vân Nam, Tứ Xuyên là đất Thục và Sở ngày xưa].; Maspéro, "Văn Lang," (1918), 3:1.

Các sách địa lý TH đều mô tả chung chung là "An Nam phía Đông đến biển, phía Tây đến Vân Nam, Lão Qua, phía Nam đến Chiêm Thành, Bắc đến Quảng Tây." "An Nam" là quốc hiệu chính thức đầu tiên nhà Tống đã phong cho Lý Thiên Tộ (Anh Tông, 5/11/1138-14/8/1175) năm 1164, hoặc 1175. Tư Mã Thiên, người đầu tiên nhắc đến sứ giả Việt Thường, thì chứng tỏ biết rất ít về địa lý cổ thời Đông Nam Á. Tác giả cho đoàn xe đưa sứ Việt Thường có kim chỉ nam hướng dẫn đi men theo bờ biển, tới Fu nan [Phù Nam], rồi Lâm Ấp, gần một năm mới về tới quê nhà. **Nhưng Phù Nam chỉ thành lập vào khoảng năm 100 hay 150, tức hai thế kỷ sau ngày Tư Mã Thiên hoàn tất *Sử Ký* và Ban Cố hiệu đính xong sách của cha.**

Phù Nam cũng nằm về phía nam Lâm Ấp. Kim chỉ nam của Chu Công Đán rõ ràng có vấn đề về định hướng bắc-nam; hoặc việc cống trĩ trắng chỉ là một trò chơi trí tuệ của những Phúc Thắng, Tư Mã Thiên tới đời sau. Giống như môn khoa học đo bóng mặt trời "phát minh" từ thời Nghiêu—vì Nam Giao hay Giao Chỉ được khẳng định ở phía nam chỗ mặt trời mọc/lặn (thang mộc/mông dĩ). Và cũng rất có thể Tư Mã Thiên không hề biết đến, hay viết ra địa danh Phù Nam; nó chỉ là sản phẩm của văn gia Hán tộc đời sau, khi chú giải *Sử Ký* và *Hán Thư*. Hai sứ đoàn do Thứ sử Giao Châu Lữ Đại (ca 226-256) gửi đi Phù Nam từ Giao Chỉ hay Giao Châu, do Khang Thái [Kang Tai] và Chu Ứng [Chu Ying], cầm đầu xảy ra vào thế kỷ thứ III Tây Lịch (226). Những Nhan Sư Cố, Lê Hiển, Tư Mã Trinh, hay Đỗ Hữu/Hựu đời Đường mới nỗ lực viết lại cổ sử Trung Hoa cho phù hợp với kiến thức địa lý mới do các thương nhân mang đến hay những đạo quân viễn chinh mang về, từ đời Tam Quốc tới đời Lương-Tùy. Ngay đến những kinh điển Khổng giáo hay Lão-Trang cũng được chép lại, chia câu, ngắt đoạn, chú thích, diễn nghĩa—và, dĩ nhiên, bịa đặt thêm (như thiên Thu Thủy trong *Nam Hoa Kinh [Nanhuajing]* của Trang Châu [Zhuang Zhou], 369-286 TTL).

Tư liệu khảo cổ học giúp khẳng định Phù Nam và Óc Eo (An Giang) —có dấu vết ở Thoại Sơn-An Giang—là hai trung tâm thương mại lớn ở Đông Nam Á trong những năm đầu thiên kỷ thứ nhất Tây lịch. Sau này, Phù Nam bị dân Cát Miệt [Khmer] cướp phá, đặt vào bản đồ Kambojas (được biết trong sách sử Trung Hoa và Việt Nam như Chenla [Chân Lạp]). Dân Cát Miệt cũng từng trao đổi những cuộc tàn phá và cướp bóc với Chiêm Thành và Xiêm La Hộc từ thế kỷ XII-XIV.

[Văn hóa Đồng Nai: đồ đồng, tương đương Đông Sơn, Sa Huỳnh

Văn Hóa Cần Giờ (Giồng Cá Vồ, 328 di cốt trong mộ chum, 64 phân định được tuổi [khoảng 500 TTL] Diệm et al., 2007:111.), Giồng Phệt]

Vấn đề đặt ra là thực chăng Phù Nam hay Óc Eo (An Giang)–và Sa Huỳnh, (Quảng Ngãi) —đã trở thành quốc gia, hay đây chỉ là nơi hải tặc tập trung trao đổi những món đồ cướp bóc được của các thuyền buôn đủ quốc tịch. Singapura (Singapore), chẳng hạn, từng có tên "đảo hải tặc" trước khi được tiểu vương [sultan] Malaya bán cho công ty Đông In-đi-a của Bri-tên [*British East India Company, EIC*], trụ sở ở India vào đầu thế kỷ XIX.

Đáng ghi nhận là thói quen sửa chữa hay thêm vào truyền bản cổ thư của người đời sau khiến giá trị của Dư Địa Chí là những dấu hỏi lớn. Thí dụ như Dư Địa Chí số 2, nói Kinh Dương Vương có đức của bậc thánh nhân, được phong sang "Việt Nam" . . . (*NTTT,* (Hà Nội: 1976), tr. 211); Dư Địa Chí số 13 ghi trong sách chương [văn kiện ngoại giao] của Bắc triều lúc gọi nước ta là Việt Nam [Đế Minh phong Kinh Dương Vương làm Việt Nam Vương], Nam Việt, Giao Chỉ, An Nam, Nam Bình; nay cũng gọi là Việt Nam; (*NTTT,* (Hà Nội: 1976), tr. 216); Nhưng quốc hiệu Việt Nam chỉ được Ngung Diễm tức Gia Khánh [Jiaqing, 1796-1820] nhà Thanh (Qing) ban cho Nguyễn Phước Chủng từ năm 1804. Trong chế phong Nguyễn Phước Chủng làm Việt Nam Quốc Vương, Ngung Diễm giải thích rõ chữ Việt do tên Việt Thường, hiếu cống đã lâu, không phải nước Nam Việt của Triệu Đà bị xâm lược năm 111 TTL, hay các xứ Việt trong lãnh thổ Lưỡng Quảng.

Những trang sách ngắn ngủi về nhà Hồng Bàng cũng chỉ ghi vắn tắt về tục xâm mình để tránh thủy quái làm hại, anh hùng Thánh Gióng phá giặc xâm lược Bắc phương, cuộc nội chiến giữa Sơn Tinh-Thủy Tinh, đưa đến những cơn bão lụt hàng năm. Tuy nhiên, sử quan không nhắc gì đến tục ăn trầu, nhuộm răng đen, cắt tóc ngắn. Du khách lịch lãm nói: "Miếng trầu là đầu câu chuyện." Trong chuyến đi sứ Hoa Lư cuối thế kỷ X, sứ nhà Tống nhắc đến việc Lê Hoàn mời ăn trầu. Nhưng cũng có người không dấu sự châm biếm: *"Môn tiền thiếu nữ nha như thán; Lộ thượng hành nhân khẩu tựa dương"* [Gái tơ trước cửa răng như mực; Trên đường khách bộ miệng tựa dê]. [30]

---

[30] . *ĐVSK, NKTT,* I, Mạc Bảo Thần-Nhượng Tống (1944, 1964), tr. 56; *ANCL,* q. III: Tiền triều phụng sứ, Tống sứ, 1961:82-3 [Tống Cảo & Vương Thế Tắc]; Hành lục của Tống Cảo [ca 990]; *LTHCLC,* q. XLVI, 1992, 3:166; *CMCB,* I:24-26, (Hà Nội: 1998), I:258-59)

E. QUỐC SỬ HÓA HUYỀN THOẠI:

Trên cơ bản đoạn sử về nhà Hồng Bàng Ngô Sĩ Liên chính thức đưa vào *Đại Việt Sử Ký Toàn Thư* gần giống huyền thoại "Mo đẻ con, đẻ nước," cùng những thần tích và cổ tích trong *Lĩnh Nam Chích Quái* (1377?) của Trần Thế Pháp, do Vũ Quỳnh hiệu đính (1492), như truyện Hồng Bàng thị, Phù Đổng thiên vương (Uy Vũ miếu), Chử Đồng Tử, Sơn Tinh-Thủy Tinh, Bạch Trĩ, Rùa Vàng, v.. v.. Ngoài ra, có thể lấy thêm một số chi tiết trong *Việt Điện U Linh* (ca 1329) của Lý Tế Xuyên, ghi chép về các vị thần miếu, thần sông, thần đất, v.. v..... Hai bộ bách khoa tự điển của Lê Quí Đôn (*Văn [Vân] Đài Luận Ngữ*) và Phan Huy Chú (*Lịch Triều Hiến Chương Loại Chí)* đã giới thiệu tóm lược các tác phẩm trên. Một số học giả Pháp, như Henri Maspéro và Emile Gaspardone, cũng bỏ công so sánh các truyện tích giống với phần Ngoại Kỷ của *ĐVSKTT.* [31]

---

[31] "Đại Việt Sử Ký Toàn Thư Tự;" [Tựa sách Đại Việt Sử Ký Ngoại Kỷ Toàn Thư]; [1479]" *ĐVSK, NKTT,* Quyển Thủ, 2ab [1a-3b], 4a-5a, Thọ et al (2009), 1:51, 113 [112-16]; 153-54, 154-55; Mạc Bảo Thần-Nhượng Tống (1944, 1964), tr. 37; Giu (1967), 1:61, 62-3. Xem thêm bảng so sánh huyền thoại Việt và Mường trong Nguyễn Linh, "Văn Lang," *NCLS* (Hà Nội), (7/1968), tr. 20-1 [19-32]. *Lĩnh Nam Trích Quái* và *Việt Điện U Linh Tập* đã được Lê Hữu Mục dịch qua chữ Việt mới (quốc ngữ hiện nay) (Ấn bản Khai Trí, Sài Gòn). Xem thêm

Chính Ngô Sĩ Liên cũng nhìn nhận Ngoại Kỷ có nhiều điều quái dị, nhưng vẫn chép lại vì tin rằng vĩ nhân thời tiền sử "khác với người thường."[32] Ngô Sĩ Liên et al. còn dùng cơ cấu tổ chức xã hội Mường như Quan Lang (con trai vua), Mị Nương (con gái vua), Bố Chính, Phụ Đạo để mô tả chính quyền của vua Hùng—thay vì bỏ công chép lại hiến chương các đời..[33]

ĐVSKTB, Ngoại Kỷ, I:2-4, 5b-7, The (1997), tr. 40, 42-5 [lời bàn của Ngô Thì Sĩ]; Gaspardone, "Bibliographie annamite [Thư tịch An Nam];" *BEFEO,* số XXXIV (1934), No. 127 (VĐULT) [126-28], 128 (LNTQ) [128-30] [1-167]; Maspéro, "Etudes d'histoire d'Annam [Nghiên cứu lịch sử An Nam], I. La dynastie des Lí antérieurs (543-601); II. La géographie politique de l'Empire d'Annam; III. La commanderie de Siang; *BEFEO,* Vol. XVI (1916-1917), pp. 1-26, 27-48. 49-55; Idem., IV. Le Royaume de Van Lang [Vương quốc Văn Lang];" *BEFEO,* XVIII (1918), 3:4 [1-10].

[32] "Đại Việt Sử Ký Toàn Thư Tự;" [Tựa sách Đại Việt Sử Ký Ngoại Kỷ Toàn Thư]; [1479]" *ĐVSK, NKTT,* Quyển Thủ, 2ab [1a-3b], 4a-5a, NK I:1a, 1b, 2b; Thọ (2009), 1:51, 113 [112-16]; 151 [Liễu Nghị trong Đường Kỷ], 152 [khác thường], 153-54, 154-55; Mạc Bảo Thần-Nhượng Tống (1944, 1964), tr. 13-5, 37; Giu (1967), 1: 59-60; 61, 62-3; Phan Huy Lê, 2009:29-30) Xem thêm *CMTB,* Quyển Thủ:3b-4b, (Sài Gòn: 1960), 1:12-7; Ibid., I:1A, (Sài Gòn: 1965), 2:8-9.

[33] *ĐVSK, NKTT,* I:3a, Thọ (2009), 1:153; "Đại Việt Sử Ký Toàn Thư Tự;" [Tựa sách Đại Việt Sử Ký Ngoại Kỷ Toàn Thư]; [1479]" *ĐVSK, NKTT,* Quyển Thủ, 2ab [1a-3b], 4a-5a,

Nói chung, quốc sử Việt Nam từ đời Nguyễn trở về trước phảng phất không khí huyền thoại [legendary], thờ kính tiền nhân [ancestor worship] và bái vật [animism]. Sử quan Việt chỉ bắt chước các "tiên Nho" thỉnh thoảng chen các hiện tượng bất thường như nhật thực, nguyệt thực, động đất—thường không thể kiểm chứng—cùng huyền thoại vào lịch sử để lấp đầy chỗ thiếu sử liệu, hoặc với dụng tâm phục vụ mục tiêu chính trị/quân sự giai đoạn—nhất là thuyết Trời-Người Tương Cảm của Đổng Trọng Thư. Mặc dù Khổng Khâu từng tuyên bố *"Kính quỉ thần nhi viễn chi"* [kính quỉ thần nên ở xa], *Kinh Thư* [*Shu-jing, Book of Documents*], một trong ngũ kinh của Khổng Giáo, hay các bộ chính sử Trung Hoa vẫn đầy rẫy yếu tố quái lạ, huyền hoặc. Thần Nông (Shen Nung), Nghiêu (Yao), Thuấn (Yun) là di sản một thời bái vật, mê tín về một cõi vô hình cùng hiện hữu với nhân loại. Nghiêu [Yao], chẳng hạn, là sản phẩm của cuộc "cảm ứng" giữa Rồng Đỏ và vợ Đế Cốc ở một bờ suối, góc rừng, triền núi. Tiền bán thế kỷ XIX, khi chu trình toàn cầu hóa đã khởi sự qua những chuyến thám hiểm vòng quanh địa cầu (1521) và truyền đạo Ki-tô từ Âu Châu, Nguyễn Phước Đảm còn bắt chước Chu Đức Dụ đúc chín cái đỉnh ghi tên

---

Thọ et al (2009), 1:51, 113 [112-16]; 153-54, 154-55; Mạc Bảo Thần-Nhượng Tống (1944, 1964), tr. 37; Giu (1967), 1:62,

các thần núi, thần sông, đặt tại sân chầu. Sử quan Nguyễn khi thuật lại chiến công của Nguyễn Hoàng vào tháng 8-9/1572 trên sông Ái Tử, ghi nữ thần sông Qua Qua ["Trao trao" phu nhân] bày kế dùng mỹ nhân, giả đầu hàng, phục binh, giết được tướng Mạc Lập Bạo, rồi lập đền thờ nữ thần ở Côn Tiên, gần Cửa Tùng. Ngày 23/5/1744, chín ngày sau khi đúc ấn An Nam Quốc Vương (14/5/1744), Võ vương Nguyễn Phước Khoát (1714-1765) tự lên ngôi vua, hứa sẽ "Dìu giắt thiên hạ đến cõi thái bình, mong thấy cảnh Thành Chu-Ngu Thuấn." Gần một thế kỷ sau, tự thoả mãn tâm nguyện "chín đời báo thù mới là đại nghĩa," trước khi lên ngôi hoàng đế, Nguyễn Phước Chủng (Gia Long, 1/6/1802-3/2/1820) vời Phạm Đăng Hưng vào cung để thuyết trình về đường lối *"vô vi nhi trị"* của Nghiêu Thuấn. Năm 1435, Lê Nguyên Long cũng muốn được Nguyễn Trãi dìu giắt lên hàng Nghiêu Thuấn, với kết quả chung cuộc là thảm án Trại Vải (Gia Định, Bắc Ninh), ngày 7/9/1442 [4/8 Nhâm Tuất] khiến người khởi xướng phong trào "Tân Khổng Giáo" [*Neo-Confucianism*] —chuyển tiếp từ quân phiệt chuyên chế sang quân chủ văn trị—bị tru di ba họ, bi phẫn nhắn lại với hai thái giám Đinh Thắng và Đinh Phúc là đã lầm lẫn, không theo lời khuyên của họ.[34]

---

[34] *ĐNTLTB]*, I, 1962:34-6; X: Thế Tông, 1962:204-6 [201-29]; *ĐNTLCB]*, I, 3:1802-1808, 1963:254 ["vô vi nhi trị" của Nghiêu Thuấn], 282 ["Thiên tử là quí, châu ngọc có quí gì."],

II. HÙNG VƯƠNG V/S LẠC VƯƠNG:

Một thời gian, có cuộc tranh luận khá gay gắt về hai tiếng "Hùng Vương [Xiongwang]" và "Lạc Vương

---

283-85 [Chủng lên ngôi Hoàng đế ngày 28/6/1806]; *ĐVSK, BKTB*, XVI, Giu (1967), 3:160; *CMCB*, XXVIII:31-32; (Hà Nội: 1998), 2:157-58 [ghi là tháng Giêng Nhâm Thân, [15/1-13/2/1572]); Dư Địa Chí (1935), số 53; *NTTT* (1976), 245; *ĐVSK, BKTL*, XI:55b-56a, 56ab, Lâu (2009), 2:443 [Lê Thái Tông [Lê Lân] chết ngày 7/9/1442 [4/8 Nhâm Tuất]: Ghé thăm nhà Thừa chỉ Nguyễn Trãi. Dọc đường từ Côn Sơn về Đông đô vua bị bệnh "sốt rét" tại trại Vải [Lệ chi viên], làng Đại Lại, Gia Định (tức huyện Gia Bình, Bắc Ninh). Có vợ lẽ Nguyễn Trãi là Nguyễn Thị Lộ vào hầu suốt hai đêm, nhưng vua vẫn chết ngày 7/9/1442. 19/9/1442 [16/8 Nhâm Tuất]: Nguyễn Trãi và Nguyễn Thị Lộ bị làm tội chết, cả ba họ bị tru di; 444 [Đinh Thắng và Đinh Phúc bị giết ngày 22/10/1442 [9/9 Nhâm Tuất]; Peter K. Bol, *Neo-Confucianism in History* (Cambridge, Mass.: Harvard Univ. Asia Center, 2008) [li: principle, Wang Anshi's New Policies, Wang Yang-ming, Cheng Yi, Chu Xi, a theory of communal action].

[Lowang].” Một số người cho rằng vua quan Hậu Lê đặt ra quốc tổ Hùng Vương, nhưng “sách sử Trung Hoa” ghi rõ ràng là “Lạc điền, Lạc dân,” vậy vua đầu tiên phải là Lạc Vương mới đúng. Khi Ngô Sĩ Liên chú thích trong một ngoặc đơn là Lạc tướng chép sai thành Hùng tướng, những người chỉ trích khẳng quyết rằng ngay đến tên Hùng Vương cũng đã chép sai. Nhiều người còn đòi thay tổ tiên dân Việt thành Lạc Việt.

Henri Maspéro, một chuyên viên Hán học Pháp, cũng có mặt trong nhóm “Không có vua Hùng, chỉ có vua Lạc” này. Lập luận “sao chép sai”—từ Lạc (bộ Chuy [TC: 746]: sông Lạc) thành Hùng (bộ chuy [TC 745]: con đực, hùng mạnh)—lại được sử dụng. (Maspéro, “Van Lang,”1918, 3:7, 8-9)

A. HÙNG VƯƠNG [XIONGWANG]:

Như đã lược nhắc, quốc sử Lê chép trong phần Ngoại Kỷ: Hùng Vương đóng đô ở Phong Châu, nay là huyện Bạch Hạc. Chữ Hùng bộ Chuy [có nghĩa giống đực, hùng mạnh]. Vua Hường Nhiệm và sử quan Nguyễn như Phan Thanh Giản, Phạm Thận Duật đều đặt nghi vấn về Hùng Vương—mà “Hán nhân” Hường Nhiệm từng hạ bút phê là “ngưu qui, xà thần” —nhưng vì “đại quốc thống” chép vào phần *Tiền Biên [TB]* bộ quốc sử Nguyễn—và bắt đầu *Chính*

Biên [CB] tức "tín sử" từ Đinh Bộ Lĩnh (Tiên Hoàng, 968 [?]-979). Trong số những cổ thư đề cập đến Hùng Vương có *Hoàn vũ ký* [q. 170, tờ 9a, 10a] của Nhạc Sử đời Tống, *Thủy Kinh Chú [Shuijingzhu]* ([TKC] của Li Dao Yuan (Lịch (Lệ) Đạo Nguyên, 466 [472]-527) et al. [TKC, ch 37, 7a; *Thủy Kinh Chú Sớ*, ch 37; Mão (2004), tr. 427-28 [An Dương Vương])]; *Sử Ký Sách Ẩn* của Tư Mã Trinh (tk VII-VIII).

1. Thực tế, Nhạc Sử chỉ trích dẫn chi tiết "Hùng vương, hùng hầu, hùng tướng, hùng dân, hùng điền" [Hùng bộ Chuy; ThC, 745] từ *Nam Việt Chí* của Thẩm Hoài Viễn (thế kỷ V):

> Đất Giao Chỉ rất màu mỡ, người ta di dân đến ở, chính họ là người đầu tiên khai khẩn đất này. Đất đen và xối, hơi xông lên mùi hùng. Vì vậy người ta gọi ruộng đó là hùng điền, dân đó là hùng dân. [vua nước đó gọi là Hùng Vương]. . .
>
> Phong Châu là quận Thừa Hóa, nước Văn Lang xưa. [35]

2. Trịnh Hùng đời Đường ghi trong *Phiên Ngung tạp ký*: Đất Giao Chỉ nhiều màu mỡ. Xưa có vua là

---

[35] *Hoàn Vũ Kí*, q. 170, tờ 9a, 10a; Maspéro, "Van Lang," 1918, 3:7 [vua nước đó gọi là Hùng Vương];

Hùng Vương; tướng văn là Hùng hầu, tướng võ là Hùng tướng. [36]

3. Hoàng Sâm [Tham] đời Minh (1368-1644) ghi trong *Giao Quảng Ký* [một sách địa lý về Giao Châu và Quảng Châu]: vua nước Giao Chỉ là "Hùng vương." Chữ "Hùng" này bộ Chuy; ThC 745; khác với chữ "Hùng" [bộ Hỏa [con gấu, dũng sĩ; ThC 373-74] trong *Sử Ký* Tư Mã Thiên để nói về các vua Sở. Ngô Sĩ Liên cũng dẫn sách *Giao Quảng Ký* trên.

Tuy nhiên, Hoàng Sâm lại chép:

> "Giao Chỉ có ruộng Lạc, làm mùa theo nước thủy triều lên xuống; người hưởng hoa lợi của ruộng đó gọi là Lạc hầu, các huyện tự xưng là Lạc tướng. [Về sau, con Thục vương đem binh đánh Lạc hầu, tự xưng là An Dương vương, đặt trụ sở ở Phong Khê.]"

> *"Giao Chỉ hữu lạc điền [Lạc bộ mã], ngưỡng triều thủy thượng hạ, nhân thực kỳ điền, danh vị Lạc hầu, chư huyện tự danh Lạc tướng; hậu Thục vương tử*

[36] Lê Quí Đôn, *VĐLN*, q. III, "Khu Vũ Loại," số 66, 1973:147.

tướng binh thảo Lạc hầu, tự xưng An Dương vương, trị Phong Khê." [37]

Một tác giả Việt nghĩ rằng Hùng vương cùng Lạc tướng, Lạc hầu hay Lạc điền không loại trừ lẫn nhau. Vua của Lạc dân, Lạc tướng, Lạc hầu vẫn có thể mang tước hiệu Hùng Vương.

4. Một truyền bản *Việt Sử Lược* cũng nhắc đến Hùng Vương—nhưng Hùng Vương này xuất hiện ở bộ Gia Ninh; dùng ảo thuật thu phục được các bộ lạc. Đa số sử quan CSVN thừa nhận vua Hùng này. Các nhà khảo cổ cũng dùng tư liệu trên làm khung cho việc diễn dịch những công trình "Lật đất lên, bốn ngàn năm lịch sử." Bởi vậy, sự hiện hữu của Hùng vương rút lại còn từ thế kỷ 12, 11 tới 600 TTL. [38]

---

[37] *ĐVSK, NKTT,* Mạc Bảo Thần-Nhượng Tống, tr. 70, chú 2; *CMTB,* I:9A; (Sài Gòn: 1965), 2:40-1. **Hùng trong sử Nguyễn** [*CMTB,* I:1a, 2b (Sài Gòn: 1965), 2:8-9, 14-5] khác Hùng bộ Hỏa [con gấu, dũng sĩ; Thiều Chửu, 373-74; chỉ các vua Sở]

[38] *Đại Việt Sử Lược* [vô danh]; dẫn trong Maspéro, "Van Lang;" (1918), 3:7 [1-10]; Gaspardone, "Bibliographie annamite [Thư tịch An Nam];" *BEFEO*, số 34 (1934), tr. 126-30; Nguyễn Linh, "Về sự tồn tại của nước Văn Lang," *Nghiên Cứu Lịch Sử [NCLS]* (Hà Nội), số 112 (7/1968), tr. 20-1 [19-32]. [bảng so sánh huyền thoại Việt và Mường].

B. LẠC VƯƠNG [LOWANG]:

Nhiều dã sử Trung Hoa dùng Lạc điền, Lạc dân, Lạc hầu, Lạc tướng để tả cổ Việt.

1. Chữ Lạc [Lo] thực ra có hai âm: "Hạc" và "Mạch." Nho gia Việt thích đọc là Lạc.

Có ít nhất 11 cách viết khác nhau.

Lạc [Lo]: bộ Mã [lạc đà; Thiều Chửu, 780]

Lạc: bộ Khẩu [89]: khạc ra máu.

Lạc: bộ Thủy [342]: sông Lạc

Lạc: bộ Thủy [365]: sông Lạc. Còn đọc là bạc [cái hồ, đầm: Lương Sơn bạc]

Lạc: bộ Hỏa [370]: Áp lửa, là [ủi]

Lạc: bộ Trảo [383]: Loài trâu có nhiều sắc loang lổ. [bác lạc]; rành rọt [lạc lạc]; xuất sắc [trác lạc, lỗi lạc]

Lạc: bộ Ngọc [392]: chuỗi, xâu ngọc

Lạc: bộ Mịch [485]: quấn quanh, quay xe; quay tơ [lạc tị]; ràng buộc [liên lạc]; màng lưới, khuôn vây, bao la; quả quít [quất lạc]. Lạc Long Quân: bộ Mịch (*CMTB*, I:1a, (Sài Gòn: 1965), 2:8; Lạc Việt: bộ Mịch (*CMTB*, I:1a, 23a (Sài Gòn: 1965), 2:8, 96;

Lạc: bộ Thảo [561]: rụng, lá rụng, hoa rụng. Lạc đệ thi;

Lạc: bộ Dậu [701]: cạo sửa, sữa bò, sữa ngựa [miền Bắc TH].

Lạc: bộ Chuy [746]: sông Lạc

2. Cố Hy Phùng đời Lương (502-557), ghi trong *Dư Địa chí*:

"Thời nhà Chu (1122-256 TTL) nước Giao Chỉ gọi là **Lạc Việt,** thời nhà Tần (221-207 TTL) gọi là Tây Âu [Ou xi]; thế thì nước Tây Âu Lạc nằm về phía tây Phiên Ngô [một huyện thuộc Quảng Đông hiện nay]." [39]

3. ***Thủy Kinh Chú*** của Lệ [Lịch] Đạo Nguyên *et al.*, dẫn *Giao Châu ngoại vực kí* (thế kỷ IV, tuyệt bản), chép Lạc vương, Lạc Tướng, Lạc điền, Lạc dân [chữ Lạc bộ mã, con ngựa đen], mà không phải Hùng Vương [mạnh] như Thẩm Hoài Viễn. [40]

4. Nhan Sư Cổ (581-645), làm việc dưới triều Lý Uyên (Đường Cao Tổ, 618-626) và Lý Thế Dân (Thái Tông, 627-647) —thường chú giải ngũ kinh và Hán Thư của Ban Cố, lừng danh kim cổ với thứ kiến thức

---

[39] ***Lạc*** [Lo]: bộ Mã [lạc đà; Thiều Chửu, 780]

[40] *TKC*, q. 37, tờ 7a; *TKCS*, Mão (2004), tr. 427-28; *ĐVSK, NKTT*, Giu (1967), 1:314n13, 16; Maspéro, "Van Lang," (1918), 3:7.

"cách vật trí chi": "Nhật Nam là nói về phía nam mặt trời; là bảo mở cửa phía bắc để hướng về [đón ánh] mặt trời" —ghi chú "Tây Âu tắc Lạc Việt; Tây Âu Lạc Việt chi nhất, ngôn kỳ dịch thuộc Nam Việt dã." [Tây Âu tức là Lạc Việt, Tây Âu và Lạc Việt là một, ý nói Tây Âu lệ thuộc và phục dịch nước Nam Việt [của nhà Triệu]. [41]

4. Tư Mã Trinh [Sima Zheng], trong *Sử Ký Sách Ẩn,* dẫn *Quảng Châu Ký,* ghi Lạc vương [bộ Mã= con ngựa đen]. [42]

5. Tăng Cổn, tiết độ sứ Tĩnh Hải Quân từ 878 tới 880, ghi trong *Việt chí* hay *Giao Châu Kí* [đã tuyệt bản]: Giao Chỉ có Lạc điền, theo nước thủy triều lên xuống. Truyền bản *An Nam Chí Lược [ANCL]* của Lê Tắc cũng chép theo Tăng Cổn, với chú thích: "Lạc tức Giao Chỉ."

---

[41] ***Lạc bộ Mịch;*** *CMTB,* I:22b-23a (Sài Gòn: 1965), 2:96-7. [Không chép chữ Lạc: Nãi tự lập vi Nam Việt hoàng đế, phát binh công Trường Sa biên ấp, thủ số quận nhi hoàn. . . *Vương nhân thử dĩ binh uy tài vật, chiêu phủ Mân Việt, Tây Âu dịch thuộc yên. Đông tây dư vạn lí, thừa hoàng ốc tả đạo, xưng chế dữ Hán tịnh]. CMTB,* I:25a (Sài Gòn: 1965), 2:104-5chú 1 [giải thích Phục Lĩnh: bên ngoài cõi hoang, phía nam Ngũ Lĩnh; ngũ phục điện, hầu, tuy, yêu, hoang].

[42] *Sử Ký Sách Ẩn,* q. 113, tờ 1b; Maspéro, "Van Lang," (1918), 3:7, 8-9; (*Thủy Kinh Chú Sớ [TKCS],* ch 37; Mão (2004), tr. 427-28 [An Dương Vương])

Dư Địa Chí của Nguyễn Trãi chép: Thục gọi nước là Âu Lạc, đóng đô ở Phong Khê. Ngô Thì Sĩ ghép Tây Âu và Lạc thành một nước "Tây Âu Lạc." [theo Nhan Sư Cổ]. [43]

6. Cao Hùng Trưng [Gao Xiongzheng] cũng ghi trong *An Nam Chí [Annan zhi]:* khi Giao Chỉ chưa bị

---

[43] . Lê Quí Đôn, *VĐLN*, q. III, "Khu Vũ Loại," số 66, 1973:147, nhắc đến *Việt chí* [và *Giao Châu Ký*] [đã tuyệt bản; Maspéro, 1918, 3:6] của Tăng Cổn—người thay Cao Tầm [không phải Biền] làm Đô hộ từ 878 tới 880, đời Lý Nghiễm (Đường Hy Tông, 874-888) [không phải "tiết độ sứ đời Ý Tông (860-870) [số 66, 1973:147]. Maspéro tin rằng *Việt Điện U Linh tập* chép lại nhiều đoạn trong *Giao Châu Ký* của Tăng Cổn. Maspéro, 1918, 3:6n2. *ANCL*, q. IV, "Tiền triều chinh thảo;" 1961, tr. 91; q.II, "Tiền triều thư mạng;" Ibid., tr. 63 [thư Lưu Hằng [Hán Văn đế, 179-157 TTL] gửi Triệu Đà [Zhao Tuo]; *ĐVSK, NKTT*, II:3b, Thọ (2009), 1:166. [Năm 183 TTL, sau khi Lữ Thái Hậu cấm vận kinh tế [đồ sắt và trâu], Triệu Đà xưng đế, mang quân đánh Trường Sa. Năm 181 TTL, Lữ Thái Hậu sai Chu Táo qua đánh, nhưng thất bại. Triệu Đà nhân cơ hội mở rộng bờ cõi, liên kết với Mân Việt (Min-yue), Tây Âu (Ouxi hay Western Wou) và Lạc (Lo-lo). *Rồi bắt chước các phong tục, lễ nghi của triều Hán]*.. Tháng 7 Tân Dậu [179 TTL], Lữ Thái Hậu chết. Lưu Hằng lên ngôi. Sai Lục Giả mang thư sang thuyết phục Đà bỏ tước đế, lấy Trường Sa làm ranh giới phía nam, *ĐVSK, NKTT*, II:4a-5a, Thọ (2009), 1:166-67. Đà đồng ý, viết thư xin nội phụ; Ibid., II:5a-6a; Ibid., Thọ (2009), 1:168. Dư Địa Chí, số 9, *NTTT*, 1976:215; *ĐVSKTB*, The (1997), tr. 55. Nhóm phiên dịch của Đại học Huế cũng dùng Tây Âu Lạc; (1961:113 [Hán], 187 [Việt]).

vua quan Hán chia ra quận huyện, gọi là "nước Văn Lang," có Lạc điền, Lạc dân, Lạc Vương, Lạc tướng, lấy việc thuần hậu chất phác làm phong tục, dùng giây thắt nút để cai trị, truyền được 18 đời." [44]

7. Đầu thế kỷ XX, phe nghiêng về thuyết Lạc Vương được sự tăng cường của vài học giả ngoại quốc, kể cả Maspéro. Maspéro khẳng quyết không có vua Hùng, chỉ có vua Lạc. Theo Maspéro, Nhạc Sử (*Hoàn Vũ Kí*) đã dẫn tên Hùng vương từ *Nam Việt Chí* của Thẩm Hoài Viễn [bộ Chuy, ThC 745]; Lịch Đạo Nguyên (*Thủy Kinh Chú*), theo *Giao Châu ngoại vực kí*, ghi Lạc vương [bộ Chuy, ThC 746, sông Lạc]. Một trong hai cổ thư trên chép sai, vì hai chữ Hùng và Lạc dễ lẫn lộn với nhau. May thay, một bộ cổ thư khác, *Quảng Châu Ký*, ghi Lạc vương [bộ Mã]. Như thế, chữ đúng là Lạc vương, cần bỏ chữ Hùng Vương. Lỗi ở tác giả TH, sử quan Việt không dám sửa lại. *ĐVSKTT* nói chữ Lạc tướng bị sửa thành Hùng tướng [NK, I:3a], thực ra chính hiệu vua Hùng cũng sai. [45]

---

[44] *CMTB*, I:2b-3a, (Sài Gòn: 1965), 2:14-7. **Lạc bộ Mã; Lang bộ "Ấp;" Giao Chỉ (Chỉ bộ Phụ);** Leonard Aurousseau, *Ngannan Tche y*uan (Hà Nội: 1923)]

[45] Maspéro, "Van Lang," 1918, 3:7-9; Hoàn Vũ Kí, q. 170, tờ 9a, 10a; *Lĩnh Nam Chích Quái* ghi Lạc hầu, Lạc tướng, nhưng Hùng vương [*LNTQ*, q. 1, 15a; Maspéro, "Van Lang,"1918, 3:7] Truyện Sơn Tinh-Thủy Tinh của *ĐVSKTT*

Lối giải thích kiểu "sự thực nhân dân" hay luật đám đông này phần nào gò ép.

Thứ nhất, cả ba dã sử *Nam Việt* Chí của Thẩm Hoài Viễn (Hùng vương); *Giao Châu ngoại vực kí* (Lạc vương; bộ Chuy, ThC 746, sông Lạc); và *Quảng Châu Ký* (ghi Lạc vương [con ngựa đen, bộ Mã]) đều tuyệt bản, khó thể bảo đảm những tác phẩm trên từng hiện hữu, và/hoặc thông tin được trích dẫn là đúng. Vấn đề phức tạp hơn khi ứng dụng điều chính Maspéro cảnh giác: sự lầm lẫn xảy ra khi sao đi, chép lại (theo trí nhớ). Đọc những gì còn truyền lại trong cổ thư Trung Hoa, chỉ những người đẻ ngày hôm trước mới tin việc như đo bóng mặt trời để định khoảng cách từ Lạc Dương tới Giao Châu và Nhật Nam, hai quận mới mở nằm ở phía nam chỗ mặt trời "mọc" hay "lặn," hay Mã Viện đã trồng cột đồng biên giới, với lời thề "đồng trụ chiết, Giao Chỉ diệt." Vậy mà nhà Nguyên rồi nhà Minh vẫn phái sứ giả xuống truy tìm dấu tích trụ đồng—năm 1405 bắt cha con Quí Ly cắt đất, rồi năm 1540-1541, hoặc năm 1542, theo tư liệu Minh, ông cháu Mạc Đăng Dung cam tâm "trả lại" cho nhà Minh năm châu biên giới, bao gồm cả Phân Mao Lĩnh, nơi "cỏ tranh tự chia làm hai hướng bắc và

---

sao chép và tỉnh lược truyện cùng tựa trong *Việt Điện U Linh Tập*, mà nguồn gốc là tập *Giao Châu Kí* của Tăng Cổn., Maspéro, "Van Lang,"1918, 3:8].

nam;" vì Mã Viện có thể đã dựng cột đồng biên giới ở đây. Thập niên 1800, Nguyễn Chủng cũng tảng lờ việc nhà Thanh lấn chiếm bảy châu động tây bắc, thuộc Hưng Hóa, rồi chia cắt lại đất đai cho đủ số 16 châu hay mương như cũ.

Thứ hai, cần nhấn mạnh: sự thực sử học không phải là cuộc thi tuyển số người yêu chuộng [popularity contest]—ngoại trừ loại "sử" tuyên truyền, do nhiều người viết hay được nhiều người ái mộ. Hai nguồn tư liệu nói Lạc Vương (*Giao Châu ngoại vực kí* và *Quảng Châu Ký*), trong khi một tư liệu nói Hùng Vương (*Nam Việt Chí* của Thẩm Hoài Viễn) chưa đủ cơ sở giúp kết luận thông tin giống nhau từ hai dã sử [đã thất lạc] đáng tin hơn một dã sử [cũng thất lạc]. Hàng triệu tài liệu trong nước ghi tên thực Hồ Chí Minh là "Nguyễn Sinh Cung"—nhưng điều đó sai lầm. Tên đi học của Hồ tại trường Pháp Nam Thừa Thiên (Đông Ba) và Quốc Học (năm 1908-1909) là **"Nguyễn Sinh Côn."** *(Xem Phụ Bản tư liệu Nguyễn Sinh Côn, cựu học sinh trường Pháp-Nam Đông Ba, được nhận vào trường Quốc Học từ ngày 8/8/1908;* CAOM (Aix), GGI, RSA [Annam], R1; *in lại trong Hợp Lưu* (Fountain Valley, CA), số 84 (tháng 8-9/2005), tr 193; Vũ Ngự Chiêu & Hoàng Đỗ Vũ, *Nhục Hận Biển Đông Nam Á* (2915), tr 7; và,*"Phỏng Vấn Sử Gia Vũ Ngự Chiêu về Hồ Chí Minh" của Nguyễn Vĩnh Châu; Hợp Lưu website)*

Thứ ba, Maspéro thường thích bắt những người chép hay khắc bản cổ thư Trung Hoa lẫn lộn chữ này sang chữ khác—như Lạc chép sai thành Hùng, Lang bộ khuyển chép thành Lang bộ ấp, hay Dạ đọc thành Văn [1918, 3:2] —vì những cặp chữ trên có vẻ giống nhau. Không để ý đến thói quen kị húy, hay sửa đổi chữ viết theo sở thích: Thí dụ khi viết tên sông Lạc nhà Hán đổi chữ Lạc (bộ thủy) sang chữ Lạc (bộ Chuy, ThC 746), vì nhà Hán vượng về hỏa, nên kị nước [Lạc bộ thủy], theo thuyết wuxing [ngũ hành].

Thứ tư, và đặc biệt quan trọng, là ***cả hai chữ Lạc và Hùng*** đều là ***chữ Hán,*** không phải ***tiếng cổ Việt*** mà văn gia Hán gọi là nôm, mô tả nghe như "tiếng chim," hoặc chữ viết thì giống hình nòng nọc, năm 2533 TTL Nghiêu cho chép lại làm "lịch rùa." Rất có khả năng cả hai tên Hùng và Lạc đều do người Hán khai sinh hoặc chuyển âm sai. Kiểu Liên bang Mỹ ["United States of America"] trở thành "Hoa Kỳ" hay France thành "Phật Nhĩ Lan," rồi "Pháp" —hai tên dịch quốc hiệu hoàn toàn vô nghĩa, nhưng trở thành chính thức ở Việt Nam hiện nay. Hay, kiểu chữ ký bằng cách vẽ bọ-cạp, ngựa, chim ưng, v.. v.. của các tù trưởng Indians [da đỏ] tại châu Mỹ trong các hiệp ước ký với viên chức thuộc địa và nhà thám hiểm Pháp bốn, năm thế kỷ trước. (Tại văn khố Eau Claire, Wisconsin, còn lưu trữ nhiều "hiệp ước" kiểu này. Ngày mới di dân sang Mỹ (1975-1976) tác giả đã làm việc trên các tư liệu về các chuyến "thám hiểm" của người Pháp, nên có những địa danh như "Eau Claire" (nước trong), v.. v..). *(Vấn đề dịch các chữ nôm như Bến Nghé thành Ngưu chử; Ba Giồng thành Tam Phụ (Ba Giòng), sông Cầu thành Nguyệt Đức, v.. v..)*

8. Một số tác giả tự nhận là Marxist Việt, như Đào Duy Anh, nghiêng về thuyết "Lạc Việt." Trong phần chú giải *ĐVSKTT* (ấn bản 1967), Đào Duy Anh không nhắc gì đến *Nam Việt Chí* (Hùng Vương), mà chỉ khẳng định Hùng Vương là do sự chép sai tên Lạc Vương. "Lạc" của Đào Duy Anh là "chim Lạc" ở miền Giang Nam khắc trên trống đồng và cán búa.

> Xem những hình thuyền chạm trổ trên thân trống đồng Ngọc lũ, người ta lại thấy rõ ràng đó là thuyền đi biển có cột buồm và bánh lái mũi. Những điểm ấy khiến chúng ta thấy rằng những người đúc trống ấy—người Lạc Việt—tất đã từng vượt biển. Những chim Hậu điểu ấy, người ta thấy khắc trên trống đồng ấy, tức là người Lạc Việt. Tìm ý nghĩa chữ [Lạc, bộ Mịch] hay [Lạc, bộ Mã] là họ, tức tên thị tộc của người Lạc Việt, chúng ta thấy chữ ấy chỉ một loài Hậu điểu ở vùng Giang Nam. Xã hội học cho chúng ta biết rằng các thị tộc ở xã hội nguyên thủy thường lấy tên các vật tổ mà đặt tên. Như thế thì chữ Lạc chính là tên vật tổ, tức loài chim hậu điểu mà

chúng ta thấy hình dung trên trống đồng Ngọc lũ." [46]

9. Cuộc tranh luận còn kéo dài vì ai cũng nghĩ chỉ có mình đúng. Thực ra, các học giả trên quên một điều cơ bản: Tất cả đều có thể sai. Chữ Hùng hay Lạc là chữ Hán. Người Việt đọc hai chữ trên theo âm Việt, không phải âm Hán.

Giống như sau này các học giả Léonard Aurousseau đi tìm nguồn gốc các địa danh mà họ gọi là Cochinchine, từ những tiếng "Coci" hay Cochin China, Cauchin China trên những tấm bản đồ thế kỷ XV-XVI. Rồi viện dẫn tên Caugigu từ cuốn "hồi ký"

---

[46] *ĐVSK, NKTT,* I, Giu (1967), tr. 314chú13 [Hùng vương do Lạc vương viết sai]; *Cổ sử Việt Nam* [Hà Nội: 1956], tr. 83-4, Nguồn gốc dân tộc Việt Nam, tr. 86; dẫn trong Văn Tân, "Vài ý kiến với nhận định của ông Đào Duy Anh về vấn đề tô-tem của người Việt nguyên thủy;" *Nghiên cứu lịch sử* (Hà Nội), Bộ 2, số 4 (4/1959), tr. 15-16, 18 [10-25]. Văn Tân cho rằng Đào Duy Anh đã vay mượn những nhận định võ đoán thiếu cơ sở khoa học [tr. 14-15] từ những học giả "phản động Pháp" như Louis Finot, "Les grandes époques de l''Indochine;" Goloubew, "L'Âge du bronze au Tonkin et dans le Nord-Annam;" và Maspéro.

The Kingdoms and Marvels of the East [Các vương quốc và kỳ quan phương Đông] của Marco Polo. [47]

Thứ hai, không ai muốn thừa nhận rằng lập luận của mình chỉ dựa theo cảm hứng, không đưa ra một chứng cớ rõ ràng và hiển nhiên nào để bảo vệ các

---

[47] Léonard Aurousseau, "La première conquête chinoise des pays ananmites." *BEFEO,* XXIII (1923), tr. 213n3, 239-40: [nhà Thục tồn tại 3 năm]; *Idem.,* "Notes et Mélanges: Sur le nom de Cochinchine;" *BEFEO,* vol 24 (1924), tr. 563-79. Xem Frances Wood, *Did Marco Polo Go to China?* (Boulder, Colorado: Westview Press, 1996), về giá trị sử học của Polo.

Theo Marco Polo, Polo tới Trung Hoa vào đời Hốt Tất Liệt hay Qublai Khan (1260-1294), ở lại 17 năm. Polo được Hốt Tất Liệt cho chu du khắp vương quốc, rồi bổ nhiệm làm Tổng đốc Yangzhou (Dương Châu). Về nước, viết cuốn *Description of the World (Những Kỳ quan của thế giới)* trong tù. Tự nhận được Hốt Tất Liệt cử làm sứ giả gặp Giáo hoàng Ki-tô ở Roma. Wood, một học giả Mỹ, cho rằng Marco Polo đã bịa đặt, chưa bao giờ đặt chân tới Trung Hoa, và tác phẩm của Polo chỉ là sự tổng hợp những huyền thoại nghe được tại Persia (Ba Tư). Polo không nói lên được những đặc thù của Trung Hoa vào thời gian này: Vạn Lý Trường Thành, súng bắn đá và thành Tương Dương, những món đồ sứ đặc thù của thế kỷ XIII, tục ưa ăn ngon của người Hoa, đặc sản của Suzhu (Tô Châu), v.. v... Wood ví Polo như một thứ Herodotus (480-425 TTL), "người chưa từng đặt chân tới những địa danh mà ông ta mô tả và trộn lẫn giữa sự kiện với chuyện hoang đường." (tr. 150)

tước hiệu Hùng Vương hay Lạc Vương. Vài ba câu dẫn từ dã sử Trung Hoa, phần lớn đã tuyệt bản, có gì đáng tin cậy? Đặc biệt, chưa tác giả nào nêu được yếu tố ưa ngụy tạo tư liệu của văn gia Hán cho những mục đích giai đoạn—như trụ đồng Mã Viện, hay bà Triệu Ẩu vú dài ba thước! Giống mọi Bàn Hồ. Hay, những "công trình khoa học đo bóng mặt trời" để chứng thực việc Nhật Nam và Lâm Ấp là xứ ở phía nam điểm mặt trời mọc, và tính chất cổ thời của môn khoa học thực nghiệm trên đã được khởi đầu từ đời Nghiêu, Thuấn! [48]

Thứ ba, những người tham dự tranh luận thường có rất ít huấn luyện chuyên nghiệp về sử học—tức cách sử dụng tư liệu cho hợp lý. Đó là chưa kể mục tiêu truyền đạo hay chiến tranh ý thức hệ, kiểu đinh ninh có một cộng đồng nguyên thủy [*primordial community*] chỉ hiện hữu trong đầu óc hoang tưởng của Karl Marx (1818-1883), một triết gia hậu Trung Cổ; hay quả thực có những Nghiêu, Thuấn, v.. v.. của một thời thái bình, thịnh trị.

---

[48] Vũ Ngự Chiêu, "Nhìn Lại Hoàng Sa;" *Hợp Lưu* (Fountain Valley, CA), Xuân Canh Dần, số 108 (1-2/2010), tr. 5-25; Chính Đạo, "Trụ đồng Mã Viện: Sự Đàn Hồi của Biên Giới Đế Quốc Trung Hoa;" *Hợp Lưu* (Fountain Valley, CA). số 110, tháng 6-7/2010, tr. 5-37.

Ngắn và gọn, câu hỏi là hơn bốn ngàn năm trước, cổ Việt đã tiến tới một tổ chức chính quyền quân chủ, phong kiến chặt chẽ? Hay còn trong tình trạng bộ lạc, lấy việc thắt nút giây thừng để ghi nhớ việc lớn, nhỏ như Cao Hùng Trưng chơi chữ? Hiển nhiên, tài liệu thành văn của Trung Hoa và gia tài truyền khẩu sử còn quá khiếm khuyết cho một kết luận khách quan sử học.

Phụ Bản I

Tóm lược các tư liệu Việt-Hán

SÁCH TRUNG HOA

1. ***Sử Ký [Shiji]*** của Tư Mã Thiên [Sima Qian]:

Shiji [Historical Records]; Burton Watson dịch qua tiếng Mỹ, *Shih chi: Records of the Grand Historian of China, Ssu-ma Ch'ien* (New York: Columbia Univ. Press, 1961),

a. "**The Account of Southern Yueh,**" [Nam Việt truyện], vol. II, Bk 113, pp 239-50: Ghi về Triệu Đà = **Zhao Tuo, sau chép lại trong** *Hou Han Shu* và *Xian Han-shu của* Ban Gu, Bk 95, p.3 verso, col. 13 đến p.7 rector (b)).

Nam Việt Úy Đà dùng tiền bạc của cải hối lộ cho Mân Việt [Phúc Kiến], Tây Âu, Lạc [Lo-lo] để khiến thần phục. [q. 113]

b. Âu Lạc ở phía tây là xứ ở truồng.

Dẫn lại trong *Hán thư, Việt Kiệu thư, Tư trị thông giám* [của Tư Mã Quang, thời Tống]

2. Tiền Hán Thư [của Ban Gu= Ban Cố] [Pan Ku], *The History of Former Han Dynasty: A Critical Translation with Annotations* by Homer A. Dubs

(Baltimore: The American Learned Society: 1938, 1944, 1955),

a. Bk 95, p.3 verso, col. 13 to p.7 rector (b)).

Trích lại Nam Việt truyện của *Sử Ký*.

b. "Địa lý chí" trong Tiền Hán Thư, vol II:82:

[Sử Việt: Dẫn "Địa lý chí" trong *Tiền Hán Thư [của Pan Ku, The History of Former Han Dynasty: A Critical Translation with Annotations by Homer A. Dubs* (Baltimore: The American Learned Society: 1938, 1944, 1955), vol II:82:

Cầm đầu là một "thứ sử." Mỗi quận có một "thái thú." (*ĐVSK, NKTT*, II, Giu (1967), I:87; *CMTB*, II:3-6; (Sài Gòn: 1967), 2:153-54); (Hà Nội: 1998), I:108-10] **(Thực ra, từ năm 106 TTL Lưu Triệt (Hán Vũ đế, 140-87 TTL) mới đặt ra chức Thứ sử; *CMTB*,** II:6-7; (Hà Nội: 1998), **I:110-11)** Thứ sử [thái thú?] Giao Chỉ bộ đầu tiên là **Thạch Đái.** (ch 37, "Diệp Du Hà," *TKCS*, Mão (2004), tr 424)

Zhou Qufei [Chu Khứ Phi đời Tống, 1178] (từng làm quan ở Quảng Tây), trong *Lĩnh ngoại đại đáp [Lingwai dai da]*, cũng nói Hán Vũ đế chia Tượng quận làm Giao Chỉ, Cửu Chân và Nhật Nam; *CMTB*, I:5, 10a-12b; (Sài Gòn: 1965), 1:26-29, 44-53; *Đại Việt Sử Ký Tiền Biên [ĐVSKTB]*, bản dịch Dương Thị The et al. (Hà Nội: 1997), tr. 78 [huyện Tượng Lâm, Nhật Nam, do Mã Viện đặt ra].

Thời Tam Quốc: Vạn Chấn [Wan Zhen] soạn *Nanyi Yiwu Zhi [Nam Di dị vật chí,* Record of foreign matters of the Southern Barbares] của triều Hán Vũ Đế,

Phù Nam Truyện của Khang Thái (226): đảo San Hô (Trường Sa)

Ai Lao Di: 31,890 / 553,711. Linh, 1969: 47.

Tổng cộng 7 quận **1,372,740** nhân khẩu. [94,253 – 12.451/71,162 – 24379/146,160] = **1,063,715** – 78,980 = **984,735.** mức gia tăng dân số: 0.007 [too low]

3. ***Hậu Hán Thư [Hou Han Shu*** = History of the Later Han] của Phạm Việp (Fan Ye, 398-446) thời Lưu Tống

Chép lại truyện Triệu Đà và Nam Việt. [*TKCS,* Mão (2004), tr 363-64] [Phạm Thái đời Tống chép trong *Cổ Kim Thiện Ngôn; TKCS,* Mão (2004), tr 363]

"Quận Nhật Nam [Rinan]" mà sử sách Hán ghi nhận đã "vào bản đồ Trung Hoa" từ năm 110 TTL Lưu Triệt [Hán Vũ Đế], hay thời Mã Viện [Ma Yuan] (43-44). Nhật Nam gồm 5 huyện: Chu Ngô, Tị Ảnh, Lư [Lô] Dung, Tây Quyển, Tượng Lâm. và thêm rằng *Hậu Hán Thư* của Phạm Việp, và *Lĩnh Ngoại Đại Đáp* của Chu Khứ Phi đời Tống cũng chép lại chi tiết của *Giao Châu Ký,* đã tuyệt bản. dẫn trong Địa lý chí của *[Tiền] Hán thư; TKCS,* ch 36,

Mão (2004), tr *363-64; ANCL*, q. IV, 1961:92; *CMTB* 5a]

III. VUA HÙNG & DI TÍCH KHẢO CỔ:

Sự im lặng của thư tịch cổ Trung Hoa về nhà Hồng Bàng cùng các vua Hùng khiến việc tìm hiểu cổ Việt hầu như bất khả trước thế kỷ XX. Thật may mắn, những tài liệu khảo cổ phát hiện trong lòng đất giúp các sử gia bừng lên một hy vọng tìm ra ánh sáng ở cuối đường hầm. Trên báo *Nhân Dân*, có người từng viết: *"Lật đất lên, bốn ngàn năm lịch sử."*

A. TƯ LIỆU KHẢO CỔ:

Tại Việt Nam, theo các nhà khảo cổ, đã tìm thấy 10 dấu tích hóa thạch của người vượn [*Homo erectus*]–xuất hiện khoảng 1,750,000 TTL [BC] biết dùng lửa, và ngôn ngữ sơ khai—tại Lạng Sơn: hang Thẩm Hai (1 răng lớn, 1964) và Hang Thẩm Khuyên (9 răng, 1965). Hai động này cách nhau 200 thước, cùng nằm trong dẫy núi đá vôi thuộc xã Tân Văn, huyện Bình Gia, tây bắc thị xã Lạng Sơn 65 cây số. Răng hóa thạch của người *Homo sapiens* [người khôn ngoan sơ khởi] còn tìm thấy ở Nghệ An (Thẩm Ôm, xã Châu Thuận, huyện Quì Châu, 140,000-250,000 trước) và Yên Bái (Hang Hùm, xã Đồng Tâm, huyện Lục Yên, 1966,

70,000-60,000 năm trước). Hóa thạch người *Homo sapiens sapiens* [người khôn ngoan thế hệ sau, xuất hiện giữa 500,000-50,000 TTL], tìm thấy ở Thung Lang (Ninh Bình) và Kéo Lèng (Yên Bái), khoảng 30,000 năm trước [đồ đá cũ]. [49]

1. Thời đại đồ đá:

a. Thời kỳ đồ đá cổ, bắt đầu từ khoảng 23,000 TTL [BC], tìm thấy nhiều tước nhỏ dùng làm nạo và mũi nhọn của thời người khôn ngoan sớm (*Homo Sapiens*) ở mái đá Ngườm (Võ Nhai). Tại núi Đọ (xã Thiệu Khánh, huyện Thiệu Hóa, Thanh Hóa) phát hiện số lượng khá lớn lưỡi rìu sơ kỳ (cleavers or hachereaux) đồ đá cũ (ca 18,000-10,000 TTL [BC]). Xuân Lộc (Biên Hòa) cũng tương tự như ở núi Đọ. Tuy nhiên, bị hoài nghi vì khó định tuổi những dụng cụ bằng đá quá cổ (do ảnh hưởng của thời tiết và thời gian, thường gọi là *weatherance*). Ngoài ra, chưa tìm được đồ dùng thời đá cổ trung kỳ và hậu kỳ. Tại làng Sơn Vi, huyện Lâm Thao, Vĩnh Phú–nơi có đền Hùng–phát hiện một số dụng cụ đồ đá, đặc biệt là đá cuội.[50]

---

[49] *Khảo Cổ Học [KCH]* , 2007:53-4.

[50] P. I. Boriskokii, "Viet Nam in Primevial Time;" *Soviet Anthropology and Archeology* (Moscow), Vols. 7, 8 & 9 (1968-1970; "Bình luận ý kiến của Per-Sfrensen [Sorensen] về địa

b. Đồ đá giữa: Chưa tìm thấy ở Việt Nam.

c. Đồ đá mới: Dấu tích thời "Đồ đá mới" (xuất hiện vào khoảng 5,000 TTL) tìm thấy ở Hòa Bình và lưu vực sông Hoàng Hà [Huanghe]. Dụng cụ đồ đá mới xuất hiện nhiều nhất tại Bắc Sơn (6095 [60 B.P.] và Quỳnh Văn (4730 [75 B.P.]. Đó là công cụ hình hạnh nhân, hình dĩa của dân sống trong hang động. Mặc dù có trình độ chế biến cao, vẫn là đồ đá lớn (megalith), không có đồ đá nhỏ như ở Âu châu (ngoại trừ Indonesia). [Giả thuyết: Phải chăng vì người tiền cổ dùng tre, nứa?] Có dấu hiệu trồng trọt, nhưng chắc chỉ trồng củ.

(1) Đồ đá mới sơ kỳ (Early Neolithic Period, 6,000-3,000 TTL): Tại Việt Nam, có khá nhiều di tích thời Đồ đá mới sơ kỳ (6,000-3,000 TTL), tức đồ đá mài (song song với việc trồng trọt và nuôi gia súc tại các vị trí cố định).

Hòa Bình [trước Bắc Sơn]: đá cuội. Dân sống gần cửa hang. [đồ đá giữa và rìu ngắn [mài lưỡi], chày nghiền hạt, nông nghiệp sơ khai. Chôn người chết. Tín ngưỡng đạo vật tổ sơ khai. công cụ hình hạnh nhân, hình dĩa của dân sống trong hang động. [C14: 10,875+/-175 tới 7,500 BC] [C14 10,875 +/- 175.

điểm sơ kỳ đá cũ Núi Đọ;" *Khảo Cổ Học* [Hà Nội], (1981), số 4, tr. 11-4).

Bắc Sơn: Dụng cụ đồ đá mới xuất hiện nhiều nhất tại Bắc Sơn [Lạng Sơn] (6095+/- 60 B.P.) [51]

Đó là công cụ hình hạnh nhân, hình dĩa của dân sống trong hang động, rìu ngắn [mài lưỡi] Bắc Sơn (Lạng Sơn) [C14: 10,295 +/- 200 tới 9,990 BC+/- 200] đã biết trồng trọt, nhưng chủ yếu vẫn là hái lượm và săn bắn. đồ gấm thô, nặn. Theo Mansuy: người Indonesian du nhập vào.

(2) Đồ đá mới [hậu kỳ] [Late Neolithic Period]:

(a). Quỳnh Văn (4730 +/- 75 B.P.):

Đồ đá mới [hậu kỳ] [Late Neolithic Period] được phát hiện tại Quỳnh Văn năm 1963 (khác với rìu Bắc Sơn). Cư dân có thể đã biết trồng trọt. Chế tạo các đồ gốm thô [Mansuy cho rằng người Indonesian du nhập vào].

Tìm thấy ở ven biển Bắc Bộ và Trung Bộ (Hạ Long [Quảng Ninh, 4000-3500 trước [2000-1500 TTL], Đa Bút [hạ lưu sông Mã, Thanh Hóa], Bàu Tró [ven biển Nghệ An, Hà Tĩnh, Quảng Bình, 4000-3500 trước [2000-1500 TTL]). Họ thuộc gia đình tiếng nói

---

[51] R. B. Smith và W. Watson, *Early South East Asia*, (New York: Oxford Univ. Press, 1979), p 120.

Melanesien, Australo-Melanesien, Australo-Mongoloid và Indonesien (Proto-Malay). [52]

(b). **Phùng Nguyên** (xã Kinh Kệ, huyện Lâm Thao, [Vĩnh Phú] tỉnh Phú Thọ)

Cuối đá mới, chuyển sang đồng thau. [Lan, 1969:57-8] Cơ sở để nghiên cứu Hùng Vương. thẻ đá; ở Lũng Hòa, một chiếc qua bằng đá; hoa văn đồ gốm, tương đương đời Thương Ân, Tây Chu. [Lan, 1969:57] Mạt kỳ đồ đá mới. *Gống văn hóa Thương-Ân] Khoảng 2000-1500 TTL.* [Lan & Kính 1968, tr. 36; Lan, 1969:56-8]

An Đạo, Phù Ninh, Vĩnh Phú

Hương Nộn, Gò Chùa

Thượng Nung, Gò Bòng, Tam Nông, Vĩnh Phú [có dấu vết đồ đồng] [Lan, 1969:57]

Lũng Hòa, Vĩnh Tường, Vĩnh Phú

Đôn Chăn, Lập Thạch, Vĩnh Phú

An Thượng, Hà Tây

Yên Tàng,

Đậu Dương A: cơ sở chế tạo đồ đá nằm trên đồi hoặc gò cao (vùng trung du) [Lan & Kính 1968, 37] [lưu ý: mực nước tăng lên sau đại hồng thủy]

---

[52] *Khảo Cổ Học [KCH]*, 2007:56-7.

Hình di tích: đa số là di chỉ cư trú (Phùng Nguyên, An Đạo, Yên Tàng, Văn Điển)

Lũng Địa hòa: nghĩa trang. [Lan & Kỉnh 1968, 37]

Phượng Cách (Hà Tây)

Văn Điển (Hà Nội) nhà cửa. [Lan & Kỉnh 1968, 38]

sinh thổ là đất sét hay đất đồi. [Lan & Kỉnh 1968, 38]

Di vật: đồ đá [Lan & Kỉnh 1968, 39-40] kể cả vũ khí, đồ trang sức

Đất nung: đồ gốm [Lan & Kỉnh 1968, 40-1]

Gò Chùa Thông (gần Văn Điển)

Vào thời hậu kỳ đá mới bắt đầu có trồng trọt, như tại Quỳnh Văn, nhưng căn bản vẫn là săn bắn và hái, lượm trái cây. [53]

3. Thời đại đồ đồng:

a. Đồng thau: Đồng thau: [đồng-chì-thiếc]

---

[53] "Vài ý kiến về một số vấn đề khảo cổ học trong quyển *Kinh tế thời nguyên thủy ở Việt Nam;" NCLS,* số 136 (1/1971), tr. 45-52, 64).

Theo Hà Văn Tấn, thời đại đồ đồng gắn liền với văn hoá **Phùng Nguyên** (Kinh Kệ/Lâm Thao/Vĩnh Phú, 1480-1280 TTL), khai quật năm 1959-1960:

- Lưu vực sông Hồng-Phú Thọ tới Hải Phòng)-Hoa Lộc (Hậu Lộc-Thanh Hóa): Luyện đồng tại ngay nước ta. [?]

- Sau đó di tích ở Vĩnh Phú (Gò Mun [1215-975 TTL], Đồng Dậu [1220-1020 TTL]) và Hà Tây. Ngoài gần 70 trống loại Heger I, người ta còn tìm thấy hai lưỡi cuốc có vai [shouldered hoe] bằng đồng tại Bú Trăn, khoảng 17 cây số tây bắc Vinh. [54]

a. Gò Mun (Việt Tiến, Lâm Thao): sơ kỳ Đông Sơn. [Lan, 1969:58]

Gò Mun, Thanh Đình, Phú Hậu (Phú Thọ [1500-1000 TTL])

Thụy Vân (Gò Tro), Nghĩa Hưng (Vĩnh Tường) [hoa văn gốm tinh xảo], Hoằng Ngô, Đại Áng: Giống Gò Mun, sơ kỳ văn hóa Đông Sơn = thời kỳ lập quốc của vua Hùng. [Lan, 1969:59]

Nông nghiệp: trồng lúa nước. tùy theo nước triều lên xuống [floating rice?]; *ANCL* của Lê Tắc, *Thủy*

---

[54] Smith và Watson, *Early South East Asia*, 1979, pp 126, 127, 128, 129, 130, 131, 133.

Kinh Chú của Lịch [Lệ] Đạo Nguyên, dẫn trong *Vân Đài Luận Ngữ* của Lê Quí Đôn.

b. Đồng Dậu: Yên Lạc, Vĩnh Phú: Nhiều tầng văn hóa. Cuối đá mới hậu kỳ, chuyển sang đồng thau: Gạch nối giữa Gò Mun và Đông Sơn. [Lan, 1969:59] [1500-1000 TTL])

Quế Dương (Vinh Quang, Hoài Đức, Hà Tây), Cổ Loa, Thọ Sơn (Việt Trì), Gò Chiền (Lâm Thao): Khoảng 400-600 TTL. [Lan, 1969:59-60]

Đậu Dương, Thiệu Dương (Thanh Hóa), Việt Khê (Hải Phòng), Vạn Thắng (Vĩnh Phú), Đào Thịnh (Yên Bái) trống đồng, thạp đồng, rìu lưỡi xéo, dao găm, lưỡi giáo, đồ gốm

c. Đông Sơn (Thanh Hóa): Đồng thau-sắt sớm [Lan, 1969:58] [1000 TTL-200]: trống đồng, 200 chiếc lưỡi cày bằng đồng, cuốc, rìu, thuổng, xẻng, v.. v...

Các di chỉ đều nằm trên đồi hoặc gò cao (vùng trung du) [lưu ý: mực nước tăng lên sau đại hồng thủy]. [55]

---

[55] Xem thêm Lê Văn Lan, "Tài liệu khảo cổ học và việc nghiên cứu thời đại các vua Hùng;" *NCLS* (Hà Nội), Bộ 124, số 7 (7/1969), tr. 52-79; Lê Văn Lan, "Về tục hỏa táng ở thời đại của các vua Hùng;" *NCLS,* số 132 (5-6/1970), tr. 74-80; Lê Văn Lan và Phạm Văn Kỉnh, "Di tích khảo cổ trên đất Phong châu, địa bàn gốc của các vua Hùng;" *NCLS,* Bộ 107, số 2 (2/1968), tr. 34-46].

Đồng thau: làng Thọ Xuân, thị xã Việt Trì; Gò Mun, Thanh Đình, Phú Hậu (Phú Thọ); Phượng Cách (Hà Tây); Văn Điển (Hà Nội). Đa số là di chỉ cư trú (Phùng Nguyên, An Đạo, Yên Tàng, Văn Điển). Sau định lại niên đại vào khoảng 2,000-1,500 TTL (hậu kỳ thời đá mới), xếp thành "thời đồng thau." (Lê Văn Lan cho rằng đó là cuối thời đá mới, đầu thời đồng thau.

Tuy nhiên, nên nhớ nhược tiểu, chậm tiến, định niên đại rất phức tạp) Việc trồng trọt và nuôi gia súc mới phát triển qua việc phát hiện những lưỡi cày bằng đồng. Tại cổ Việt, thời đại đồ đồng phát triển chậm hơn vùng Trung Đông (hiện nay).

Các di chỉ đều nằm trên đồi hoặc gò cao (vùng trung du) [lưu ý: mực nước tăng lên sau đại hồng thủy]

4. Thời đại đồ sắt:

Từ khoảng 2,000 TTL, các xã hội tân tiến bắt đầu dùng đồ sắt. Tại cổ Việt, theo Hà Văn Tấn, đồ sắt tìm thấy ở Đông Sơn (C-14 định tuổi vào khoảng từ 350 tới 285 TTL) và gò Chiên Vậy ở Hà Sơn Bình (khoảng 400 TTL).[56]

---

[56] Smith và Watson, *Early South East Asia*, 1979, tr. 131.

Lưỡi cuốc sắt *[iron hoe]* có lẽ nhập cảng từ phía Bắc. Nếu tin được sử Trung Hoa, một nguyên cớ đưa đến việc Triệu Đà tự lập làm vua là Lữ Thái hậu không chịu bán đồ sắt cho Nam Việt. [57]

Nhờ kỹ thuật định tuổi các di tích ngày một tân tiến, nhiều lập luận có vẻ khoa học của thế kỷ XX (như đo sọ người) trở thành lỗi thời. Ngày nay, các nhà khảo cứu bắt đầu sử dụng phương pháp trắc nghiệm DNA (một hợp chất *nucleic acid* [gồm *purines, pyrimidines, carbo-hydrates,* và *phosphoric acid*] chuyên chở đặc tính di truyền của tế bào) với mức chính xác rất cao.

Nhưng một số người, vì tín ngưỡng hoặc vì thành kiến, vẫn phủ nhận thuyết tiến hóa và các nghiên cứu khảo cổ học. Tin tưởng vào thuyết sáng tạo của Thượng đế (God hay Allah), cùng những cảnh giới gọi là thiên đường và địa ngục (mà Giáo hoàng John Paul II đã phủ nhận), đa số giáo mục và giáo dân với lòng cuồng tín Trung Cổ cực lực chống lại những điều mà họ mỉa mai là từ vượn lên người, hay duy

---

[57] *CMTB,* I:25b-26a (Sài Gòn: 1965), 2:106-9; *ĐVSK, NKTT,* II:5a-6a, Thọ (2009), 1:168 [Thư Triệu Đà gửi Lưu Hằng (Văn Đế) năm 179 TTL]. Xem thêm Diệp Đình Hoa, "Sơ kỳ thời đại đồ sắt ở nước ta và vấn đề Hùng Vương-An Dương Vương;" *NCLS* (4/1969).

vật. Trước viễn ảnh của khám phá mới về cloning [tái tạo], đang có khuynh hướng tân-Gallilei [neo-Gallileism] và tân Tòa dị giáo [neo-Inquisition] để ngăn chặn bước tiến của khoa học.

Nếu gạt đi những thành kiến tiên thiên về quốc hiệu Văn Lang, địa danh Phong Châu, hay vua Hùng hoặc Lạc, những tư liệu khảo cổ giúp xác nhận vài điểm cơ bản:

1. Những di tích khảo cổ tại Việt Nam, Hoa Nam, Đông Nam Á, và đặc biệt là Thái Lan (Non Nok Tha), vào những năm 1960 và thập niên 1970 (Smith và Watson, *Early South East Asia*, 1979) —song song với sự tiến bộ của các kỹ thuật định tuổi di vật bằng Radiocarbon (C-14 phóng xạ), phương pháp tỉ đối Flour/Uranium/Nitrogen, hay các vòng tuổi của cây, rồi mới đây phương pháp DNA—khiến đảo lộn từ rễ gốc nhiều lối phân tích từ trước tới nay; (như người Việt là Tàu lai (Olov R.T. Janse, *Archeological Research in Indochina,* 3 vols [Cambridge: 1947]), [58] hay di cư từ Trung Hoa xuống (Aurousseau đề xướng; Đào Duy Anh chế biến thêm với những hình khắc trên trống đồng, v.. v...); hoặc các dụng cụ được chế biến, nhất là

[58] Olov R.T. Janse, *Archeological Research in Indochina,* 3 vols [Cambridge: 1947])

kim loại, chỉ được nhập cảng từ ngoài vào (*diffusionism).*

2. Thuyết tiến hóa tại chỗ [local evolution]:

Người ta bắt đầu phác họa những thuyết về một chủng dân thật lớn ở Đông Nam Á, đã có mặt tại vùng này từ trước ngày mặt nước biển dâng cao từ 80 tới 120 thước như hiện nay. Như một hệ luận, thuyết di dân (như các dân tộc ở Đông Nam Á đã di cư từ Himalaya tới, hay ngược lại) bắt đầu bị thách thức và người ta đưa ra thuyết tiến hóa tại chỗ [local evolution].

Theo thuyết này, dân Bách Việt [Yue] có những nhóm đã sống đời người thuyền [boat people], cắt tóc ngắn và vẽ mình (người Đán). Phần đông những nhóm Bách Việt tại vùng nam sông Dương Tử [hay Trường Giang] dần dần bị Hán hóa, nhưng một nhóm dân Việt tại châu thổ sông Hồng và sông Mã thoát nạn mà lập nên dân tộc Việt Nam hiện nay. Dĩ nhiên, điều ấy không có nghĩa dân Việt (Hồng Hà) thuần chủng, mà đã có sự pha trộn với nhiều giống khác, kể cả người [ở cổ] Trung Hoa. [59]

---

[59] William Meacham, "The Archeology of Hongkong;" *Archeology,* 33:4 (7-8/ 1980), pp 16-23; "Local Revolution and Continuity in the Neo-lithic of South China: A Non-Nuclear

3. Niên Biểu Mới Cho Cổ Sử:

Các di tích khảo cổ cũng giúp đặt lại vấn đề niên biểu của nhà Hồng Bàng cùng các vua Hùng. Người ta đề nghị rằng các vua Hùng xuất hiện đâu đó giữa thời khoảng 1,500 tới 600 TTL. Những truyền thuyết về cống rùa thần hay cống chim trĩ trắng có lẽ nên gạch bỏ. Liên hệ Bắc-Nam chỉ khởi đầu vào khoảng Doanh hay Lã Chính [Tần Thủy Hoàng, 221-210 TTL] và Lưu Triệt (Hán Vũ Đế, 140-87 TTL]. Rousseau thì đề nghị An Dương Vương là một tác nhân lịch sử, cai trị từ 210 tới 207 TTL. Nhưng Maspéro chỉ lùi một bước, cho rằng An Dương Vương, được nhắc đến trong cổ thư Trung Hoa, là "bán huyền thoại."

4. Cần cảnh giác là sử dụng tài liệu khảo cổ không dễ. Mục tiêu hoặc khuynh hướng chính trị của nhà khảo cổ chi phối nặng nề các giả thuyết tiền sử. Nên không có gì ngạc nhiên khi thấy thuyết di dân và nhập cảng thống trị các nghiên cứu trước Thế chiến thứ hai (1939-1945), trong khi thuyết tiến hóa tại chỗ

Approach;" *Current Anthropology,* 18 (1977), pp 419-40. Xem thêm Karl L. Hutterer, "An Evolutionary Approach to the Southeast Asian Cultural Sequence;" *Current Anthropology,* 17:2 (June 1976), pp 221-42).

bắt đầu thăng tiến sau ngày các thuộc địa cũ giành được độc lập.

Ngay các nhà khảo cổ Xã Hội Chủ Nghĩa thân thiết như môi với răng, “vừa là đồng chí, vừa là anh em,” cũng từng to tiếng tranh luận. Các chuyên viên “Cộng Sản” Việt Nam nặng lời chỉ trích học giả TH đã phủ nhận nền văn hóa Đông Sơn, phủ nhận nhà nước Âu Lạc cổ đại đầu tiên của Việt Nam, dù nhìn nhận có cuộc khởi binh của Trưng Vương, nhưng gọi đó là “giặc,” “làm phản,” “chống lại bọn tham quan” chứ không phải là giành độc lập, và hai bà thất bại là lẽ tất nhiên vì tách khỏi người Hán là đi ngược lại quyền lợi chung, hay từ thế kỷ X, Việt Nam mới có nhà nước, trước đó lệ thuộc vào nhà Tần đến nhà Đường. [60]

5. Các di tích khảo cổ cũng chỉ là những dữ kiện chết; không có dẫn giải hay phê bình. Thật khó để suy đoán nguồn gốc thực sự (ai sáng chế) của các di tích khảo cổ, nói chi thể chế chính trị hay sự hình thành quốc gia [*state formation*]. Những di tích về nhà máy sản xuất đồ đá hay đúc đồ đồng vẫn chưa được cộng đồng học giả thế giới thừa nhận.

---

[60] Hội nghị khoa học: “Phê phán quan điểm bành trướng, bá quyền của giới sử học Trung Quốc xuyên tạc lịch sử Việt Nam;” *Nghiên Cứu Lịch Sử*, số 2 [221] (1985), tr. 88-9 [87-90]

6. Vấn đề sinh hoạt tinh thần cũng gây nhiều bàn cãi. Một đề tài gây nhiều tranh luận nhất là tô-tem hay vật tổ. (Emile Durkheim, *Les formes élémentaires de la vie religieuse [Những hình thái sơ đẳng của sinh hoạt tôn giáo]*). Victor Goloubew dựa theo hình vẽ [hoa văn] trên trống đồng Ngọc Lũ ra sức chứng minh rằng vật tổ của người Việt là "chim hậu điểu." [61](61) Đào Duy Anh—"một sử gia nhân dân," có nhiều nghiên cứu và thông dịch tư liệu từ chữ Hán-Nho qua quốc ngữ mới, dựa trên chữ cái Latin—thì nghĩ rằng "tô-tem" (vật tổ) của người Việt là chim Lạc ở miền Giang Nam. Văn Tân bài bác lập luận này; thay bằng "rồng rắn," "một loài bò sát," (như cá sấu = giao long), sau chuyển thành "rồng" kiểu Trung Hoa. (tr. 24-5) Hà Văn Tấn, cho rằng tô-tem vừa có chim Lạc, vừa có giao long. Chim Lạc (tức cò hay sếu, tr. 76) khắc trên đầu thuyền để trấn áp gió. Giao long là cá sấu (trên búa Đông Sơn nữa, tr. 78-9). [62]

---

[61] Victor Goloubew, "L'âge du bronze au Tonkin et dans le Nord Annam;" *BEFEO*, XXIX [1930], tr. 28.

[62] . Văn Tân, "Vài ý kiến với nhận định của ông Đào Duy Anh về vấn đề tô-tem của người Việt nguyên thủy." *NCLS* (Hà Nội), Bộ 2, số 4 (4/1959), tr. 24-5 [10-25]; Idem.,, "Ý kiến trao đổi: trở lại vấn đề tô-tem của người Việt." *NCLS* [9/1959?], tr. 66-79.

Văn hoá Phùng Nguyên (Kinh Kệ/Lâm Thao/Vĩnh Phú), khai quật năm 1959-1960. Sau đó một số di tích khác ở Vĩnh Phú và Hà Tây. [Niên đại: 2,000-1,500 TTL (hậu kỳ thời đá mới) sau đó, xếp thành "thời đồng thau." Lê Văn Lan: cuối thời đá mới, đầu thời đồng thau. Idem., "Tài liệu khảo cổ học và việc nghiên cứu thời đại các vua Hùng." *NCLS* (Hà-nội), Bộ 124, số 7 (7/1969), tr. 52-79.

Cuộc bàn cãi, dĩ nhiên, sẽ chẳng bao giờ dứt. Sau khi ra sức đả phá sử phong kiến, thực dân, sử quan "Cộng Sản" Việt Nam bắt đầu viết lại những thiên tiểu thuyết dã sử khác về nhà Hồng Bàng–dựa theo khuôn mẫu duy vật đã được Karl Marx đề xướng: sự tiến hóa của lịch sử đi qua những giai đoạn ước lệ và hoang tưởng như cộng đồng nguyên thủy, sự biệt phân xã hội hay hình thành các giai cấp địa chủ, nô lệ hay nông nô, v.. v..

Dẫu vậy, tài liệu khảo cổ học tại Việt Nam và Hoa Nam—kể cả ngôi mộ vua Triệu Hồ ở Quảng Châu—nói riêng, toàn vùng Đông Nam Á nói chung, giúp người đời sau có một khái niệm về cổ Việt trước thế kỷ thứ I. Đại cương, trên lãnh thổ Việt Nam ngày nay đã xuất hiện nhiều cộng đồng cư dân, bao gồm ít nhất tám [8] hạt nhân chính trị-văn hóa-kinh tế trong dĩ vãng: Đại Việt [Da Yue], Da Le [Đại Lý], Da Nan [Đại Nam của họ Nùng], Mường Việt, Thái/Tày, Champa [Lâm Ấp/Lin Yi], Thủy Chân Lạp [Shui Chen La] và các nhóm ngôn ngữ Polynesian, Indonesian ở vùng cao nguyên miền Trung [Trung Nguyên].

B. CỔ VIỆT:

Không ai có thể chối cãi được một sự thực: Trước ngày bị Hán tộc xâm lăng, đã có một xã hội cổ Việt. Hạt nhân chính trị, xã hội, văn hóa và kinh tế cổ Việt là đồng bằng sông Hồng-sông Mã và vùng trung du. Về chủng tộc, tương đối thuần nhất. Khoảng hơn 90 phần trăm là người "kinh," phân phối không đồng đều tại các vùng châu thổ, duyên hải và đồi núi trung du dài theo các sông ngòi. Mật độ dân số tại các đồng bằng châu thổ khá cao. Đa số sống bằng nghề nông và đánh cá. Đơn vị xã hội là thôn, xã—tiêu biểu gồm các xóm nhà vườn vây quanh bằng những lũy tre gai, hay nhưng ngôi làng nổi của ngư dân.

Trước đợt xâm lăng đầu tiên của Trung Hoa, dân cổ Việt đã biết canh tác; không phải với cày và trâu như TH; nhưng lợi dụng thủy triều hoặc sử dụng những lưỡi rìu đá mài [*houes de pierre polie*]. Ngoài ra, họ còn đánh cá, đi săn, nhất là những sắc dân định cư ở vùng duyên hải và các cồn cát. (Maspéro, "Van Lang,"1918, 3:9)

Nhiều bộ lạc sống ở miền duyên hải, sống bằng nghề đánh cá. Một số sống trong các hang động đá vôi ở vùng thượng du và ngoài vịnh Hạ Long ngày nay.[63]

Ngoài ra, còn những cộng đồng ở vùng đồi núi trung du, đặc biệt là Sơn Tây, Vĩnh Phúc Yên.

Dân chúng thường xâm mình, để tóc dài, hay cắt tóc ngắn.

Giống như hầu hết các dân tộc Đông Nam Á, dân cổ Việt thích ăn trầu [*chiquer de bétel*]. Một du khách Trung Hoa ghi nhận cây cau là một thổ sản đặc biệt của "Nam Man."

Về khí giới tự vệ, đã biết đúc mũi tên đồng và dùng chất độc. Nếu tin được Lưu An, một tôn thất nhà Hán phụ trách miền Nam, năm 135 TTL, dân Việt vẫn chưa có thành quách, sống ở ven suối, rừng rậm, rành nghề thủy chiến. Chi tiết này có thể bác bỏ việc dân cổ Việt đã tiến lên được tổ chức một nước, theo kiểu mẫu Trung Hoa hay Tây phương. Và, từ đó, giúp tăng bổ cho thuyết thành trì là do Hán tộc áp đặt, để đồn trú quan lại thuộc địa, quân lính và kho tàng. Thành Cổ Loa, chẳng hạn, có thể chỉ được xây dựng từ thời Hán. (Maspéro, "Van Lang,"1918, 3:10)

---

[63] *ĐNNTC*, q. XVIII, "Quảng Yên," (1997), 4: [5-51]; q. XXIV, "Lạng Sơn," (1997), 4: [365-400];

Tôn giáo, tế lễ: Liên quan đến nghề nông. (Maspéro, "Van Lang,"1918, 3:9)

Triệu Đà [Zhao Tuo] gọi dân Âu Lạc là "xứ ở trần" hay khỏa thân [*Royaume des Nus*]. Cuối thế kỷ X, vua quan Tống còn miệt thị răn bảo Lê Hoàn nên từ bỏ lối ăn uống bằng lỗ mũi, trút bỏ áo quần bằng cỏ tranh và lá cây, thay bằng gấm lụa Trung Hoa:

> Dân của khanh ngửng cổ mà bay, thì ta có xe và ngựa, dân khanh dùng mũi mà uống, thì ta có rượu thịt, để bỏ tục mọi rợ của khanh. . . . Dân khanh cắt tóc thì ta có áo mũ, dân khanh nói líu lo như chim thì ta có thi, thư để dạy dỗ phong tục cho khanh. Đất Viêm Giao nóng bức, mờ mịt khói mù thì ta mang chòm mây của vua Nghiêu để rưới cơn mưa ngọt; khí độc dưới biển bốc lên, như lửa đốt nắng thiêu, thì ta lên tiếng đàn vua Thuấn quạt ngọn gió êm; Khanh ngôi sao mờ, không ai biết đến, còn ta là ngôi sao Tử Vi đế tọa, các sao đều phải chầu bậc chí tôn; đất khanh có giống yêu ma, người ta thấy quái dị mà sợ, ta đúc cái đỉnh lớn khiến cho chúng không dám làm hại. Vậy thì khanh phải ra khỏi hòn đảo mọi rợ, đến xem lễ nhạc ở nhà Minh Đường, Bích Ung; bỏ lối ăn mặc đồ cỏ, lá cây, mà yêu chuộng đồ thêu thùa áo xiêm long phụng; . . . hễ theo thì được tha tội, nghịch lại thì ta đánh, [hướng hóa ngã kỳ xá, nghịch mạng

ngã kỳ phạt]. Theo hay không theo, trong hai đường ấy, khanh hãy xét lấy.[64]

Nhưng thực ra dân Việt đã chế biến được áo quần, dù chưa tinh xảo và đẹp mắt như lụa là, gấm vóc Hán.

Ngoại trừ trường hợp có những khám phá đặc biệt nào đó trong ngành khảo cổ học, các nhà cổ sử của thế kỷ XXI chỉ có thể nhìn về núi Hùng với sự bất lực ở nhận thức rằng có lẽ nhà Hồng Bàng mãi mãi là một thứ "dĩ nghi, truyền nghi."

Houston, 13/11/2011-23/1/2016

Vũ Ngự Chiêu

---

[64] Thư Triệu Quang Nghĩa, do Vương Vũ Xương [Xứng] soạn, gửi Lê Hoàn [năm 980)]; *ANCL*, q. V: Tiền triều thư sớ, 1961:115-16 [trích Tống Sử]; *ĐVSK, BKTT,* I:10a-12a, Thọ (2009), 1:263-65; Giu (1967), 1:162-64, 166ff; *ĐVSKTB*, Bản Kỷ, I:15a-15b; The (1997), tr 162-63; *LTHCLC*, q 49, "Việc Biên Cương;" 1992, 3:275-76; Người đưa thư là Lư Đa Tốn; *CMCB*, I:16, (Hà Nội: 1998), I:250-51. *Sử Ký,* q. 113, 2a; *BEFEO*, 1916, 1:53; Maspéro, "Van Lang,"1918, 3:10.

Phụ bản II:

VĂN LANG: 15 Bộ

1. Giao Chỉ [Jiaozhi]: Chỉ bộ Phụ; tức **Sơn Nam** (Hà Nội, Nam Định và Hưng Yên) Nguyễn Trãi et al.; Dư Địa Chí, số 3; *Nguyễn Trãi Toàn Tập [NTTT],* in lần thứ hai (Hà Nội: KHXH, 1976), tr. 212 [211-46]; *ĐNNTC,* q. XIII: Hà Nội (1997), 3:184 [159-236] [Tần: Tượng Quận; Hán, Giao Chỉ; Ngô: Tân Hưng; Tấn-Tề: Tân Xương; Tùy: Phong Châu; Đường, Phong Châu đô đốc phủ, đạo Lĩnh Nam], 217, 234 [183-264]; q. XV: Hưng Yên (1997), 3:286 [285-320] [Sơn Nam thượng; Sơn Nam hạ, Hán: huyện Chu Diên]; q. XVI: Nam Định, (1997), 3:322 [321-72] [bộ Lục Hải đời Hùng Vương; Trần, Thiên Trường]

Năm 971, một người họ Lưu được cử làm Thái sư đô hộ phủ [châu Giao] VSL, q. 1, 17a;

2. Chu [Châu] Diên: Sơn Tây [*ĐNNTC,* q. XXI: Sơn Tây, (1997), 4:184 [Tần: Tượng Quận; Hán, Giao Chỉ; Ngô: Tân Hưng; Tấn-Tề: Tân Xương; Tùy: Phong Châu; Đường, Phong Châu đô đốc phủ, đạo Lĩnh Nam], 217, 234 [183-264].

3. Phúc Lộc: Sơn Tây, [thành lập năm 663 [*Nguyên Hòa quận huyện chí,* q. 38, tờ 4a] hay 670 [*Hoàn vũ kí,* q. 171, tờ 11b]; Maspéro, "Van Lang,"1918, 3:4]

4. Vũ Ninh: Kinh Bắc (Bắc Ninh) [*ĐNNTC,* q. XIX: Bắc Ninh, (1997), 4:54 [53-152]: Tiền Lê: Bắc Giang, Lý, Gia Lâm; Trần, Bắc Giang; thuộc Minh: Bắc Giang và Lạng Giang. [theo Tống thư, lập nên năm 271; q. 38, tờ 20a; dẫn trong Maspéro, "Van Lang,"1918, 3:4] Nơi có Loa Thành của An Dương Vương. [*ĐNNTC,* q. XIX: Bắc Ninh, (1997), 4:57 [huyện Đông Ngàn; cũ là châu Cổ Lãm, Lê Hoàn gọi là Cổ Pháp; Lý là Thiên Đức; tây giáp huyện Yên Lãng, Sơn Tây; Đông giáp Tiên Du; nam giáp Tiên Du, bắc tới Yên Phong], 91 [thành Cổ Loa thuộc Đông Ngàn], 92 [thành Xương Giang, xã Thọ Xương, huyện Bảo Lộc; thành Thị Cầu, huyện Vũ Giàng], 93-4 [giếng cổ Minh Châu] [53-152]:

Trường (990: Tống Cảo đi sứ; *Tống thư,* q. 448, tờ 2b; *ANCL,* q. III, 9b; 1010: đổi làm Trường Yên phủ],

Ái [989: Chàm tấn công; Lê Hoàn đi đánh; 1006: lại đi đánh; 1011: Lý Thái Tổ lại đi đánh],

5. Việt Thường: Từ Thuận Hóa tới Quảng Nam.

6. Ninh Hải: An Bang (Quảng Ninh). [quận đời Lương [thế kỷ VI, *Hoàn Vũ Kí,* q. 171, tờ 9b]; huyện năm 752; Ibid., tờ 11a] dẫn trong Maspéro, "Van

Lang,"1918, 3:4] *ĐNNTC*, q. XVIII: Quảng Yên (1997), 4:6-7 [5-52] [bộ Ninh Hải đời Hùng Vương; Triều Dương; Lý Thái Tổ: Tĩnh Yên, Lê Thánh Tông: An Bang hay Yên Bang]; 8 [Dư Địa Chí số 25 của Nguyễn Trãi: "Vân Cừ, Phân Mao, duy An Bang." (1976:225-26], 8-9 [1542: Mạc Đăng Dung cắt đất cho nhà Minh. Lê sử: 1 châu, 6 động; Khâm Châu Chí: 1 châu 4 động]; 25-27 [sông Bạch Đằng] Dư Địa Chí số 26 [Vân Đồn, 1976:226, 599-600]

7. Dương Tuyền: Hải Dương. [*ĐNNTC*, q. XVII: Hải Dương, (1997), 3:374 [373-466] [Thang Tuyền; Tần: Tượng Quận; Hán, Giao Chỉ; Trần: Hồng lộ; sau là Hải Đông; Hồng Châu và Nam Sách], 396-97 [núi Côn Sơn, đông bắc Chí Linh 21 lí], 401 [sông Lục Đầu, sông Hàm Giang], 407 [sông Bạch Đằng],

8. Lục Hải: Lạng Sơn, [*ĐNNTC*, q. XXIV: Lạng Sơn (1997), 4:365 [365-400]

9. Vũ Định: Thái Nguyên, [*ĐNNTC*, q. XX: Thái Nguyên (1997), 4:153 [153-82], Cao Bằng [huyện, 271; bỏ đời Trần; Maspéro, "Van Lang,"1918, 3:5] [*ĐNNTC*, q. XXV: Cao Bằng (1997), 4:401 [401-30]

10. Hoài Hoan: Nghệ An. Huyện năm 743; Maspéro, "Van Lang," 1918, 3:5]

11. Cửu Chân: Thanh Hóa.

12. Bình Văn: [khuyết], Maspéro, "Van Lang," 1918, 3:5]

13. Tân Hưng: Hưng Hóa và Tuyên Quang. [theo *Tống thư,* lập nên năm 271; q. 38, tờ 21; dẫn trong Maspéro, "Van Lang," 1918, 3:5] [*ĐNNTC,* q. XXII: Hưng Hoá (1997), 4:265 [265-332]; q. XXII: Tuyên Quang (1997), 4:333 [333-64]

14. Cửu Đức: [khuyết]. [Theo *Tấn Chí* của Phòng Huyền Linh (578-648) Cửu Đức do nhà Ngô đặt ra, nay là đất Hà Tĩnh]. Hồ Tôn là nước Chiêm Thành, nay là Bình Dịnh. [theo Tống sử, lập nên thế kỷ III; q. 38, tờ 21; dẫn trong Maspéro, "Van Lang," 1918, 3:5]

15. Văn Lang. Nơi có kinh đô Phong Châu

Phong [990, vùng kinh đô của vua Lê?), [*ĐNNTC,* q. XXI: Sơn Tây, (1997), 4:184 [183-264] [Tần: Tượng Quận; Hán, Giao Chỉ; Ngô: Tân Hưng; Tấn-Tề: Tân Xương; Tùy: Phong Châu; Đường, Phong Châu đô đốc phủ, đạo Lĩnh Nam], 217, 234 [183-264].

Huyện Phong Châu có món nhậu vượn biết nói tiếng người. *(Thủy Kinh Chú sớ [TKCS],* ch 37, "Diệp Du Hà," Mão (2004), tr. 428-29)

Phụ Bản III

Tài Liệu Chữ Hán

Trong

CƯƠNG MỤC TIỀN BIÊN

1A

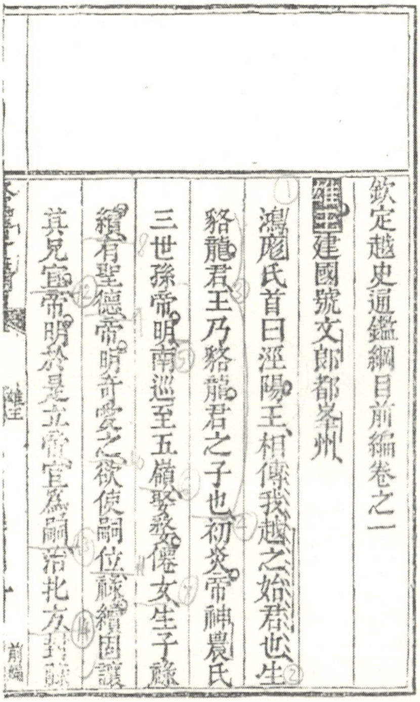

欽定越史通鑑綱目前編卷之一
雄王建國號文郎都峯州
鴻龐氏首曰涇陽王相傳我越之始君也生
貉龍君王乃貉龍君之子也初炎帝神農氏
三世孫帝明南巡至五嶺娶婺僊女生子祿
續有聖德帝明奇愛之欲使嗣位祿續固讓
其兄宜帝明於是立宜爲嗣治北方封祿

Khâm-định Việt-sử Thông-giám Cương-mục Tiền-biên

Quyển chi nhất

Hùng-vương kiến-quốc hiệu Văn-lang, đô Phong-châu

Hồng-bàng thị thủ viết Kinh-dương-vương, tương truyền ngã Việt chi thủy quân dã sinh Lạc-long-quân. Vương nãi Lạc-long-quân chi tử dã.

Sơ Viêm-đế Thần-nông-thị tam thế tôn Đế-Minh, nam tuần chí Ngũ-lĩnh, thú Vụ tiên nữ, sinh tử Lộc-Tục, hữu thánh đức, Đế-Minh kỳ ái chi, dục sử tự vị, Lộc-Tục cố nhượng kỳ huynh Nghi, Đế-Minh ư thị lập Đế-Nghi vi tự, trị bắc phương, phong Lộc...

續爲涇陽王治南方涇陽王生子崇纜號貉
龍君貉龍君娶嫗姬生百男是爲百粵之祖
推其長者爲雄王嗣君位建國號文郎國都
峯州相傳十八世皆稱雄王○是辰居民入
水頗爲蛟龍所傷王教人以墨畫水怪於身
自是始免其害文身之俗蓋始此
謹按峯州舊史註即白鶴唐地理志峯州

Tục vi Kinh-dương-vương, trị nam phương. Kinh-dương-vương sinh tử Sùng-Lãm, hiệu Lạc-long-quân ; Lạc-long-quân thú Âu-cơ sinh bách nam, thị vi Bách-Việt chi tổ ; suy kỳ trưởng giả vi Hùng-vương tự quân vị, kiến-quốc hiệu Văn-lang quốc, đô Phong-châu, tương truyền thập bát thế, giai xưng Hùng-vương.

Thị thời cư dân nhập thủy, phả vi giao long sở thương, vương giáo dân dĩ mặc họa thủy-quái ư thân. Tự thị thủy miễn kỳ hại. Văn thân chi tục cái thủy thử.

Cẩn-án ;

Phong-châu : Cựu sử chú tức Bạch-hạc (1). *Đường Địa-lý chí :* «Phong-châu...

(1) *T.T*, ngoại kỷ, qu. I, tờ 3 a.

2A

御批詩云則
百斯男是頌
其多男耳考
其寔亦未至

統縣五宋樂史太平寰宇記峯州承化郡
古文郎國則峯州當即今山西之永祥臨
洮諸府地轄又山圍縣有雄王山雄王廟
可據不可專指白鶴也又帝明未嘗南巡
所稱娶僊女事實甚怪誕姑存之以傳疑
註生百男舊史貉龍君娶帝來女曰嫗姬
生百男俗傳生百卵一日貉龍君謂姬曰

雄王 前編

Ngự phê : Thi vân : « Tắc bách tư nam », thị tụng kỳ đa nam nhĩ. Khảo kỳ thực diệc vị chí...

thống huyện ngũ » Tống Nhạc-Sử *Thái-bình hoàn-vũ-ký* : « Phong-châu Thừa-hóa quận. cổ Văn-lang quốc », (1) tắc Phong-châu đương tức kim Sơn-tây chi Vĩnh-tường Lâm-thao chư phủ địa hạt, Hựu Sơn-vi huyện hữu Hùng-vương-sơn, Hùng-vương-miếu khả cứ, bất khả chuyên chỉ Bạch-hạc dã. Hựu Đế-Minh vị thường nam tuần, sở xưng thú tiên-nữ sự, thực thậm quái đản, cô tồn chi dĩ truyền nghi.

Chú :

Sinh bách nam : Cựu sử : (2) Lạc-long-quân thú Đế-Lai nữ viết Âu-Cơ, sinh bách nam, tục truyền sinh bách noãn. Nhất nhật Lạc-Long-quân vị Cơ viết :

(1) *HV* : CLXX, 10a.
(2) *TT*, ngoại kỷ, I, 2a.

2B

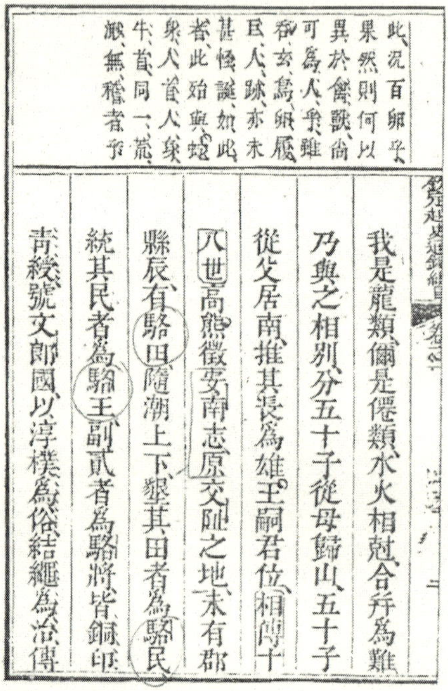

此況百卵乎果然則何以異於禽獸尚可為人乎雖吞玄鳥卵履巨人跡亦未甚怪誕如此者此殆與蛇身人首人身牛首同一荒誕無稽者乎

我是龍類爾是僊類水火相尅合并為難乃與之相別分五十子從母歸山五十子從父居南推其長為雄王嗣君位相傳十八世高熊徵安南志原交趾之地未有郡縣辰有駱田隨潮上下墾其田者為駱民統其民者為駱王副貳者為駱將皆銅印青綬號文郎國以淳樸為俗結繩為治傳

thử, huống bách noãn hồ? Quả nhiên tắc hà dĩ dị ư cầm thú, thượng khả vi nhân hồ? Tuy thôn huyền điểu noãn, lý cự nhân tích, diệc vị thậm quái đản như thử giả. Thử đãi dữ xà thân nhân thủ, nhân thân ngưu thủ, đồng nhất hoang điều vô kê giả hồ?

«Ngã thị long loại, nễ thị tiên loại, thủy hỏa tương khắc, hợp tinh vi nan», nãi dữ chi tương biệt, phân ngũ thập tử tùng mẫu quy sơn, ngũ thập tử tùng phụ cư nam, suy kỳ trưởng vi Hùng-vương tự quân vị.— *Tương truyền thập bát thế*: Cao Hùng-Trưng *An-nam chí nguyên.*» (1) Giao-chỉ chi địa, vị hữu quận huyện thời, hữu Lạc-điền, tùy triều thượng hạ; khẩn kỳ điền giả vi Lạc-dân, thống kỳ dân giả vi Lạc-vương, phó nhị giả vi Lạc-tướng, giai đồng ấn thanh thụ, hiệu Văn-lang quốc, dĩ thuần phác vi tục, kết thằng vi trị, truyền...

(1) CN. II. 146;

3A

世十八、

分國為十五部

始分國為十五部、曰交趾、曰朱鳶、音貝 曰武寧、曰福祿、曰越裳、曰寧海、曰陽泉、曰陸海、曰武定、曰懷驩、曰九真、曰平文、曰新興、曰九德、其曰文郎、王所都也、其國東夾南海、西抵巴蜀、北至洞庭湖、南接胡孫

thế thập bát ».

Phân quốc vi thập ngũ bộ.

Thủy phân quốc vi thập ngũ bộ, viết Giao-chỉ, viết Chu-diên, viết Vũ-ninh, viết Phúc-lộc, viết Việt-thường, viết Ninh-hải, viết Dương-tuyền, viết Lục-hải, viết Vũ-định, viết Hoài-hoan, viết Cửu-chân, viết Bình-văn, viết Tân-hưng, viết Cửu-đức; kỳ viết Văn-lang, vương sở đô dã. Kỳ quốc đông giáp Nam-hải, tây để Ba-Thục, bắc chí Động-đình hồ, nam tiếp Hồ-tôn.

謹按陳黎以前疆域東至于海西界雲南
南界占城北界廣西東北界廣東西南界
老撾參之天下郡國輿地諸書所載安南
東至海西至雲南老撾南至占城北至廣
西大略相同逮我
國朝
列聖肇基南服奉我

Cẩn án :

Trần Lê dĩ tiền. cương vực đông chí vu hải, tây giới Vân-nam, nam giới Chiêm-thành, bắc giới Quảng-tây, đông-bắc giới Quảng-đông, tây-nam giới Lão-qua. Tham chi *Thiên-hạ quận quốc* (1), dư-địa chư thư sở tái : « An-nam đông chí hải, tây-chí Vân-nam Lão-qua, nam chí Chiêm-thành, bắc chi Quảng-tây », đại lược tương đồng. Đãi ngã Quốc-triều Liệt-thánh triệu cơ Nam-phục, phụng ngã...

(1) *TH*, CXVIII, *An-nam chí điều*.

4A

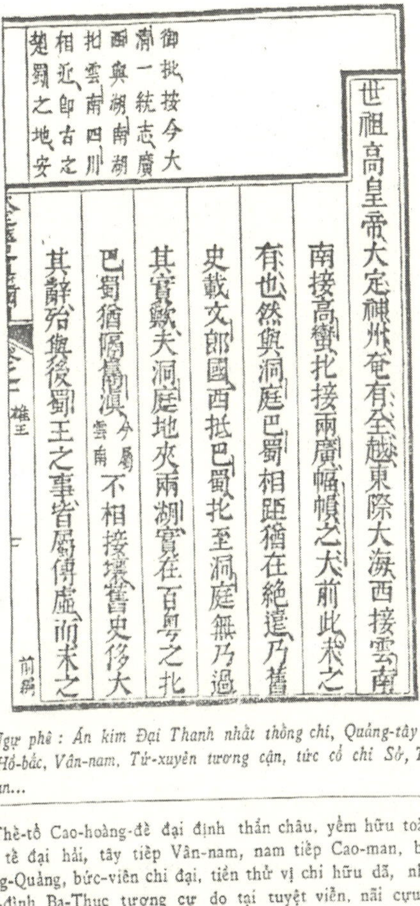
御批：按今大清一統志廣西與湖南湖北雲南四川相近即古之楚蜀之地安

世祖高皇帝大定神州奄有全越東際大海西接雲南南接高蠻北接兩廣幅幀之大前此未之有也然與洞庭巴蜀相距猶在絕遠乃舊史載文郎國西抵巴蜀北至洞庭無乃過其實歟夫洞庭地夾兩湖實在百粤之北巴蜀猶隔滇（今屬雲南）不相接壤舊史侈大其辭殆與後蜀王之事皆屬傳虛而未之

雄王　前編

Ngự phê : Án kim Đại Thanh nhất thống chí, Quảng-tây dữ H
nam, Hồ-bắc, Vân-nam, Tứ-xuyên tương cận, tức cổ chi Sở, Thục c
địa, an...

Thè-tổ Cao-hoàng-đè đại định thần châu, yềm hữu toàn Việ
đông tề đại hải, tây tiếp Vân-nam, nam tiếp Cao-man, bắc tiế
Lưỡng-Quảng, bức-viên chi đại, tiền thử vị chi hữu dã, nhiên d
Động-đình Ba-Thục tương cự do tại tuyệt viễn, nãi cựu sử t
Văn-lang quốc, tây để Ba-Thục, bắc chí Động-đình, vô nãi quá l
thực dư ? Phù Động-đình địa giáp Lưỡng-Hồ, thực tại Bách-Vi
chi bắc, Ba-Thục do cách Tủy-điền (kim thuộc Vân-nam), bất tươ
tiếp nhưỡng. Cựu sử xỉ đại kỳ từ, đãi dữ hậu Thục-vương c
sự, giai thuộc truyền hư, nhi vị chi...

4B

知其所屆何如大抵越史久已失傳無從考訂率皆類此

考也況所分十五部皆交阯朱鳶以內全無一部在北可證其誣也

圖十五部阮廌(音豸)輿地志阮天縱註山南(今河內南定興安地是)古交阯部山西古朱鳶福祿部京北(今北寧地是)古武寧部順化(今廣治之海陵至廣南之奠盤地是)古越裳部安邦(今廣安地是)古寧海部海陽古陽泉部諒山古陸海部太原高平

tri kỳ sở giới hà như? Đại để Việt-sử cửu dĩ thất truyền, vô tùng khảo đính, suất giai loại thử.

---

khảo dã. Huống sở phân thập ngũ bộ, giai Giao-chỉ Chu-diên dĩ nội, toàn vô nhất bộ tại bắc, khả chứng kỳ vu dã.

Chú : Thập ngũ bộ : Nguyễn Trãi *Dư-địa chí*, Nguyễn Thiên-Túng chú (1) : Sơn-nam (kim Hà-nội, Nam-định, Hưng-yên địa thị) cổ Giao-chỉ bộ, Sơn-tây cổ Chu-diên Phúc-Lộc bộ, Kinh-bắc (kim Bắc-ninh địa thị) cổ Vũ-ninh bộ, Thuận-hóa (kim Quảng-trị chi Hải-lăng chí Quảng-nam chi Điện-bàn địa thị) cổ Việt-thường bộ, An-bang (kim Quảng-yên địa thị) cổ Ninh-hải bộ, Hải-dương cổ Dương-tuyền bộ, Lạng-sơn cổ Lục-hải bộ, Thái-nguyên Cao-bằng..

(1) *DĐC*, tờ 2 a

— 22 —

5A

古武定部內外地乂安古懷驩部清化古
九真部興化宣光古新興部餘平文九德
二部闕今考晉志九德郡吳置今河靜省
地是胡孫舊史註卽古城國今平定地是
置官名
初置相曰貉侯將曰貉將有司曰蒲正王子
曰官郎女曰媚娘世世以父傳子曰父道

cổ Vũ-định bộ nội ngoại địa, Nghệ-an cổ Hoài-hoan bộ, Thanh-hóa cổ Cửu-chân bộ, Hưng-hóa Tuyên-quang cổ Tân-hưng bộ, dư Bình-văn Cửu-đức nhị bộ khuyết. Kim khảo *Tấn chí*, Cửu-đức quận : Ngô trí, kim Hà-tĩnh tỉnh địa thị. *Hồ-tôn :* cựu sử (2) chú tức Chiêm-thành quốc, kim Bình-định địa thị.

Trí quan danh

Sơ trí tướng viết Lạc-hầu, tướng viết Lạc-tướng, hữu-tư viết Bồ-chính, vương tử viết Quan-lang, nữ viết Mị-nương, thế thế dĩ phụ truyền tử viết phụ-đạo.

(1) *TT*, qu. *XV*, tờ 9 b.

(2) *TT*, qu. I, tr. 2 a.

5B

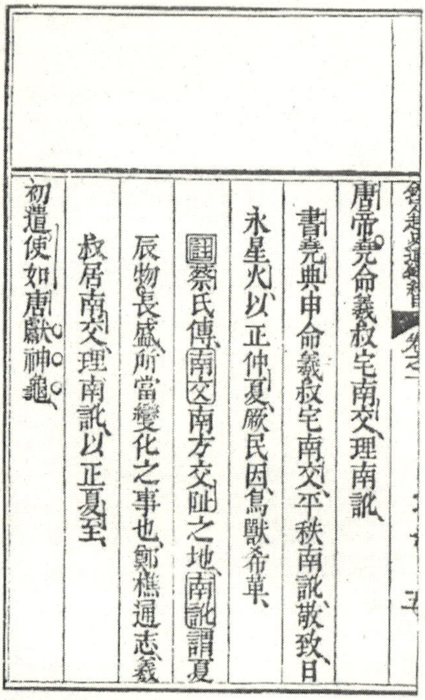

唐帝堯命羲叔宅南交理南訛

書堯典申命羲叔宅南交平秩南訛敬致日

永星火以正仲夏厥民因鳥獸希革

註蔡氏傳南交南方交趾之地南訛謂夏

辰物長盛所當變化之事也鄭樵通志羲

叔居南交理南訛以正夏至

初遣使如唐獻神龜

Đường-Đế-Nghiêu mệnh Hy-Thúc trạch Nam-Giao, lý nam-ngoa.

Thư, Nghiêu-điển : « Thân mệnh Hy-Thúc trạch Nam-Giao, bình trật nam-ngoa, kính trí nhật vĩnh tinh hỏa, dĩ chính trọng-hạ, quyết dân nhân, điểu thú hy cách ».

Chú :

Thái-thị truyện : « *Nam-Giao :* nam phương Giao-chỉ chi địa ».— *Nam-ngoa :* vị hạ thời vật trưởng thịnh, sở đương biến-hóa chi sự dã. Trịnh-Tiều *Thông chí :* « Hy-Thúc cư Nam-Giao, lý nam-ngoa, dĩ chính hạ chí » (1).

Sơ khiển sứ như Đường hiến thần quy.

---

(1) *TC* ; qu. II tờ 36 như trên.

6A

金履祥綱目前編唐堯戊申五載越裳氏來
朝獻神龜、
註 神龜 鄭樵通志陶唐之世南有越裳氏
重譯來朝獻神龜蓋千歲方三尺餘背有
科斗文記開闢以來堯命錄之謂之龜曆
遣使如周獻白雉、
史記周成王辛卯六年交阯南有越裳氏重

前編

Kim-Lý-Tường *Cương-mục Tiền biên :* « Đường-Nghiêu mậu thân ngũ tải, Việt-thường-thị lai triều hiến thần quy ».

Chú :

Thần-quy : Trịnh-Tiều *Thông chí* (1) : « Đào-Đường chi thế, nam hữu Việt-thường-thị, trùng dịch lai triều, hiến thần quy, cái thiên tuế, phương tam xích dư, bối hữu khoa-đẩu văn, ký khai tịch dĩ lai ; Nghiêu mệnh lục chi, vị chi quy-lịch ».

Khiển sứ như Chu hiến bạch trĩ.

Sử-ký : « Chu Thành-vương tân-mão lục niên, Giao-chỉ nam hữu Việt-thường thị, trùng...

(1) *TC* : qu. II, tờ 36.

三譯而來獻白雉周公曰德澤不加君子不
饗其贄政令不施君子不臣其人譯曰吾國
之黃耇曰天無烈風淫雨海不揚波三年矣
意者中國有聖人乎於是來朝周公致薦于
廟使者迷其歸路周公錫以軿車五乘皆爲
指南之制使者載之由扶南林邑海際期年
而至其國

tam dịch nhi lai hiến bạch trĩ. Chu-công viết : «Đức-trạch bất gia, quân-tử bất hưởng kỳ chí ; chính-lệnh bất thi, quân-tử bất thần kỳ nhân». Dịch viết : «Ngô quốc chi hoàng cẩu viết : Thiên vô liệt phong dâm vũ, hải bất dương ba, tam niên hỹ. Ý giả Trung-quốc hữu thánh-nhân hồ ? Ư thị lai triều». Chu-công trí tiến vu miếu. Sứ-giả mê kỳ quy lộ. Chu-công tích dĩ bình-xa ngũ thặng, giai vi chỉ nam chi chế ; sứ-giả tái chi, do Phù-nam Lâm-ấp hải tế, kỳ niên nhi chí kỳ quốc.

7A

註扶南方輿紀要扶南國在日南郡南海
西大島中林邑國西南北距日南七千里
西去林邑三千餘里其國廣三千餘里林
邑國名註見後屬晉穆帝永和九年

蜀王泮來侵王赴井卒文郎國亡

初雄王有女曰媚娘蜀王聞之遣使來求婚
王欲許之貉侯止之曰彼欲圖我以婚姻爲

Chú :

Phù-nam : Phương dư kỷ yếu (1) : « Phù-nam quốc tại Nhật-nam quận, Nam-hải tây, đại đảo trung, Lâm-ấp quốc tây-nam, bắc cự Nhật-nam thất thiên lý, tây khứ Lâm-ấp tam thiên dư lý. Kỳ quốc quảng tam thiên dư lý ». – *Lâm-ấp :* quốc danh, chú kiến hậu, thuộc Tấn Mục-đế, Vĩnh-hòa cửu-niên.

Thục-vương Phán lai xâm. Vương phó tỉnh tốt. Văn-lang quốc vong.

Sơ Hùng-vương hữu nữ viết Mỵ-nương. Thục-vương văn chi, khiến sứ lai cầu hôn, vương dục hứa chi, Lạc-hầu chỉ chi viết : «Bỉ dục đồ ngã, dĩ hôn-nhân vi...

(1) *PD*, qu. CXII, tờ 22 b.

7B

名耳乃止蜀王深以為恨囑後世子孫必滅
文郎國至是孫蜀泮有勇略屢攻雄王雄王
兵驍將勇出輒敗之曰我有神力蜀不畏乎
遂需酒食以為樂不修武備蜀軍入猶沈醉
未醒遠逼近乃吐血赴井其衆倒戈降文郎
遂亡
【謹按】舊史外紀起自鴻厖氏涇陽王壬戌

danh nhĩ ». Nãi chỉ. Thục-vương thâm dĩ vi hận, chúc hậu thế tử tôn tất diệt Văn-lang quốc. Chí thị tôn Thục-Phán hữu dũng lược, lũ công Hùng-vương ; Hùng-vương binh kiêu tướng dũng, xuất triếp bại chi, viết : « Ngã hữu thần lực, Thục bất úy hồ ? », toại nhu tửu thực dĩ vi lạc, bất tu vũ bị. Thục quân nhập, do trầm túy vị tỉnh, đãi bức cận, nãi thổ huyết phó tỉnh, kỳ chúng đảo qua hàng, Văn-lang toại vong.

Cẩn án :

Cựu sử Ngoại-kỷ khởi tự Hồng-bàng thị Kinh-dương vương nhâm-tuất,

8A

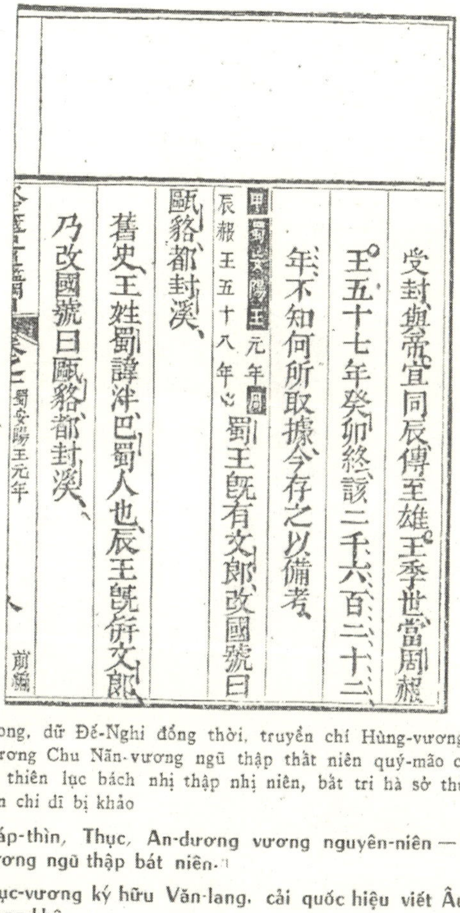
受封與帝宜同辰傳至雄王季世當周赧
王五十七年癸卯終該二千六百二十二
年不知何所取據今存之以備考
甲辰蜀安陽王元年周赧王五十八年
蜀王旣有文郎改國號曰
甌貉都封溪
舊史王姓蜀諱泮巴蜀人也辰王旣併文郎
乃改國號曰甌貉都封溪

蜀安陽王元年 前編

thụ phong, dữ Đế-Nghi đồng thời, truyền chí Hùng-vương quý thế, đương Chu Nãn-vương ngũ thập thất niên quý-mão chung, cai nhị thiên lục bách nhị thập nhị niên, bất tri hà sở thủ cứ. Kim tồn chi dĩ bị khảo

Giáp-thìn, Thục, An-dương vương nguyên-niên — Chu, Nãn-vương ngũ thập bát niên.

Thục-vương ký hữu Văn-lang, cải quốc hiệu viết Âu-lạc, đô Phong-khê.

Cựu-sử (1) : Vương tính Thục, húy Phán, Ba-Thục nhân dã. Thời vương ký tính Văng-lang, nãi cải quốc-hiệu viết Âu-lạc, đô Phong-khê.

(1) *TT*, qu. I, tờ 5 b.

8B

謹按蜀自周慎靚王五年已為秦所滅安得復有王者況尚有犍為(今屬雲南)夜郎邛筰冉駹(古西南夷今屬雲南)相隔二三千里蜀安得遠跨諸國而併文郎乎舊史載蜀王孫泮又云安陽王姓蜀諱泮巴蜀人也或者西北徼外與文郎鄰有姓蜀者遂以為蜀王亦未可知若謂蜀王又巴蜀人則非矣

Cẩn án :

Thục tự Chu Thận-tịnh vương ngũ niên, dĩ vi Tần sở diệt, an đắc phục hữu vương giả ? Huống thượng hữu Kiền-vi (kim thuộc Vân-nam), Dạ-lang, Cùng-tạc, Nhiễm-mang (cổ tây-nam di, kim thuộc Vân-nam), tương cách nhị tam thiên lý, Thục an đắc viễn khóa chư quốc nhi tính Văn-lang hồ ? Cựu-sử tái : « Thục vương tôn Phán », hựu vân : « An-dương vương tính Thục, húy Phán, Ba-Thục nhân dã », hoặc giả tây-bắc khiếu ngoại, dữ Văn-lang lân, hữu tính Thục giả, toại dĩ vi Thục-vương, diệc vị khả tri ; nhược vị Thục-vương hựu Ba-Thục nhân, tắc phi hỹ.

Phụ bản IV:

TỪ ÂU LẠC TỚI GIAO CHỈ:

CỔ VIỆT MẤT TỰ CHỦ (257-106 TTL)

Rời khỏi núi Hùng nghi ngút khói hương, người Cổ Việt bước vào một hang động nhá nhem bóng tối. Khởi đầu là tòa thành đất ở xã Cổ Loa, huyện Đông Ngàn, Bắc Ninh [hiện nay thuộc ngoại thành Hà Nội] mà có người ví von to, cao như Côn Lôn, rặng núi hiểm trở của Thanh Hải, Tân Cương, Tây Tạng đã bị Hán tộc "tổ hợp" [*incorporated*], hay tái xâm lược, từ năm 1950. Tiếp đến huyền thoại thuộc địa Tượng Quận [*Xiang chun*] đời Tần (Qin, 221-207 TTL) mà không ít sử sách Trung Hoa mạo nhận hay hiểu lầm bao gồm cổ Việt và Lâm Ấp [*Linyi*]. Rồi đến vương quốc Nam Việt [Nan Yue] do Triệu Đà (Zhao Tuo, 207-137 TTL) thành lập từ cuối đời Tần, đến năm 111 TTL có thể bị Lưu Triệt (Hán Vũ Đế, 140-87 TTL) thôn tính, chia làm bảy [7] hay [9] quận, thuộc Giao Chỉ bộ [*Jiaozhi bu*], hay Giao Châu [*Jiaozhou*]—nhưng từ thế kỷ XVIII-XIX đã bị quốc su Tây Sơn và Nguyễn trả lại cho lịch sử nam tiến của Trung Hoa. Trong phần *Việt Sử Thông Giám Tổng Luận* khi dâng bộ sử của Vũ Quỳnh

(1452-1516), Lê Tung vẫn còn nhắc đến "Triệu Vũ đế," tức Triệu Đà. [1] Nhưng Ngô Thì Sĩ *et al,* không chép Triệu Đà và con cháu thành một kỷ riêng như Ngô Sĩ Liên *et al.*.[2] mà ghi "Kỷ Ngoại Thuộc Triệu."[3] Sử Nguyễn cũng chép Triệu Đà phụ vào nhà Thục.[4]

Sử quan Việt từ thời Lê hầu như đồng thuận về sự hiện hữu của các vương quốc Âu Lạc [*Ou-lo*] của An Dương Vương [*An Yang-wang*], Nam Việt của Triệu Đà và cháu chắt, cùng thuộc địa Giao Chỉ bộ đời Tây Hán, đổi tên thành Giao Châu từ năm 264, sau khi nhà Đông Ngô (222-279) tách một phần lãnh thổ phía bắc ra làm Quảng Châu. Nguồn thông tin chính vẫn là thư tịch Trung Hoa cùng hai tập cổ tích *Lĩnh Nam Chích Quái* và *Việt Điện U Linh.* Ngoài ra, còn những hiện vật sót lại trên mặt đất như ba vòng tường đất Loa Thành, tức Việt Vương Thành, Khả Lũ, Tư Long, hay giếng cổ Minh Châu,

---

[1] *Đại Việt Sử Ký Toàn Thư, Ngoại Kỷ [ĐVSK, NKTT],* Quyển Thủ:4ab, bản dịch Ngô Đức Thọ, et al. (2009), 1:134-135; *Đại Việt Sử Ký Tiền Biên [ĐVSKTB],* Ngoại Kỷ [NK] I, Tổng Luận:14ab, bản dịch Dương Thị The (1997), tr 29-30.

[2] *ĐVSK, NKTT,* q II:1a-18a, Kỷ Nhà Triệu; Thọ (2009), 1:163-181]

[3] *Ibid.,* NK II:1a-2a, (The (1997), tr 52-53.

[4] *Khâm Định Việt Sử Thông Giám Cương Mục [CM], Tiền Biên [TB];* I:15A-34A, Lâm et al. (Sài Gòn: 1965), 1:64-141.

hàng vạn đầu mũi tên đồng, cùng di vật khác như đồ gốm, nông cụ, v.. v...

Ngành khảo cổ Trung Hoa cũng đóng góp bằng sự phát hiện ngôi mộ Triệu Hồ hay Mạt (Văn Vương, 137-125 [122] TTL), cháu nội Triệu Đà, với những vật chôn theo như ấn tín, gươm. áo giáp sắt, v.. v.. Hai bộ chính sử đương thời của Trung Hoa là *Sử Ký [Shiji]* của Tư Mã Thiên (Sima Qian, 145-86 TTL), và *[Tiền] Hán Thư [Xian Hanshu]* của Ban Cố (Ban Gu, 32-92), *et al.*, đều cung cấp thông tin về cuộc xâm lược của Doanh [Lã] Chính (Tần Thủy Hoàng đế, 221-210 TTL), hay chiến công "tru Lữ Gia, khai cửu quận" [diệt Tể tướng Lữ Gia, mở chín quận] năm 112 TTL—dù được chép theo "hùng văn" như đưa man di vào vòng "thanh giáo," hay lính Thiên tử chỉ có **chinh** [trừng phạt, *punitive expeditions*] mà không **chiến** [đánh nhau, *wars*] với mọi rợ. Chỉ nguyên việc trì trễ không mang vàng bạc, châu báu hay của ngon vật lạ đến cống lễ đã là một tội. Không chịu đích thân qua chầu để bày tỏ lòng trung hiếu cũng là một tội. Và ngay việc dám cầm vũ khí chống lại lính Con Trời cũng là tội trọng—vì như *Luận Ngữ [Lunyu]* của học trò Khổng Khâu [Kong Qiu] đã nhấn mạnh, bổn phận của man di là khi thiên tử đánh nhẹ, phải vòng tay chịu đựng; nếu đánh mạnh phải bỏ đất nước mà chạy cho dân Hán đến ở, vỗ về đồng lúa, cây rừng, cùng mọi tài nguyên thiên nhiên.[5]

I. AN DƯƠNG VƯƠNG & ÂU LẠC:

Quốc sử Việt chép năm 257 TTL [Giáp Thìn], đời Hùng Vương thứ 18—tương đương với năm thứ 58 đời Chu Noãn Vương (315-249 TTL) nhà Đông Chu (770-221 TTL)—Thục vương Phán xâm lăng Văn Lang. Theo Ngô Sĩ Liên, An Dương Vương họ Thục, tên Phán, con cháu vua *Shu* [Thục, bộ Trùng, Thiều Chửu 587 – con nhộng, ngài khi còn nhỏ], gốc Ba Thục [vùng Tứ Xuyên ngày nay], phía tây bắc cổ Việt.

---

[5] Trương Lập Đạo gửi Trần Khâm (Nhân Tông, 6/1/1278-16/4/1293, TTH 9-10/1299) năm 1291: phải chấp nhận thứ quan hệ "cha-con, giữ gìn nhau như môi với răng" *["do tử dữ phụ mẫu chi tương thân," "phụ tử chi quốc, thần xỉ chi bang"*], "thuận trời thì sống, nghịch trời thì diệt" [*thuận thiên giả xương, nghịch thiên giả vong*] giống như thời Nhà Tống", "*vị tiểu trượng tắc thụ, đại trượng tắc tẩu, tư ngôn an tại tai?*" Lê Tắc, *An Nam Chí Lược [ANCL],* q. V: "Đại Nguyên Danh Thần Vãng Phục Thơ Văn;" bản dịch Viện Đại học Huế (Huế: 1961), tr 102-3 [101-3]; Quốc sử quán triều Lê, *Đại Việt Sử Ký Toàn Thư, Ngoại Kỷ [ĐVSK, NKTT],* IV:2b [2b-3b], bản dịch Ngô Đức Thọ et al. (Hà Nội: (2009), 1:198 [198-99]; Nguyên Vũ Vũ Ngự Chiêu, "Đất đai Việt Nam bị Trung Hoa Nhân Dân Cộng Hòa Quốc xâm chiếm;" *Hợp Lưu Magazine* (Fountain Valley, CA), số 105 (5-6/2009), tr. 5-32; và www.hopluu.net.

[*NKTT*, q. I:5b] Đổi quốc hiệu thành **Âu Lạc**. Đóng đô ở **Phong Khê**.

Giáp Thìn. Thục, An Dương Vương nguyên niên. Chu, Noãn Vương, ngũ thập bát niên. Thục Vương ký hữu Văn Lang.

Cựu sử [*NKTT*, q. I:5b]: *Vương tính Thục, húy Phán, Ba Thục nhân dã. Thời vương ký tính Văn Lang, nãi cải quốc hiệu viết Âu Lạc, đô Phong Khê.* [6]

Âu [Ou] bộ Ngoã *[Thiều Chửu, 401, còn có nghĩa cái âu, bồn chứa nhỏ];* ***Lạc [Lo], bộ Mịch*** *[Thiều Chửu, 485, nghĩa là quấn quanh, ràng buộc, cái lưới, bao la, thứ quả cây].*

Chữ ***Âu*** *còn có ít nhất ba cách viết khác: Bộ Khiêm hay Khiếm, [dùng để chỉ Âu Châu]; bộ Ngôn, [ThC 633, có nghĩa cất tiếng hát, tiếng trẻ em]; và, bộ Điểu, [ThC 803, là chim biển Hải âu, cò biển]. Âu còn một âm khác là "Ẩu."Không rõ chữ Âu Lạc này do người Hán tự đặt ra, phiên âm, hay dịch từ tiếng Cổ Việt. Cũng khó thể đoán biết Âu và Lạc là hai tên đất hay*

---

[6] *ĐVSK, NKTT,* I:5b, Thọ (2009), 1:156; Mạc Bảo Thần-Nhượng Tống (1944, 1964), tr. 39, 59-60, Giu (1967), 1:64; Quốc sử quán triều Tây Sơn, *Đại Việt Sử Ký Tiền Biên [ĐVSKTB]*, NK, I:11, The (1997), tr 45; Quốc sử quán triều Nguyễn, *Khâm Định Việt sử Thông Giám Cương Mục [CM], Tiền Biên [TB]*, I:7a-8a, bản dịch Trương Bửu Lâm et al., (Sài Gòn: 1965), 2:32-7; bản dịch Viện sử học (Hà Nội: 1998), I:79.

tên dân, hoặc cũng có thể là một thứ totem của bộ lạc Thục Phán.

Giữa Văn Lang và Ba Thục có mối thù truyền kiếp. Vua Thục cầu hôn con gái Hùng vương, nhưng vua Hùng không thuận, [lại gả cho thần Tản Viên]. Vua Thục oán hận, dặn dò con cháu phải trả thù. Đến đời Thục Phán có sức mạnh, mưu lược, nhiều lần tấn công nhưng vẫn thua vì Hùng Vương có "sức thần." Những chiến công này khiến Hùng Vương chểnh mảng việc binh, chỉ ham vui chơi ăn uống. Lần cuối cùng, quân Thục kéo sát đến nơi vua còn say mèm chưa tỉnh. Thổ huyết nhảy xuống giếng chết. Dân chúng quay giáo đầu hàng Thục Vương.[7]

---

[7] *ĐVSK, NKTT*, I:7b, Thọ (2009), 1:157; *ĐVSKTB,* NK I:11a, The (1997), tr 45-6. Đáng lưu ý là "nỏ thần" rồi "móng rồng" trấn quốc xuất hiện thêm hai [2] lần trong phần Ngoại kỷ của Quốc sử Lê: An Dương vương, và Triệu Quang Phục; *ĐVSK, NKTT,* I:9a, 9b-10a [nỏ thần], IV:18b-19a[mũ đầu mâu, móng rồng], Thọ (2009), 1:159-60, 161 [nỏ thần], 217, 218 [mũ đầu mâu, móng rồng]. *ĐVSKTB*, NK I:11a-12b, V:6b, The (1997), tr 46-7 [trích *Lĩnh Nam Chích Quái, Việt Điện U Linh tập*], 105 [trích *Lĩnh Nam trích quái*]. Leonard Aurousseau, "La première conquête chinoise des pays annamites," *B.E.F.E.O.* (1923), XXIII, pp. 181, 201.

Sử Tây Sơn và nhà Nguyễn đều trích in lại hầu như nguyên văn cổ tích trên.[8]

Một số sử quan Lê, Nguyễn và nhất là Hường Nhiệm đã không dấu sự hoài nghi sử cũ. Ngô Thì Sĩ, *chẳng hiểu dựa vào tư liệu nào,* trong *Đại Việt Sử Ký Tiền Biên*, không đồng ý cho An Dương Vương mang họ Thục: sử cũ chép họ Thục không đúng.[9]

Sử quan Nguyễn chính thức bác thuyết Thục Phán gốc người Ba Thục, tức khoảng Vân Nam-Tứ Xuyên, thuộc vùng mà văn gia Hán gọi là "Tây Nam Man Di." Họ đưa ra những lý do sau:

a. Ba Thục đã bị Tần diệt từ năm 316 TTL, sao còn vua được?

b. Từ Ba Thục tới Văn Lang cách nhau hai, ba ngàn lí, với các nước trái độn Kiến Vi, Dạ Lang, Cùng Tạc và Nhiễm Mang hay Bàng (Vân Nam hiện nay).

---

[8] *ĐVSKTB,* Ngoại Kỷ, I:15, The (1997), tr 45 [**ghi là 257 TTL** (Giáp Thìn, Chu Noãn Vương XVIII)]; *CMTB,* I:7, 8a (Sài Gòn: 1965), 2:32-5 [Hùng Vương nhảy xuống giếng chết], 36-7; (Hà Nội), 1998), 1:79;

[9] *ĐVSKTB*, Ngoại Kỷ, I:11, The (1997), tr 45.

c. Sử cũ chép Phán là cháu vua Thục, phải chăng phía tây bắc Văn Lang có một họ Thục khác? Không thể là người Ba Thục.

[Hoặc giả tây bắc khiếu ngoại, dữ Văn Lang lân, hữu tính Thục giả, toại dĩ vi Thục vương, diệc vị khả tri; vị Thục vương hựu Ba Thục nhân, tắc phi hỹ]. [10]

Theo Lê Tắc, ***đến đời Tây Hán, vẫn còn đất Ba Thục.*** Năm 112 TTL, khi Lưu Triệt (Han Wu-de, 140-87 TTL) cho lệnh xâm phạm Nam Việt của họ Triệu, ngoài Lu Bo-de (Lộ Bác Đức) và Yang Pu (Dương Bộc), còn ba người Việt kể cả Tri Nghĩa hầu [Hà Di] mang phạm nhân Ba Thục và quân từ Dạ Lang theo sông Tường Kha [Tang Ca?] xuống

[Việt Nhân hầu nhơn Ba Thục tội nhân phát Dạ Lang binh, hạ Tường Kha Giang]. [11]

Có thuyết giải thích họ Thục này liên hệ đến Tây Thục, tức Ai Lao Di, ở tây bắc Cổ Việt—trên đường

---

[10] *CMTB,* I:8b, (Sài Gòn: 1965), 2:38-9; (Hà Nội: 1998), 1:79. Có tác giả ghi là Nhiễm Bàng; Nguyễn Linh. "Bàn về nước Thục của Thục Phán." *NCLS,* 124 (7/1969), tr. 35 [33-51]. [Ai Lao Di: Tây Thục] (46-47) [khiếu ngoại: người khác tộc, hay ngoại quốc]; *CMTB,* IV:35a, (Sài Gòn: 1970), 3:272.

[11] *ANCL,* q. IV: Tiền triều chinh thảo, 1961:92 [Việt], 57 [Hán], cols 7-14.

thông thương India [Thiên Trúc]-Trung Hoa (tức hệ thống đường tơ lụa). Mới đây, còn lập luận cho rằng Thục Phán người Tây Âu [Ou xi] ở vùng Cao Bằng. Tây Âu là liên minh các dân tộc Nùng, Tày và Choang [Zhuang] mà một bộ phận ở phía nam Trung Hoa ngày nay [Ande, Jingxi]. [12]

Có nghiên cứu cho rằng nước Âu Lạc chỉ hiện hữu từ 208 tới 179 TTL, và Thục Phán có gốc "bản địa." [Bởi thế, thời Bắc thuộc kéo dài từ 179 TTL tới 909 TL [1088 năm].

Lại có giả thuyết địa bàn gốc của Thục Phán có thể ở phía tây bắc Bắc Việt, trong phạm vi Yên Bái-Đào Thịnh. [13]

Đa số người Việt chấp nhận thông tin An Dương Vương và Âu Lạc mà Nguyễn Trãi (1380-1442) ghi trong *Dư Địa Chí*, rồi sao chép lại trong quốc sử đời

---

[12] Lã Văn Lô, "Quanh vấn đề An Dương Vương Thục Phán hay là truyền thuyết Cẩu Chủa Cheng Vừa của đồng bào Tày;" *NCLS*, 1963, số 50 (5/1963), tr. 48ff, & 51 (6/1963), 58ff; dẫn trong Linh, *NCLS*, 124 (7/1969), tr 37 [33-51]. [Ai Lao Di: Tây Thục] (46-47)

[13] Đinh Văn Nhật, " Đi tìm quê hương cũ của An Dương Vương Thục Phán;" *NCLS*, số 166 (2/1/1976), tr 79-81 [65-83, 87].

sau. *Dư Địa Chí*, được Nguyễn Thiên Túng, Nguyễn Thiên Tích và Lý Tử Tấn diễn giải, chú thích và làm thông luận năm 1438, nhưng có dấu vết sửa đổi của nho gia đời sau, trước khi khắc bản in năm 1868 đời Hường Nhiệm (1847-1883), ghi:

> *Số 9: Hầu bèn tâu rằng: Hùng Vương gọi nước là Văn Lang đóng đô ở Phong Châu, Thục gọi nước là Âu Lạc, đóng đô ở Phong Khê. Triệu gọi nước là Nam Việt, đóng đô ở Phiên Ngung.*
>
> *Phong Châu là Bạch Hạc thuộc phủ Tam Đái bây giờ; Phong Khê là Cổ Loa thuộc Đông Ngàn bây giờ. Phiên Ngung ở phía tây nam châu trị Quảng Châu 30 dặm [TH].*
>
> *Số 10: Loa Thành là thành An Dương Vương đắp.* [14]

Ngô Sĩ Liên và sử quan Lê đều chép Thục Phán "đóng đô ở Phong Khê (nay là thành Cổ Loa). . . . Bấy giờ Thục Vương đắp thành ở Việt Thường, rộng nghìn dặm, cuốn tròn như hình con ốc, cho nên gọi là Loa Thành. Lại có tên là thành Tư Long (người nhà Đường gọi là Côn Lôn, vì thành rất cao)."[15]

---

[14] Dư Địa Chí, số 9, số 10, bản dịch Phan Duy Tiếp-Hà Văn Tấn; *NTTT*, 1976:215-16, 557-58.

[15] *ĐVSK, NKTT*, I:6a, Thọ (2009), 1:156.

LOA THÀNH:

Một trong những bằng chứng mà sử quan Việt thường đưa ra để chứng minh sự hiện diện của An Dương Vương là di tích kinh đô Loa Thành.

1. Thành An Dương vương:

Lịch Đạo Nguyên (466 [472]-527) [sử dụng *Giao Châu Ngoại Vực Ký* (tk V-VI, đã tuyệt bản), cùng một cuốn *Giao Châu Chí khác]*. "Thành An Dương Vương" ở huyện Bình Đạo;

Nhạc Sử trong [Thái Bình] *Hoàn Vũ Ký* (q. 170) chép theo *Nam Việt Chí*: "thành An Dương vương, có 9 lớp, chu vi 9 lí."

2. Loa Thành, Cổ Loa:

Tên **Cổ Loa** (Ku-lo) thông dụng nhất. Theo Nguyễn Trãi, "Cổ Loa" là thủ đô Phong Khê của An Dương vương. [16]

---

[16] *Du Dia Chi [A Geographical Survey]* số 9 và số 10. *NTTT* (1976), 215-16; *ĐNNTC*, q. XIX, "Bắc Ninh;" (1997), 4: 91 [Cổ Loa] [53-151]) [1 thước TH: 33.33 cm. **1 trượng gồm 10 thước, tức 3.333 mét].** (ca. 1435) (Ha Noi: 1976), tr. 215-16.

Lấy tên từ làng Cổ Loa, tỉnh Phúc Yên thời Pháp thuộc. Sau thuộc huyện Đông Ngàn, Bắc Ninh. Di tích của Loa Thành còn ở xã Cổ Loa, huyện Đông Ngàn, phủ Từ Sơn, trấn Kinh Bắc đời Lê, thời Nguyễn thuộc tỉnh Bắc Ninh (*CMTB,* I:9a), môt thời gian đổi thành xã Quyết Tâm, huyện Đông Anh, tỉnh Vĩnh Phúc, nay là huyện Đông Anh, Hà Nội.[17]

Cổ Loa là Loa Thành (cité de la Conque); Bézacier, *Le Vietnam,* 1962, tr 14, 125-26) Ở đây còn tìm thấy những đầu mũi tên đúc bằng đồng.

[Theo ***Hậu Hán Thư*, Quận quốc chí** (q. 33, tờ 13; và **Mã viện truyện**, q. 24 [54], tr. 8b.) huyện Phong Khê, bị Mã Viện tách ra khỏi huyện Tây Vu năm 43, tức Kiến Vũ thứ 19 [43]; tr. 557-58

3. Khả Lũ (Ko-lu):

Lê Tắc chép thành có tên "Khả Lũ hay Khả Lâu." [18] Thế kỷ XVII, Cao Hùng Trưng trong *An*

---

[17] *ĐVSK, NKTT,* I:5b-6a, Thọ (2009), 1:156chú 2; Ngô Thời Sĩ, *Việt Sử Tiêu Án [VSTA],* (Sài Gòn: 1967), tr 17, 19; *CMTB,* I:9; (Sài Gòn 1965), 2:40-3; (Hà Nội: 1998), I:80.

[18] *ANCL,* I: Cổ tích, 1961:39; *CMTB* (Sai Gon: 1965), 2:43; (Hà Nội: 1998), I:114.

Nam Chí [ANC] chép Loa Thành của An Dương Vương hình trôn ốc. cũng gọi là thành Khả Lũ. [19]

Sử Lê không ghi.

4. Tụ Long, Tử Long hay **Tư long (Si-long):** [20]

5. Côn Lôn (Kun-lun cheng).

Đời Đường (618-906) gọi là thành Côn Lôn vì thành rất cao.[21]

6. Trung Qui (Zhong-gui).

---

[19] *CMTB,* (Hà Nội: 1998), I:114.

[20] *ĐVSK, NKTT,* I, Nhuong Tong (1944, 1964), tr 60, *CMTB,* II, (Sai Gon: 1965), 2:42-3; (Hà Nội: 1998), I:57, 80; [thuộc địa phận huyện Đông Ngàn, Bắc Ninh; một thời gian đổi tên mới là huyện Đông Anh, tỉnh Vĩnh Phúc]; Ngô Thời Sĩ, *Việt sử tiêu án* (Sài Gòn: 1967), tr 17; Phan Huy Chu, *Lich Trieu Hien Chuong Loai Chi, Dư Địa Chí, Kinh Bắc* (Sai Gon: 1972), *vol I, p.* 243; (Hà Nội: 1992), 1:106; ĐNNTC, q. XIX, "Bắc Ninh;" 1997, 4: 91 [Cổ Loa] [53-151])

[21] *ĐVSK, NKTT,* I:6a, Thô (2009), 1:156,, Giu (1967), 1:64-5.

"Trung Qui" có nghĩa Rùa trung thành ["Loyal Turtle."].[22]

7. Thành Chủ. (folktale).[23]

Thời nhà Minh (1368-1644), Hoàng Sâm [Tham] cũng ghi trong *Giao Quảng Ký* [một sách địa lý về Giao Châu và Quảng Châu] tên An Dương Vương và trị sở "Phong Khê."

> *"Nước Giao chỉ có ruộng Lạc, làm mùa theo nước thủy triều lên xuống; người hưởng hoa lợi của ruộng đó gọi là Lạc hầu, các huyện tự xưng là Lạc tướng. Về sau, con Thục vương đem binh đánh Lạc hầu, tự xưng là An Dương vương, đặt trụ sở ở Phong Khê."*[24]

---

[22] Ngo Thi Si, *Việt sử tiêu án* (Sài Gòn: 1967), tr 17; *ĐVSKTB*, NK, I:11, The (1997), tr 46; Trương Hồng Châu [1969], tr 26.

[23] Trương Hồng Châu [1969], tr 27.

[24] *CMTB*, I:9a, (Sài Gòn: 1965), 2:40-1.

Nhưng Phong Khê, theo truyền thuyết, chỉ đặt ra **sau** ngày Mã Viện [Ma Yuan] tái xâm lăng cổ Việt năm 43, bằng cách chia huyện Tây Vu (đông tới 33,000 hộ [nhà hay gia đình]), thành hai huyện Vọng Hải và Phong Khê. Viện còn xây dựng một thành có hình như con kén ở Phong Khê, gọi là Kiển Thành. [25]

Chẳng hiểu tại sao sử quan Việt chép lại việc "người Đường" ví thành Cổ Loa với rặng núi Côn Lôn chạy từ Tây Tạng-Tân Cương vào Hoa hạ, diện tích còn lớn hơn cả Việt Nam hiện nay.[26]

Hoàn vũ kí (thế kỷ X) của Yo Shi (Nhạc Sử, 930-1007), một sách "địa lý" đời Tống (960-1279) nói Cổ Loa có "9 lớp, chu vi 9 lí [4.5 kms]." Trong phần *Nam Việt Chí* (q. 170), nói An Dương Vương cai trị Giao Châu, được thần nhân Cao Lỗ giúp chế tạo nỏ thần, bắn ra một phát giết được vạn người [Việt], ba phát ba vạn người. Triệu Đà mang quân sang đánh, bị bại vì nỏ thần, rút về đóng ở Vũ Ninh. Sau sai con trai là Trọng Thủy sang làm con tin, xin giao hảo. Trọng

---

[25] *ĐVSK, NKTT,* III:3b, Thọ (2009), 1:185; *CMTB,* II:14b, (Sài Gòn: 1967), 2:196-97)

[26] *ĐVSK, NKTT,* I:6a, Thọ (2009), 1:156; *CMTB,* II:9, (Sài Gòn:1965), 2:42-3; *ĐVSKTB,* NK I:11ab, The (1997), tr. 46;

Thủy dụ dỗ được Mị Châu giúp ăn cắp nỏ thần, nên cuối cùng An Dương Vương thua chạy, mất nước.[27]

An Nam Chí [*An-nan zhi]* của Cao Hùng Trưng [Gao Xiongzhong] (tk XVII) đời Thanh (Qing, Kangxi, 1661-1722) cũng ghi Loa Thành "xoay tròn 9 vòng," còn gọi là Khả Lũ thành—có lẽ dựa theo *An Nam Chí Lược* của Lê Tắc, từng được sử quan triều Nguyên khen ngợi là đầy đủ hơn *Sử Ký* của Tư Mã Thiên, và *Hán Thư* của Ban Cố; rồi phổ biến nhân dịp soạn thảo *Nguyên Nhất thống chí.*[28]

Cổ Loa [đọc là Ngộ Ca], có thể do người Minh đặt ra trong khoảng 1407-1427 (xây dựng, tu bổ lại 39 thành, kể cả Cổ Loa thành, Chi Lăng cổ thành, Thị Kiều cổ thành).[29]

Trên thực địa, di tích thành đất, bao gồm các làng cũ Cổ Loa, Thu Cưu, Gia Lộc, Đức Tú, và một phần làng Lương Quán, huyện Đông Anh, Hà Nội, với diện

---

[27] *CMTB,* I:17a-18a (Sài Gòn: 1965), 2:72-7.

[28] *CMTB,* II:9, (Sài Gòn: 1967), 2:42-3; *ANCL,* I: Cổ tích, 1961:39 [Việ], 24 [Hán] cols 20-21.

[29] Lê Văn Hoè (1966), tr. 43-4. *Ming shi-lu [Minh thực lục],* kỷ Thái Tông không nói rõ số thành được sửa chữa, xây đắp. Được nêu đích danh là thành Xương Giang, Đông Quan (Hà Nội), Chi Lăng, Pha Lũy, thành Cách (Ninh Bình), Thanh Hóa, Nghệ An.

tích khoảng 567 hectares [mẫu Tây], gần bằng kinh thành Huế. [30] Hạ bán thế kỷ XX, vẫn còn lại dấu vết ba [3] vòng thành đất không toàn vẹn, chu vi của vòng thành ngoài có thể rộng tới hơn 3 cây số. cùng hàng vạn mũi tên đồng, và nhiều di tích khác.

Tiếp tục công tác nghiên cứu khảo cổ của học giả Pháp, các nhà khảo cứu của Đại học Tổng hợp Hà Nội tìm thấy thêm hàng chục ngàn mũi tên đồng. Về vật liệu xây dựng, ngoài đất sét, đá, còn tìm thấy ngói cổ có "hoa văn" hình hoa sen. Loại ngói này phổ biến từ thời Đông Chu, nhưng tinh xảo hơn. Tìm thấy ở nhiều nơi, kể cả một số thành ở Hoa Lư. Chèm, v.. v... có lẽ ở vào thời kỳ đồ sắt.[31]

Vòng ngoài cùng hình dạng không đều, trải dài 2.8 cây số từ đông qua tây, và 2 cây số theo hướng bắc-nam. Chu vi khoảng 7.6 cây số. Hướng tây bắc, vòng thành bị đường xe lửa Hà Nội-Lào Cai xuyên qua giữa vòng thành ngoài cùng và vòng giữa. Vòng

---

[30] *Dư Địa Chí*, phụ chú số 9; *NTTT* (1975), tr 557-58; *ĐVSK, NKTT*, I:5b-6a, Thọ (2009), 1:156 chú 2; *CMTB*, I:9ab, (Sài Gòn: 1965), 2:40-3; (Hà Nội: 1998), 1:79; Bezacier, *Le Viet Nam*, 1972, pp. 247-49.

[31] Bézacier, *Le Vietnam* (1972), pp 14, 125-26; Trương Hoàng Châu, *NCLS* (Hà Nội), 129 (2/1969), tr 26-41.

thành ngoài hầu như bị san bằng không chỉ vì thời gian, mà vì vật liệu được dùng để đắp nền cho đường rầy xe lửa. [On the northeastern side, where the Ha Noi-Lao Cai railroad cut through the interval space between the outer and middle walls, the outer enclosure almost disappears, not only because of erosion, but also because its soil was used to build the road bed].

Vòng đai giữa, hình trái soan, có chu vi 6.5 cây số, và chưa bị phá hoại như vòng ngoài. Ở phía bắc, vòng thành này hầu như còn nguyên vẹn, cao khoảng 12 mét tây. Bên trên cùng, mặt thành rộng khoảng 4 mét, và chân thành dầy gấp 5 lần [khoảng 20 mét]. Phía đông nam có một bãi cỏ rộng, có lẽ là chỗ diễu binh. [On the southeastern side, the enclosure forms a nearly right angle along the north and west sides of a large prairie (E). This prairie has been assumed to be a troop maneuvring field].

Phía tây bãi cỏ, có những gò đất cách nhau trung bình 12 mét. Ba cửa thành đông, tây và nam đánh dấu bằng một ngôi miếu nhỏ [shrines, *miao]*. Cửa đông đối diện mặt tiền chùa Lương Quán, gần ga xe lửa Xuân Kiều. Theo truyền thuyết đây là trại nuôi voi. Cửa thành phía tây có một con đường mòn dẫn vào xóm nội thành. [The west gate opens for a path-road leading to a hamlet inside the enclosures]. Cửa nam dẫn đến khu chợ ngoài vòng thành, cách một cây cầu.

Không còn dấu vết cửa bắc. Vòng thành trong cùng, hình chữ nhật, bị tàn phá nặng. Dài 0.5 cây số từ đông qua tây, và 350 mét, bắc nam. Bụi rậm leo mọc, nên chỉ có không ảnh mới giúp tìm ra dấu vết. Tầng thành này còn những trụ đất có thể là nền của hỏa hồi [tháp quan sát hỏa tai *(fire watch towers)*.]

"Hoàng cung" bao gồm lãnh thổ hai xóm Chùa và Chợ của làng Cổ Loa. Tại trung tâm thành có một ngôi đình [*a communal temple*] và chùa, theo trục nam bắc. Miếu thờ An Dương Vương nằm ở góc tây nam của hoàng cung. Tuy nhiên, chưa biết được ngày các công sự trên được dựng lên.

Vấn đề nghiên cứu Loa Thành phần nào phức tạp vì Ngô Quyền (938-944)—được sử quan Lê gọi là "Tiền Ngô" so với hai vua "Hậu Ngô" Xương Ngập và Xương Văn—đóng đô ở Cổ Loa. Ngoài ra, trong thời Minh thuộc (1407-1428), quan tướng Ngô xây dựng, tu bổ lại một số thành lũy, kể cả thành Cổ Loa [đọc là Ngộ Ca], và Thị Kiều.[32]

---

[32] *ĐVSK, BKTT*, V:20b, Thọ (2009), 1:245; Trương Hoàng Châu, "Chung quanh vấn đề tòa thành đất cổ trên đất Cổ Loa;" *NCLS* (Hà Nội), 129 (2/1969), tr 26-41. Trong *Lam Sơn Thực Lục [LSTL]*, nho thần Hậu Lê ghi là quân Minh xây "trên mười thành," chia quân đóng giữ để trấn áp lòng người; *NTTT*, 1976: 48 [44-74]. Lê Văn Hoè (1966), tr. 43-4.

Ngoài dấu vết ba [3] vòng thành đất, còn phát hiện nhiều mũi tên đồng, và ngói cổ có "hoa văn" hình hoa sen. Loại ngói này phổ biến từ thời Đông Chu, nhưng tinh xảo hơn. Tìm thấy ở nhiều nơi, kể cả một số thành ở Hoa Lư. Chèm, v.. v... Qua việc quan sát, thấy có lẽ ở vào thời kỳ đồ sắt.

[Tường thành đời nhà Hán có hình vuông; sau hình chữ Nhật.

Đáng ghi nhận là ngoài di tích khảo cổ của Loa Thành phát hiện trong thế kỷ XIX và XX, nhiều tư liệu Trung Hoa—kể cả những chính sử như *Hậu Hán Thư* của Phạm Việp đời Lưu Tống (420-477), và các tác giả đời Đường (618-907), Nam Bắc Tống (960-1126, 1126-1279) đều nhắc đến An Dương Vương, Loa Thành, cùng cuộc xâm chiếm của Triệu Đà từ 210 TTL tới khoảng 206 TTL.

Sự nghiên cứu Cổ Loa cùng các thành thị cổ tại bán đảo Đông Dương—như Vijaya [sau này là Chà Bàn, Phật Thệ hay Hoàng Đế Thành] ở Tuy Viễn, Bình Định; hay Angkor Wat gần Battambang, Kambojas—có tầm quan trọng lớn. Thành trì là một trong những chứng tích quan trọng của chu trình tiến hóa và biệt phân xã hội. Một mặt, giai tầng cai trị tích lũy của cải gần chỗ cư ngụ, tập trung quân lực và viên chức hành chính để thu thuế, tự vệ, đề phòng bị tấn công từ các trung tâm quyền lực khác, hoặc nội loạn trong nội bộ.[33]

Đây cũng là một điều kiện cần, dù chưa đủ, cho sự hình thành quốc gia. Từ những thành trì này, quân đội được gửi đi chinh phục (hoặc chinh thảo, nếu muốn] những vùng đất lân cận, thu thuế và kiểm soát dân chúng. Từ Hùng Vương tới An Dương Vương, sự hiện hữu của Loa thành có khả năng chứng minh một bước tiến đáng kể trong tiến trình lập nước.

Vì thế, có tác giả cho rằng An Dương vương là một tác nhân lịch sử, cai trị ít nhất khoảng ba năm, từ 210 tới 208 TTL, và Thục Phán có gốc "bản địa." (Ai

---

[33] Lê Quí Đôn, *VĐLN,* III: Khu Vũ Loại, **số 85.** tr 16**8-71,** [167-68] Trưng Vương và Đông Hán [Mã Viện sang bình nam mới lập ra thành quách, tỉnh ấp. Dẫn *Đông Hán Chí*: bảy quận ở Giao Chỉ Bộ, 56 thành. Hai quận Chu Nhai và Đam Nhĩ bị Hán Nguyên Đế (49-33 TTL) bỏ năm 38 TTL.[168]];

Giao Chỉ: Theo *Hậu Hán Chí* là An Dương Vương quốc. [tr. 169].

Long Biên: Theo *Giao Châu Ký*: huyện giới là sông, co Tiên sơn; Tam hồ có dòng nước chảy vào sông Nguyên; Liên Lâu, An Định, Câu Lậu, Mê Linh, Bắc Đái, Kê Từ, Tây Du, Chu Diên, Phong Khê, Vọng Hải.

Lao Di, dòng giõi, con cháu vua Hùng) [Nếu vậy, thời Bắc thuộc có thể khởi đầu từ năm 198 TTL, hoặc 179 TTL tới năm 907 TL]. 198 TTL là năm có thông tin Triệu Đà, cựu huyện lệnh Long Xuyên, quận Nam Hải, khuất phục các nước lân cận, đặt ra vương quốc Nan Yue [Nam Việt], và tự xưng Hoàng Đế, coi mình ngang hàng với Liu Bang, tức Han Gaozu [Hán Cao Tổ, [206] 202-196 TTL ở Luoyang [Lạc Dương]. Năm này, Đà cũng sai hai đại diện [điển sứ] qua cổ Việt để giám sát tình hình. Tư liệu Trung Hoa không đồng nhất về số đại diện. Có người nói Đà gửi hai sứ giả qua hai quận Giao Chỉ và Cửu Chân. Nhưng cũng có tin số đại diện của Đà lên tới ba người, trú ngụ ở Giao Chỉ, Cửu Chân, và Nhật Nam. [34] Thực ra, chẳng có bằng chứng đích thực nào. Sima Qian [Tư Mã Thiên] hoàn toàn im lặng sau thông tin nhà Tần [Qin] lập nên ba quận Nam Hải, Quế Lâm và Tượng Quận ở đông nam Hoa lục, tức châu thổ hạ lưu Trường Giang (Dương Tử, Yangzi) và sông Châu [Zhujiang] trước khi Doanh Chính chết năm 210 TTL. Một thế kỷ sau, gia đình Ban Cố chép trong *Hán Thư* (thường gọi là *Tiền Hán Thư*) rằng nhà Tần đã chia Tượng Quận [*Shang Commandery*] làm ba quận nhỏ hơn: Jiao Zhi

---

[34] Aurousseau, "La première conquête," *BEFEO*, XXIII (1923), tr. 213n3, 239-40 [nhà Thục tồn tại 3 năm]; Đinh Văn Nhật, " Đi tìm quê hương cũ của An Dương Vương Thục Phán." *NCLS*, số 166 (2/1/1976), tr. 71 [65-83, 87].

[Giao Chỉ], Jiu-Zhen [Cửu Chân], và Ri-Nan [Nhật Nam]. [35] Một nguồn tin khác, tức *Hou Han Shu [Hậu Hán Thư]* của Phạm Việp hay Điệp, cho rằng quận Nhật Nam chỉ được Lộ Bác Đức tách ra khỏi Cửu Chân, lập nên một huyên mới ở phía nam năm 111-110 TTL, (đời Lưu Triệt hay Hán Vũ Đế, 140-87 TTL), hoặc do Mã Viện lập ra sau khi đả bại cuộc khởi nghĩa của Hai Bà Trưng (40-43).

Dưới thời Pháp thuộc học giả "Bảo hộ" cũng ra công nghiên cứu về An Dương Vương và nhà Thục. Léonard Aurousseau sử dụng và trích dẫn nhiều tư liệu cổ Trung Hoa để kết luận An Dương Vương là tác nhân lịch sử; nhưng vương quốc Âu Lạc chỉ hiện

---

[35] Lê Quí Đôn, *VĐLN*, III: số 85, Khu Vũ Loại, 1973:168 [168-71] [Mã Viện sang bình nam mới lập ra thành quách, tỉnh, ấp]; *Hậu Hán Thư*: Giao Châu gồm 7 quận: Nam Hải (7 thành), Thương Ngô, 11 thành), Uất Lâm, 11 thành; Hợp Phố, 5 thành, Giao Chỉ, 12 thành: Long Biên, Liên Lâu, An Định, Câu Lậu, Mê Linh, Khúc Dương, Bác Đái, Kê Từ, Tây Vu, Chu Diên, Phong Khê (có đầm Long Môn, nước sâu 100 tầm, cá lớn vượt lên được cửa ấy hóa rồng; có sông Tiền Tầm, vướng núi chia làm 99 dòng, chảy dài hơn 300 dặm hợp lại làm một cửa, Vọng Hải. *Hậu Hán Thư*: ***Giao Chỉ thành tức An Dương Vương quốc [1973: 168-69];*** Tự Đức và sử quan Nguyễn tin rằng Thục Phán là người ngoại quốc, nên chép chung vào cuộc xâm lược của nhà Tần và Triệu Đà. (*CMTB*, I:8, (Sài Gòn: 1965), 2:38-9.

diện vào cuối nhà Tần, đầu nhà Hán (có lẽ từ 210 TTL tới 207 TTL). Nghiên cứu công bố năm 1923 của Aurousseau khiến Henri Maspéro thường rẻ rúng An Dương Vương là một nhân vật huyền thoại, không y cứ trên một tài liệu khả tín nào phải chịu lùi nửa bước, thừa nhận Thục Phán là tác nhân bán huyền thoại. [36]

Hầu hết các tư liệu đều đồng ý Phong Khê là tên huyện hay huyện lỵ cũ Đông Ngàn, phủ Từ Sơn, trấn Kinh Bắc đời Hậu Lê (1428-1527), tức tỉnh Bắc Ninh đời Nguyễn (1802-1889, 1889-1955). CMTB, I:9a, (Hà Nội: 1998), 1:79. Theo tư liệu Hán, huyện Phong Khê do Mã Viện tách ra khỏi huyện Tây Vu năm 43, vì dân số quá đông, vượt trên 33,000 hộ [gia đình, nhà] Nhưng có thể đây cũng là một thủ thuật chia để trị

---

[36]Aurousseau, "La première conquête," *BEFEO* (1923), XXIII, pp. 181, 201-213n3, 239-40 [nhà Thục tồn tại 3 năm]; Maspéro, "Bulletin Critique;" *T'Oung Pao,* vol. 23 (1924), pp. 373-79 [An Dương Vương cao lắm được xếp hạng như nửa thần thoại]; Idem., "Etudes d'histoire d'Annam. I. La dynastie des Lí antérieurs (543-601);" *BEFEO,* XVI (1916-1917), p 19 [1-26]: [lịch sử nhà Tiền Lí cơ bản là huyền thoại Triệu Quang Phục; mà nội dung trước đó đã được kể trong truyện An Dương Vương; và tuyệt đối chẳng có cơ sở lịch sử nào [et elle n'a absolument aucun fondement historique. Sáu thế kỷ trước, Lê Tắc cũng chỉ xếp hạng Thục Phán như huyền thoại; *ANCL,* I, p. 39 (Vietnamese), p. 24 (Chinese).

của Mã Viện, nhằm phân tán lực lượng kháng Hán của Hai Bà Trưng sau cuộc khởi nghĩa 40-43.

Trên thực địa, còn thấy di tích Loa Thành của An Dương vương, ở xã Cổ Loa, nay là huyện Đông Anh, Hà Nội.[37]

Các thành thị Việt Nam liên hệ chặt chẽ với vai trò chợ búa. Hà Nội, chẳng hạn, một thời được biết như "Kẻ Chợ."

Vai trò tôn giáo của Cổ Loa chưa được tìm hiểu rõ ràng. Người cổ Việt vốn theo bái thần vật [*animism*], theo đó bất cứ vật gì hiện hữu trên mặt đất đều có phần hồn [soul, hay spirit] của nó. Mưa, gió, bão, sét, sông, biển, núi, cây, động vật, hay người, v.. v.. đều có những thần [*spirits*] hay tinh/ma [*ghosts, demons*] liên hệ. Những tục ngữ như "vị thần mà nể cây đa," [*The banyan tree is respected because it is the residence of the spirits*], hay lễ cúng kiến cầu mưa, cưới vợ cho Hà bá [thần sông] còn được tiến hành tới khoảng thế kỷ XV. Năm 1425 khi mở chiến dịch đánh quân "Ngô" ở Nghệ An, Lê Lợi ([10/9/1385] 29/4/1428-5/10/1433) từng gả một vợ lẽ của mình cho Hà Bá Triều Khẩu; vì

---

[37] Phạm Việp et al., *Hậu Hán Thư, Quận quốc chí* (q. 33, tờ 13); và Mã viện truyện, (q. 54, tr. 8b); dẫn trong Dư Địa Chí, phụ chú số 9; *NTTT* (1976), tr. 557-58; *ĐVSK, NKTT*, I:5b-6a, Thọ (2009), 1:156 chú 2; *CMTB*, I:9a, (Hà Nội: 1998), 1:79;

thế trước khi chết, sai Nguyễn Trãi viết lại sự tích này, bỏ vào hộp son khóa kỹ hầu lưu lại hậu thế lý do bỏ con trưởng Tư Tề, đã trưởng thành, lập thái tử Nguyên Long (1422-7/9/1442), mới 11 tuổi lên ngôi—tức Lê Thái Tông (20/10/1433-7/9/1442), người muốn được bước lên ngang hàng các thánh chúa Nghiêu Thuấn, nhưng thực tế trở thành một bạo chúa hoang dâm, hiếu sắc, đưa đến cái chết bi thiết của Nguyễn Trãi cùng bao khai quốc công thần khác. Hàng ngũ các thần linh hay ma qui rất đông, từ đá thần, cây thiêng, hay các gia súc (chó, mèo, trâu, gà) thành tinh, hay các thú dữ như rắn, cọp, chồn, sông ngòi, v.. v ..

Mới đây, những di vật khảo cổ còn khiến nhiều hơn một tác giả phỏng đoán về tục hỏa táng tại cổ Việt trước khi Phật giáo du nhập, và ngay cả thờ cúng ***linga.*** Á hầu Nguyễn Trãi theo truyền thuyết là nạn nhân của một vụ rắn báo oán vì đã cho lệnh khai quang một góc vườn, gây nên cái chết của mẹ con một con rắn thành tinh—hồn oan con rắn hóa thành cô gái bán chiếu xinh đẹp, quyến rũ Nguyễn Trãi lấy làm vợ lẽ, hầu tìm cách trả thù. Phan Huy Chú còn ghi lại lời đồn hai mạng sườn Thị Lộ có những dấu vẩy rắn. Thực ra, vụ thảm án Lệ Chi Viện có lẽ bắt nguồn từ âm mưu tranh giành quyền lực ở hậu cung, giữa các phe phái muốn đưa con trai mình lên ngôi, hay được vua yêu thích.

Khi du nhập vào Việt Nam hay Trung Hoa, Phật Giáo còn mang theo những nghi thức tế lễ như thờ tượng Phật mà cả Lão và Nho giáo đều bắt chước, cùng những huyền thoại về thoát xác đầu thai. Một cao tăng đã đầu thai làm vua Trung Hoa, nên phải lấy nước giếng ở chùa cũ mới rửa sạch hàng chữ nói về kiếp trước của vua. Hay Từ Đạo Hạnh đầu thai làm Lý Tương Dực; rồng vàng chui vào nách nguyên phi Nguyễn Thị Huyên tự Hằng ngày sinh ra Hoàng tử Chanh, tức Lê Hiến Tông (2/3/1497-4/7/1504), vì vua vốn là sao Thiên Lộc cầu tự được. [38]

---

[38] Nguyen Ngoc Chuong, "Thu tim hieu Mot so Van De Hoa Van Tren Trong dong Ngoc Lu;" *NCLS*, 141 (Nov 1971), tr 30ff; Le Van Lan, "Ve Mot Hinh thuc Sinh hoat Van hoa Tinh Than o thoi dai cac Vua Hung;" *NCLS*, 130: 1-2 (Jan-Feb 1970), pp. 35-44; Idem., "Ve tuc Hoa tang o thoi dai cac Vua Hung;" *NCLS*, 132 (May-June 1970), pp. 74-80.

As for the rituals, a conventional view of researchers has been that the Viets worshipped various types of Spirits, including those of stones, trees, animals, rivers, etc. Recently, the relics of burial urns *(tho)*, drums *(trong)*, jar *(thap)* and statues *(tuong)*, either in stone or bronze, have prompted a writer to suggest that the ancient Viets practiced cremation and worshipped a sort of *linga* in the Hong Bang period.(Chuong, "Hoa Van," pp. 30ff; Le Van Lan, "Ve Mot Hinh thuc Sinh hoat Van hoa Tinh Than o thoi dai cac Vua Hung;" *NCLS*, 130: 1-2 (Jan-Feb 1970), pp. 35-44; and "Ve tuc Hoa tang o thoi dai cac Vua Hung;" *NCLS*, 132 (May-June 1970), pp 74-80.

Tài lliệu khảo cổ về nhiệm vụ tế lễ tôn giáo của Loa Thành vẫn còn im lặng. Vì tường thành Cổ Loa có hình xoắn tròn như vỏ ốc, có người suy đoán rằng An Dương vương có thể liên hệ đến loài ốc hay ốc sên [snail]. Những cuộc tranh luận về vật tổ sơ khai một thời khá gay gắt. Bạch Hạc (white crane], chim Lạc, chim Ưng [Hawk], chim hậu điểu, hổ, nai [deer], cá sấu hay thuồng luồng [crocodile], rồng [dragon], rắn [snake], cóc [toad], dâu [strawberry] và ngay cả trầu cau [areca palms], đã được đề nghị. (a) a. Cóc, có tên khoa học bufa vulgaris, có bề ngoài xấu xí, nhưng được ví von như "cậu Ông Trời," nhưng có khả năng tiên đoán mưa hay hạn hán [*rain forecaster*]. Mỗi lần cóc mở miệng kêu, trời thường mưa.[39]

---

[39] Về vấn đề tô-tem, xem Dao Duy Anh, *Viet Nam Van Hoa Su Cuong* (Hanoi: 1944) and *Van De An Duong Vuong va Nuoc Au Lac* (Hanoi: 1957); Van Tan, "Vai Y Kien doi voi Nhan Dinh cua Ong Dao Duy Anh ve van de To-Tem cua nguoi Viet Nguyen Thuy;" *NCLS*, 2:4 (April 1959), pp. 10-25; Binh Nguyen Loc, *Nguon Goc Ma Lai cua Dan Toc Viet Nam* (Saigon: 1971), pp. 768-69; Nguyen Ngoc Chuong, "Thu tim hieu Mot so Van De Hoa Van Tren Trong dong Ngoc Lu;" *NCLS*, 141 (Nov 1971), pp. 30, 33.

The religious function of the citadel also remains unknown, since the debate on the intellectual life and rituals of the ancient Viets is still unsettled. Researchers, both French and Vietnamese, have discussed certain "totems" at length. White crane (*back hac*), various birds, tiger, deer, crocodile *(giao long), "cau ong Troi"* or The Uncle of Heaven, namely toad *(coc),* and even areca palms *(trau cau)* have been suggested.(The toad *(coc)* has its scientific name of *bufa vulgaris*. It is seen as the ugliest animal on the earth. *"Xau nhu coc,"* for instance, refers to the "not-beautiful girl." Coc, however, is the peasants' rain forecaster. When the toads open their mouth, the peasants know that it is going to rain. Probably, thanks to this qualification, the toad is referred to as "The Uncle of the Heaven." Also, probably because it helps to kill the insects—"an old sac of knowledge" of agricultural activities? On the question of "totems," see Dao Duy Anh, *Viet Nam Van Hoa Su Cuong* (Hanoi: 1944) and *Van De An Duong Vuong va Nuoc Au Lac* (Hanoi: 1957); Van Tan, "Vai Y Kien doi voi Nhan Dinh cua Ong Dao Duy Anh ve van de To-Tem cua nguoi Viet Nguyen Thuy;" *NCLS,* 2:4 (April 1959), pp. 10-25; Binh Nguyen Loc, *Nguon Goc Ma Lai cua Dan Toc Viet Nam* (Saigon: 1971), pp. 768-69; Nguyen Ngoc Chuong, "Thu tim hieu Mot so Van De Hoa Van Tren Trong dong Ngoc Lu;" *NCLS*, 141 (Nov 1971), tr 30, 33.

Meanwhile, it has been commonly held that An Duong Vuong was closely associated with the snail symbol. (Binh Nguyen Loc, "Ma Lai," tr 768-69, etc).

Nguyen Ngoc Chuong, inspired by the pictures engraved on the surface of the Ngoc Lu bronze drum, have added the "rice rituals," including the most important ceremony of "praying for rain."(Chuong, "Hoa Van," tr 30, 33).

Trong những tế lễ cầu đảo trong dân gian, quan trọng nhất có lẽ là lễ cầu mưa. Tại cổ Việt, nhất là dưới thời nhà Lý (1009-1226) có một hệ thống chùa *Tứ Đại Thiên Vương*—tức thờ các nữ thần mây [Pháp Vân, *cloud*], mưa [Pháp Vũ, *rain*], thần sấm [Pháp Lôi, *thunder*] và sét [Pháp Điện, *lightning*]. Năm 1011, Lý Công Uẩn cho xây chùa *Tứ Đại Thiên Vương* ở ngoại ô thành Thăng Long. [40]

---

[40] *DVSK, BKTT,* III:5a, Tho (2009), 1:298

The rain praying ceremonies were gradually imported into the Buddhist services. Under the Ly dynasty, four temples relating to the rain prayers were built near the capital of Thang Long—i.e., the Phap Van [cloud], Phap Vu [rain], Phap Loi [thunder] and Phap Dien [Lightning]. The others were erected at Thuan Thanh (Bac Ninh), My Van in Hai Duong. Among the most famous were the Dau temple (Phap Van Tu) at Thuan Thanh (Bac Ninh), Dau (Phap Vu) at Thuong Tin in the province of Ha Tay, or Thai Lac (Phap Van) in Hai Duong. These rain praying pagodas reflected the adjustment of Buddhism with the local animism.

DVSK, BKTT, II:3a, Tho (2009), 1:297 [8 pagoda in Thien Duc prefecture], 5a, 1:298 [1011, Four Great Heavenly Kings Pagoda in the outskirt of the royal citadel; NKTT, III:10a, 1:193 [early in the third century, several dozens of priests of Huren origins walked on both sides of Shi Xie's carriage when he traveled].

Nevertheless, no artifact in the Co Loa era has yet been found to confirm its ceremonial role.

Đặc điểm vượt trội của Cổ Loa là nhiệm vụ quốc phòng, và giữ an ninh cho quan lại thuộc địa Hán. Suốt thời Bắc thuộc, một trong những mối quan tâm của các viên chức thuộc địa Trung Hoa là vỗ yên dân "man di." Triều đình các đời trú đóng một lực lượng quân sự đáng kể người Hoa hay thổ binh (theo sách lược dĩ man trị man) để duy trì trật tự. Nhưng ngay chính lực lượng quân sự nòng cốt của thuộc địa này cũng hơn một lần "nổi loạn." Lý Bí hay Lý Bôn (1/542-13/4/548), Giám quân quận Cửu Chân, đới Lương chỉ là một thí dụ. Tô Định (34-40) có thể kể như thái thú đầu tiên bị đánh đuổi khỏi "Giao Chỉ," nhưng chưa phải cuối cùng. Khó thể đếm hết những cuộc nổi dạy, chiếm đoạt lị sở hay thành trì quận huyện. Giai đọan từ Lưu Tống, Tề, Lương, tình hình Giao Châu cực kỳ bất an. Dựa trên các tư liệu TH và sách giáo khoa bậc đồng ấu và tiểu học bằng Việt ngữ, học giả thế giới chỉ sao đi chép lại cách diễn tả ước lệ như "có khoảng 10 cuộc nổi loạn lớn của dân An Nam trong hơn ngàn năm bắc thuộc." Thực ra, ngay các tướng quân hay quan viên thuộc dịa Hán phải nhiều lần ngán ngẫm tuyên bố "dân Giao Chỉ ưa làm loạn." Không ít trưởng lại bản xứ, huyện lệnh, và ngay cả các thái thú, thứ sử người Hán đã bị đánh đuổi hay giết chết. Đời Đường, Lữ Tổ Thượng không chịu qua An Nam Đô hộ phủ, cam tâm chịu chém đầu. Một tôn thất làm đô hộ An Nam chết vì buồn và bệnh. Lại có các thứ sử quá ham đọc sách, bị quan tướng giết chết. Giao châu mục của Giao Châu hay Giao Chỉ đầu tiên là Trương Tân [Zhang Xin] bị Khu Cảnh giết vì chỉ ham đội khăn đỏ, đọc sách đạo ở Phiên Ngung. Ngoài ra, còn những cuộc trao đổi cướp phá với Champa [Lâm Ấp, hay Chiêm Thành], cùng các sắc tộc ở tây và tây bắc. Sĩ Tiếp hay Nhiếp (Shi Xie, [137] 187-226) chỉ làm thái thú Giao Chỉ, nhưng khi di chuyển có chiêng trống dọn đường, vợ con ngồi xe kiệu, hàng chục Hồ nhân đốt hương đi hầu hai bên xe, uy nghi chẳng kém Triệu Đà.

["xuất nhập minh chung khánh, già tiêu cổ xụy, xa mã mãn đạo, giáp cốc phần hương giả, thường hữu số thập, thê thiếp thừa tri bình, tử đệ tùng binh kỵ, đương thời quí trọng, chấn phục bách man, Úy Đà bất túc du giã." (ĐVSKTB, NK, III:16, The (1997), tr. 82-83 [có "Hồ nhân"];

["xuất nhập minh chung khánh, già tiêu cổ xụy, xa mã mãn đạo, giáp cốc phần hương giả, thường hữu số thập, thê thiếp thừa tri bình, tử đệ tùng binh kỵ, đương thời quí trọng, chấn phục bách man, Úy Đà bất túc du giã." ĐVSK, NKTT, III:10ab, Thọ (2009), 1:193, Giu (1967), 1:100-1; *ANCL,* VII, pp. 145-46

[Sĩ Nhiếp] [không có "Hồ nhân"]; *CMTB,* I:30-32 (Sài Gòn: 1967), 2:258-67 [vắn tắt hơn nữa.[41]

Tổ tiên Sĩ Tiếp/ Nhiếp gốc nước Lỗ, sau chạy loạn Vương Mãng sang Giao Chỉ, lập nghiệp ở Thương Ngô. Đến đời thứ sáu, cha Sĩ Tiếp là Tứ được Lưu Chí (Hoàn Đế, 1/8/146-25/1/168) cử làm Thái thú Nhật Nam. [Tình hình Nhật Nam-Cửu Chân loạn lạc không ngừng, từ năm 137-138, 144].

Trầm trọng nhất là cuộc nổi dạy năm 157-161 của **Chu Đạt,** rồi đến cuộc nổi dạy của dân Ô Hử [Wuhu] từ 170 tới 181. Năm 184, binh sĩ nổi dạy, bắt thái thú Laida, giết chết Thứ sử Chu Ngung, cử người đến triều đình ở Lạc Dương xin cử một thứ sử khác. Tam phủ cử Giả Tông [Jia Zong] xuống làm thứ sử. Giả

---

41 Ngô Chí, tức *Sanguozhi [SGZ/TQC],* [Chen Shou, Records of the Three Kingdoms], q 49: Wushu; Taylor, 1983:70.

Lê Tắc, An-Nam Chí Lược, Bk VII, pp. 145-46 [Sĩ Nhiếp]: Sau khi Chu Phù và Trương Tân bị giết, các châu quận nổi dạy, vua Hán gửi chiếu phong Sĩ Nhiếp làm Tuy Nam tướng quân, coi lãnh cả 7 quận Giao Chỉ để chống lại Lai Cung của Lưu Biểu. Nhiếp tiếp tục cống hiến vua Hán. Được phong chức An viễn tướng quân, Long độ đình hầu. Nhưng năm 220 [210], anh em Sĩ Nhiếp tuần phục nhà Đông Ngô. Tiếp đón thứ sử của Ngô là Bộ Chất. Ngô Tôn Quyền phong Nhiếp làm Võ vệ tướng quân, Long Biên hầu. Nhiếp gửi con là Khâm qua TH cống lễ. *ĐVSK, NKTT,* III:10b-11a, Thọ (2009), 1:194; Giu (1967), 1:101; *CMTB,* II:30-32; (Sài Gòn: 1967), 2:259-67)

Tông cho người thăm hỏi nhân tình, thay thế những quan xấu, dẹp yên. Nhưng năm 192, dân Chàm chính thức được tự chủ)

Tiếp từng du học ở kinh đô nhà Hán, say mê sách diễn giải Xuân Thu của Tả Khâu Minh [Zuo Qiu-ming]. Được cử làm hiếu liêm [*xiaolian*], bổ làm quan, nhưng bị cách chức. Sau mãn tang cha, đỗ Mậu Tài [*mao cai*], được bổ làm huyện lệnh huyện Vu Dương, rồi làm Thái Thú Giao Chỉ.[42]

Sau khi Chu Phù và Trương Tân bị giết năm 207, các châu quận nổi dạy, vua Hán gửi chiếu phong Sĩ Nhiếp làm Tuy Nam tướng quân, coi lãnh cả 7 quận Giao Chỉ để chống lại Lai Cung của Lưu Biểu ở Kinh

---

[42] *Tam Quốc Chí, Ngô thư, q 49/4: Sĩ Tiếp truyện, ANCL,* VII, 1961:145-146; *ĐVSK, NKTT*, III:7b-12b, Thọ (2009), 1:190 [190-95], Giu (1967), 1:98; *ĐVSKTB,* Ngoại Kỷ, III:13b-15; The (1997), tr.80-1; *[có lời bàn của Ngô Thì Sĩ về Sĩ Tiếp, so sánh với 4 đời Đào Hoàng, 3 đời Đỗ Viện];* tước bỏ chức vương của Sĩ Tiếp [*Shi Xie,*137-226], không chép làm một kỷ; III:14ab, tr 81]; CMTB, II:29, 30a-32a, (Sài Gòn: 1967), 2:254-257, 258-267; (Hà Nội: 1998), I:131, 132-133 [Tự Đức đồng ý tước bỏ chức vương, không chép Sĩ Tiếp (Shi Xie, 137-226) làm một kỷ riêng, vì Tiếp chỉ là một thái thú nhà Hán, chưa từng xưng vương, không hợp với nguyên tắc chép Cương Mục của Zhou Xi [Chu Hy], *CMTB*, II:29ab, (Sài Gòn: 1967), 2:254-57; (Hà Nội: 1998), 1:131); TTKim, *VNSL,* I:42-44;

Châu. Tiếp đều đặn cống hiến vua Hán. Được phong chức An viễn tướng quân, Long độ đình hầu.[43]

Đặc điểm vượt trội của Cổ Loa là nhiệm vụ quốc phòng. Suốt thời Bắc thuộc, một trong những mối quan tâm của các viên chức thuộc địa Trung Hoa là vỗ yên dân "man di." Triều đình các đời trú đóng một lực lượng quân sự đáng kể người Trung Hoa hay thổ binh (theo sách lược dĩ man trị man) để duy trì trật tự. Nhưng ngay chính lực lượng quân sự nòng cốt của chế độ thuộc địa này cũng hơn một lần "nổi loạn." Lý Bí hay Lý Bôn, Giám quân quận Cửu Chân, chỉ là một thí dụ. Tô Định có thể kể như thái thú đầu tiên bị đánh đuổi khỏi "Giao Chỉ," nhưng chưa phải cuối cùng. Bởi thế, khó thể đếm hết những cuộc nổi dạy, chiếm đoạt lị sở hay thành trì quận huyện. Đời nhà Đường, Lư Tổ Thượng chán ngán chức đô hộ An Nam đến độ chịu chết hơn nhận chức. Sử sách Trung Hoa nhiều hơn một lần khẳng định chỉ những tham quan ô lại, tìm đủ cách vơ vét làm giàu mới nhận những "phì huyện" như Giao Chỉ, Nam Hải, Cửu Chân, Nhật Nam, v.. v..

---

[43]*ANCL,* q. VII, 1961:145-146: *ĐVSK, NKTT,* III:10b-11a, Thọ (2009), 1:194, Giu (1967), 1:101; *CMTB,* II:30-32; (Sài Gòn:1967), 2:259-67.

Việc Ngô Quyền chọn Loa Thành làm kinh đô ít nhiều thay đổi cấu trúc của Loa thành, nhưng Maspéro và một số tác giả cho rằng Cổ Loa không liên hệ gì đến các vua cổ Việt, và thành trì tại cổ Việt chỉ xuất hiện từ thời Hán, nhất là Mã Viện, sau cuộc đánh dẹp Hai Bà Trưng, tái lập chế độ thực dân Đông Hán. [44]

Quan điểm này thống trị thời Pháp thuộc. Giáo sư Paul Wheatley, chẳng hạn, kết luận rằng thành trì tại cổ Việt là do sự du nhập và áp đặt của các chế độ phong kiến thực dân Trung Hoa. Hiện tượng đô thị hóa xảy ra ở cổ Việt là cánh tay nối dài của miền Hoa Nam. [45]

---

[44] Trương Hoàng Châu, "Chung quanh vấn đề tòa thành đất cổ trên đất Cổ Loa;" NCLS (Hà Nội), 129 (2/1969), tr. 38-9 [26-41];

[45] Paul Wheatly, "Urban Genesis in Mainland South East Asia," in R. B. Smith and W. Watson (ed.), *Early South East Asia* (New York: Oxford Univ Press, 1979), pp. 288-89, 292-95. [Cited henceforth as Wheatly, "Urban Genesis,"]. Also see Louis Bezacier, *Le Viet Nam* (Paris: 1972), pp. 247-49; Idem., "Conception du plan des anciennes citadelles-capitales du Nord Viet-Nam," *Journal Asiatique*, 240, pp. 185-95. [Cited henceforth Bezacier, Viet Nam and "Conception"]; Robert L Winzeler, "Ecology, Culture, Social Organization, and State Formation in Southeast Asia," *Current Anthropology*, 17:4 (Dec. 1976), p. 624. [Cited henceforth as Winzeler (1976)].

According to Wheatley, primary urbanization "takes place almost entirely within the framework of a core culture that develop, as the local cultures become urbanized and transformed, into an indigenous civilization. It has been a conventional view of Western geographers that urban genesis in Viet Nam took the form of "urban imposition." In Professor Paul Wheatley's words, it "reflected the extension into [the Viet territory] of symbolic and organizational patterns developed in South China."

Tuy nhiên, sự suy tàn của phong trào thực dân Tây phương khiến những nhà nghiên cứu cởi mở hơn trong việc xét định hiện tượng đô thị hóa ở các cựu thuộc địa. Sự du nhập các phát kiến văn hóa-xã hội từ những trung tâm cường quốc—như In-đi-a và Trung Hoa—khởi đầu chưa hẳn do sự áp đặt bằng vũ lực, mà có thể do ý muốn "lấy cái hay của người làm của mình" của các lãnh tụ Việt. Là một dân tộc chịu nhiều thảm họa xâm lược từ ngoài vào, và do nhu cầu tự vệ trong những cuộc nội chiến không ngừng từ ngày lập quốc, nhu cầu xây đắp thành lũy tự vệ—khởi đi từ những thành đất, lũy tre gai quanh làng, hay những chiến lũy ở nơi hiểm yếu—ngày một gia tăng. Người cổ Việt đã phát huy một khả năng sống còn khác với lân bang.

Recent archeological discoveries in Viet Nam and Asia, combined with the advance of archeological methods since 1950, have antiquated many established theories predominant in archeology and anthoropology during the first half of the 20th century. Furthermore, the decline of imperialism and of Europe-centricism, the new political status that Viet Nam enjoys, and especially, the accumulation of better knowledge of the ancient Asian civilizations have encouraged new trend of interpreting the prehistory of Viet Nam. Accordingly, the earliest Van Lang kingdom (2876-258 B.C.) that the Vietnamese official history recorded gradually emerges from the myths to be a reality, and more surprisingly, even an urbanized state. In other words, if we accept Professor Wheatley's classification, the type of urbanization in ancient Viet Nam would comply with the requirements for the model of "urban generation.[46]

---

[46] Jeremy H. C. Davidson, "Urban Genesis in Viet-Nam: A Comment," in Smith and Watson, op. cit., pp. 304-14; *also see* "Archeology in Northern Viet Nam since 1954," and "Archeology in South Viet Nam since 1954," in the above title. [Cited henceforth as Davidson," "Urban;" "North;" and "South;" respectively.] Nearly identical remarks can also be found in Gu*ang Zhou ji [Memoirs on the Guang Commandery]* by Pe'i Yuan (Bui Uyen, V century) and *Jiao Guang ji [Memoirs on Jiao and Guang Commanderies]* by Huang Shen (Hoang Tham), which were quoted in *Ta'i P'ing yu-lan [Thai Binh Ngu Lam* or *Reports to the Emperor]* (X century) and Li Fang (925-996)'s *Ta'i P'ing pien-lei* to present

II. HUYỀN THOẠI HAY LỊCH SỬ?

Khoảng hơn hai mươi trang giấy chữ Hán về "Kỷ Nhà Thục" trong *Đại Việt Sử Ký Toàn Thư* cũng khiến tốn nhiều giấy mực cho tới thế kỷ XXI về mức khả tín. Lý do thật dễ hiểu: Vấn đề tư liệu. Giống như Nhà Hồng Bàng, đây là sản phẩm của sử quan Hậu Lê.

Nguồn thông tin để viết, hay bác bỏ An Dương Vương, thường dựa trên nhận xét: *Sử Ký* của Tư Mã Thiên chỉ nhắc đến An Dương Vương, Âu Lạc, hay Phong Khê như cước chú cho nhân vật chính Triệu Đà, không đề cập đến nguồn gốc Ba Thục hay tên Thục Phán. Những chi tiết khác Ngô Sĩ Liên dựa trên *Giao Châu Ngoại Vực Ký*, trích dẫn trong *Thủy Kinh Chú*, và truyền thuyết Việt.

A. TÀI LIỆU:

Trước khi tìm hiểu thêm về An Dương Vương, cần lược qua nguồn tư liệu chính.

---

to Song Taizong Emperor: "Jiao Zhih had *lo [lac]* fields, [cultivators tilled their lands] in accordance with the tide...."

1. Đoạn sử về Thục Vương hầu như tóm lược truyền thuyết An Dương Vương trong *Lĩnh Nam Chích [Trích] Quái*, do Vũ Quỳnh hiệu đính, và *Việt Điện U Linh tập* của Lý Tế Xuyên.

Lĩnh Nam Chích Quái:

Tr. 4: Rùa Vàng (*ĐVSK, NKTT*, I, Giu (1967),1:4-5)

tr 10: Lý Ông Trọng.

tr 1: Hồng Bàng Thị.

Tr. 9: Phù Đổng

tr 17: Hai Bà Trưng.

Việt Điện U Linh tập: [dựa trên Sử Ký của Đỗ Thiện (Maspéro, 1918)

tr 8: Lý Ông Trọng.

tr 17: Cao Lỗ

Nó cũng được sử dụng trở lại trong thời chuyển tiếp từ nhà Trần [Chên, 557-571] sang Tùy [Sui, 581-618], được sử Việt ghi như Kỷ Tiền Lý (542-602)—nhưng sử Trung Hoa chỉ chép như ba cuộc "nổi loạn" ngắn ngủi của Lý Bôn hay Bí, (542-548), Lý Xuân năm 590 và Lý Phật Tử, năm 601—người xưng đế cuối của giai đoạn này, từng sai con trai qua ở rể Triệu Quang

Phục, ăn cắp mũ thần, giúp Phật Tử nhất thống được vương quốc Vạn Xuân (542-602). [47]

B. RÙA VÀNG?

Đoạn sử về An Dương Vương có sự xuất hiện của Thanh Giang sứ—một rùa vàng [*tortue d'or = golden tourtoise*] biết nói tiếng người.

Rùa thần xuất hiện khi An Dương vương xây Loa Thành, nhưng nhiều lần thất bại, xây xong là sụp. Nhờ rùa vàng giúp sức diệt ma [con vua trước nhập vào tinh khí núi sông để báo thù nước, ẩn nấp ở núi

---

[47] Maspéro, "Etudes d'histoire d'Annam;" I. "La dynastie des Lí antérieurs (543-601)." *BEFEO,* XVI (1916-1917), 1, pp. [1-26]; II. "La géographie politique de l'Empire d'Annam; " *BEFEO,* XVI (1916-1917), 1, pp [27-48]. Vương quốc Vạn Xuân bao gồm Bắc Kỳ, trải dài tới vùng Lạng Sơn của dân Ô Hứa hay Ô Hử [Maspéro, "Lí antérieurs," XVI, 1:20], dân Lạo [Liêu] ở dài theo sông Hồng và sông Claire [sông Lô], phía bắc tới vùng Thái trắng, phía nam tới Đức Châu (Nghệ An-Hà Tĩnh ngày nay). *Zizhi tongjian [ZZTJ/**TTTG**],* q. 159:1b; ***Trần Thư,*** q.1:1b. Năm 170-178, đời Lưu Chí (12/2/168-13/5/189), dân Ô Hử đã nổi lên kháng Hán khi bị dời tới Gao Liang [Cao Lương], quận Hợp Phố (Liêm Châu; *[ZZTJ/**TTTG**],* q. 56, 57, 58, bản dịch Rafe de Crespigny (1986, 2003), pp 1825, section E, 1844-1845, part A; HHS/HHT 8 [Annals of Lingde], 340-345; HHS/HHT 86/76, p 2839:8b

Thất Diệu, gồm 7 ngọn núi đất, thuộc xã Yên Phụ, huyện Yên Phong, phủ Từ Sơn (Bắc Ninh), tây bắc huyện lị 15 dặm (nhưng phía đông bắc Cổ Loa); *ĐNNTC*, q. XIX: Bắc Ninh, (1997), 4:76 [53-152]. Tại núi này có ma một con hát chôn ở đây. Ma tinh hiện thành một cô gái và một con gà trắng tại cái quán ở cạnh núi, do Ngộ Không làm chủ. Ai đến ngủ trọ ở quán đều chết. Ma tinh có thể họp nhau thành đàn lũ, làm sụp đổ thành. Nếu giết được con gà trắng thì tinh khí mất, sẽ xây được thành.

An Dương vương đến trọ ở quán Ngộ Không. Đêm, ma đến, Rùa vàng thét mắng, ma không vào được. Gần sáng phải biến đi. Rùa vàng khuyên vua đuổi theo, đến núi Thất Diệu, tinh ma tan biến. Trở lại quán, Rùa vàng yêu cầu Ngộ Không đưa con gà trắng ra, giết đi. Giết gà xong, con gái chủ quán cũng lăn ra chết. An Dương vương còn cho đào núi, lấy hài cốt và nhạc khí đốt đi, ném xuống sông. Từ đó tinh khí mất hẳn. Tháng 3 Bính Ngọ [255 TTL], đắp thành không đầy nửa tháng thì xong. Hiện nay vẫn còn di tích tại huyện Đông Anh, Hà Nội. [48]

---

[48] *ĐVSK, NKTT*, I, 1:6-7: [**No. 4 [Rùa vàng]**, Giu (1967), 1:64-5; Thọ (2009), 1:156-57. Cái quán tương truyền là Ma Lôi, nay ở xã Xuân Lôi. *ĐVSKTB*, NK, III:11-13; The (1997), tr 46-7.

Việc xây Loa thành [Ngoại kỷ, I:6-7] hầu như rút từ truyền thuyết số **4 [Rùa vàng],** trong *Lĩnh Nam Chích Quái* [do Vũ Quỳnh hiệu đính]. Là người chủ biên phần Ngoại Kỷ, Ngô Sĩ Liên biện minh rằng: *Thần vì người mà ứng nghiệm.* [49] Nhưng Ngô Thời Sĩ đặt vấn đề Rùa Biết nói, hay tinh gà dưới dạng một cô gái, khá nặng lời. Rồi kết luận: "Chuyện ở phần Ngoại Kỷ phần nhiều là càn rỡ." Phải gạch bỏ những ngoa truyện trong sử cũ như truyện cắp móng rồng, Mị Châu rải lông ngỗng, nước giếng rửa ngọc... [50] Sử quan Nguyễn dẫn *An Nam Chí* của Cao Hùng Trưng, không chép rùa vàng nói tiếng người. Chỉ có *ĐNNTC* ghi cổ tích này cùng "giếng cổ Minh Châu," có lẽ dựa theo *ANCL* của Lê Tắc.[51]

C. Nỏ Thần:

---

[49] *ĐVSK, NKTT,* I:11a, Thọ (2009), 1:162; Giu (1967), 1:69-70.

[50] *ĐVSKT*B, NK, I:12, 15a-16b, The (1997), tr 47, 48-9, 50.

[51] *CMTB,* I:9b; (Sài Gòn: 1965), 2:42-3; (Hà Nội: 1998), I:57; *ĐNNTC,* q. XIX, "Bắc Ninh;" (1997), 4: 91 [Cổ Loa] [53-151]; [thuộc địa phận huyện Đông Ngàn, Bắc Ninh; một thời gian đổi tên mới là huyện Đông Anh, tỉnh Vĩnh Phúc].

Theo truyền thuyết, trước khi từ giã, rùa thần cho An Dương Vương một chiếc móng để chế biến thành nỏ thần, gọi là Linh Quang Kim trảo thần nỏ, có khả năng bắn một phát giết hàng trăm kẻ thù.

Thủy Kinh Chú ghi theo *Giao Châu Ngoại Vực Ký,* đã tuyệt bản, là đời An Dương vương có thần nhân tên Cao Thông xuống giúp, làm cho vua một chiếc nỏ thần, mỗi lần bắn giết được 300 người. Trong lần xâm lấn đầu tiên, Triệu Đà biết đánh không được lùi về Vũ Ninh. Sau đó, sai Thái tử tên là Thủy sang hàng phục. Phần An Dương Vương không biết Cao Thông là thần nhân, đối đãi không đúng lễ. Cao Thông bỏ đi. Thủy qua lại với Mị Châu, con An Dương Vương. Rồi ăn cắp nỏ thần, đem cưa đứt nỏ. Khi Đà qua đánh, An Dương vương chạy xuống thuyền ra biển. Nay ở sau huyện Bình Đạo còn dấu vết thành cũ. [52]

Để gia tăng mức khả tín, Ngô Sĩ Liên chép thêm rằng gần cuối đời Đường [867], Cao Biền [Gao Pian] đi đánh Nam Chiếu [Nan Zhao] về tới Vũ Ninh, chiêm bao thấy thần Cao Lỗ [tức Thông]. Cao Lỗ nói sau khi giúp Thục chiến thắng, bị Lạc hầu dèm pha,

---

[52] *TKC,* ch. 37, "Diệp Du Hà," *TKCS,* ch. 37, "Diệp Du Hà," Mão (2004), tr. 427-28; *ĐVSK, NKTT,* I:9a, Giu (1967), 1:64. 314chú 25; *ĐVSKTB,* Ngoại Kỷ, III:12-13b; The (1997), tr 47.

nên bị truất, chết được Trời giao cho cai quản núi sông. Nay theo Cao Biền đi đánh giặc, sau khi thành công, muốn nói lời từ giã. Cao Biền tỉnh dậy làm một bài thơ:

"Mỹ hĩ Giao châu địa;

[Đẹp thay đất Giao Châu]

du du vạn tải lai;

[Dằng dặc trải muôn thâu]

cổ *hiền năng đắc kiến;*

[Nay được thấy người xưa]

chung bất phụ tình đài."

[Hả tấm lòng bấy lâu]. [53]

III. AN DƯƠNG VƯƠNG TRONG BẮC SỬ:

---

[53] . *ĐVSK, NKTT,* I:7b, Thọ (2009), 1:158; Mạc Bảo Thần-Nhượng Tống (1944), tr. 62-3, 70 [Theo Nhượng Tống, bài thơ này không có vẻ thơ Đường]; Giu (1967), 1:66; *ĐVSKTB*, NK, I, 11b-12a, The (1997), tr 46 [Ngô Thì Sĩ: trích *Lĩnh Nam Chích Quái;* dẫn ***Việt Điện U Linh tập*** [của Lý Tế Xuyên]). Phan Huy Chú, *LTHCLC,* q. VI: Nhân Vật Chí, 1992, 1:186-7 [185-219] "nhuận Hồ," [1992, 1:198-99]; nhuận Mạc [1992, 1:216-219]

Khác với nhà Hồng Bàng, hầu hết sách sử Hán—kể cả truyền bản *Sử Ký* của Tư Mã Thiên—trực hoặc gián tiếp nhắc đến An Dương Vương, và hầu như đồng thuận rằng Doanh [Lã] Chính (Tần Thủy Hoàng Đế, 221-210 TTL) nhà Tần [Qin] đã cướp nước của An Dương Vương [tức cổ Việt hay đất Giao Chỉ], rồi chia làm ba quận Giao Chỉ, Cửu Chân và Nhật Nam.[54]

Hai yếu tố khiến An Dương Vương Thục Phán có vẻ là tác nhân lịch sử hơn vua Hùng: Thứ nhất, tên **Anyang-wang** được sao chép lại trong nhiều sách cổ Trung Hoa, kể cả hai truyền bản chính sử đời Hán, *Sử*

[54] *ĐVSK, NKTT,* I:6a, Thọ (2009), 1:156; Giu (1967), 1:71-88, 318chú 23. Những "vua Việt" cùng thời khác có **Dịch Hu Tống**, vua Tây Âu, bị quân Tần giết vào cuối thế kỷ III TTL, và **Kiệt Tuấn** do dân chúng lập nên cầm đầu cuộc kháng Tần, giết chết Đồ Thư cùng hàng vạn quân Tần. Sử Nguyễn: [*Việt nhân giai nhập tùng bạc trung, mạc khẳng vi Tần dụng giả, ám trí kiệt tuấn dĩ vi tướng, sát úy Đồ Thư*] [ngầm đặt người anh tuấn làm tướng đánh quân Tần, giết được Đồ Thư: giống như Đào Duy Anh và Cao Huy Giu, không coi Kiệt Tuấn như tên người, mà chỉ là bậc "anh tuấn.") (*CMTB,* I:10a [10a-12b], (Sài Gòn: 1965), 2:44-5 [44-55] Ngoài ra, còn những Việt vương nổi danh hơn ở phía tây nam đế quốc như Việt vương Câu Tiễn trong cuộc tranh hùng Ngô-Việt (có sách chép sai là Ngô-Sở). [*TKCS,* ch. 40, "Tiệm Giang Thủy [tức Chiết Giang];" Mão (2004), tr. 737 [rùa nói tiếng người trong núi Kim Thắng, huyện Vĩnh Khang thời Tôn Quyền], 738-39 [Vương Chất mải xem cờ, cán búa đã mục nát], 747, 777]

Ký của Tư Mã Thiên và *[Tiền] Hán thư* của Ban Cố. Thứ hai, quốc hiệu Âu Lạc được nhắc đến trong *Sử Ký* và nhiều sách khác. Đặc biệt, hầu hết các tư liệu đều xác nhận sự hiện diện của thành An Dương vương, Việt vương thành, hay Loa Thành mà di tích còn tìm thấy ở xã Cổ Loa, huyện Đông Ngàn, Bắc Ninh đời Nguyễn. Dã sử Trung Hoa còn nhắc đến việc Cao Thông hay Cao Lỗ chế tạo ra thần tiễn [nỏ thần, hay liên tiễn] làm vũ khí trấn quốc.

A. An Dương Vương:

Được nêu đích danh trong nhiều tư liệu Hán.

1. Thục Vương tử:

Sau con vua Thục (Thục vương tử) đem ba vạn quân đến đánh Lạc vương, Lạc hầu, khuất phục được các Lạc tướng. Vì thế con vua Thục xưng làm An Dương vương. Sau này, Nam Việt vương Úy [Triệu] Đà lại đem quân đánh An Dương vương.[55]

---

[55] *TKC*, ch. 37, "Diệp Du Hà," 7a; *TKCS*, ch. 37, "Diệp Du Hà," Mão (2004), tr 427; dẫn trong ***Tư Trị Thông Giám*** của **Tư Mã Quang (Sima Guang 1019-1086)**;Lê Tắc, *ANCL*, 24-5 (Hán), 39 (Việt); Maspéro, "Van Lang," 1918, 3:8-9]; Linh, 1969:33.

Tấn Thái Khang địa chí: thành cổ ở Bình Đạo. *TKCS*, ch 37, Mão (2004), tr 428.

2. ***An Dương vương:*** *Giao Châu Ngoại Vực Ký,* dẫn trong *Thủy Kinh Chú:* An Dương vương có thần nhân tên Cao Thông xuống giúp, làm cho một chiếc nỏ thần, bắn một phát giết 300 người. Triệu Đà [Nam Việt Vương] biết đánh không được lùi về Vũ Ninh. . . . Triệu Đà [Nam Việt Vương] sai Thái tử tên là Thủy sang làm tin, xin hàng. An Dương Vương không biết Cao Thông là thần nhân, đối đãi không đúng lễ. Cao Thông bỏ đi. Thủy qua lại với Mị Châu, con gái An Dương Vương. Rồi ăn cắp nỏ thần, đem cưa đứt nỏ. An Dương vương thua chạy xuống thuyền ra biển. Nay ở sau huyện Bình Đạo còn dấu vết thành cũ của vua.[56]

2. *[Tiền] Hán Thư [Xian Hanshu],* của Ban Cố (Ban Gu, 32-92)

---

[56] *Thủy Kinh Chú; [TKC],* ch. 37, "Diệp Du Hà," 7a; *Thủy Kinh Chú Sớ [TKCS],* ch. 37, "Diệp Du Hà," bản dịch Nguyễn Bá Mão, (Hà Nội: Hội nhà văn, 2004), tr. 423 [vua nước [Nam] Việt sai hai sứ giả coi Giao Chỉ, Cửu Chân], 427-28 [An Dương vương chiếm Giao Chỉ]; Maspéro, "Van Lang,"1918, 3:8-9]; Linh, 1969:33.

Hán thư nhắc đến "**An Dương Vương quốc**" trong **Nam Việt Triệu Đà truyện,** khi cước chú về "Giao Chỉ."[57]

a. ***"Địa lý chí"*** trong ***[Tiền] Hán Thư*** chép lại Nam Việt truyện của *Sử Ký;* nói năm 111 TTL, Lưu Triệt ***chia đất Nam Việt của họ Triệu thành chín [9] quận:*** Ba [3] quận Giao Chỉ, Cửu Chân, Nhật Nam thuộc Tượng Quận [Xiangzhun] cũ của nhà Tần.

[Có tin năm 198 TTL Triệu Đà mới gửi hai [2] điển sứ tới cổ Việt hầu giám sát tình hình. Ngắn và gọn, cho tới cuộc khởi nghĩa của Hai Bà Trưng thực trạng miền nam Cổ Việt—tức nước Âu Lạc của sử quan Việt—còn là những dấu hỏi lớn].

b. Ngoài ra, Ban Cố trích dẫn dã sử ***Giao Châu Ký*** *[Jiao Zhouji],* đã tuyệt bản, nói ***Nhật Nam*** gồm năm [5] huyện: Chu Ngô, Tị Ảnh, Lư Dung, Tây Quyển, Tượng Lâm. ***Đời Tần thuộc Tượng quận.*** [58]

---

[57] ***Tiền Hán Thư*** [của Ban Gu= Ban Cố] [Pan Ku], *The History of Former Han Dynasty: A Critical Translation with Annotations by Homer A. Dubs* (Baltimore: The American Learned Society: 1938, 1944, 1955),

[58] *Giao Châu Ký [Jiao Zhouji]* của Lưu Hân Kỳ [Liu Xanqi] Thành của An Dương vương ở Đông Bắc Bình Đạo. *[Chú của Dương Thủ Kính] TKCS,* ch 37, Mão (2004), tr. 428; *Xian Han*

3. ***Hậu Hán Thư*** *[Hou Han Shu* = History of the Later Han] của Phạm Việp [Fan Ye] (398-446) thời Lưu Tống cũng chép lại truyện Triệu Đà của *Sử Ký* và *Tiền Hán Thư*.[59]

Phần địa lý chí của *Hậu Hán Thư*, tức *Quận Quốc Chí*, q 33:13, và *Mã Viện truyện*, q. 24/54:8, còn cung cấp một số chi tiết mới, như dẫn ***Giao Châu Ký [Jiao Zhou ji]:*** "Giao Chỉ tức **An Dương Vương quốc**." [60]

4. ***Sử Ký Sách Ẩn*** của Tư Mã Trinh (tk VII-VIII), d***ẫn Giao Châu Ký*** của Diêu Văn Hàm, ***[tuyệt bản]***

---

shu, q. 28 hạ, 6a; *CMTB*, II:5ab; Maspéro, "Siang;" *BEFEO*, XVI (1916-1917), 1:49, 51-2 [49-55], đời Triệu thuộc Giao Chỉ; Hán tách ra thành Nhật Nam. [Đến đời Lưu Tống bị Lâm Ấp chiếm. Nhà Tùy mới lấy lại, đặt làm Đãng Châu, rồi đổi làm quận Tị Ảnh. Sau nhập vào Chiêm Thành. Nay là Quảng Bình-Quảng Trị]. *CMTB*, II:5b.

[59] *TKCS*, Mão (2004), tr 363-64] [Phạm Thái đời Tống chép trong *Cổ Kim Thiện Ngôn*; *TKCS*, Mão (2004), tr. 363]

[60] *Quận quốc chí* (q. 33, tờ 13); và *Mã viện truyện*, (q. 24, tr 8b); Lê Quí Đôn, *VĐLN*, III: Khu Vũ Loại, **số 85,** (Sài Gòn: 1973?), tr 168-69 [168-71]; *Mã Viện sang bình nam mới lập ra thành quách, tỉnh ấp.* ***Đông Hán Chí:*** *bảy [7] quận ở Giao Chỉ Bộ, 56 thành [168].*

"Ngày xưa, khi chưa chia làm quận huyện, đất Giao Chỉ có Lạc điền tùy theo thủy triều lên xuống mà cày cấy; các huyện có Lạc tướng, đều có ấn bằng đồng và giải sắc xanh làm huy hiệu." Sau con vua Thục **(Thục vương tử)** đem binh đánh Lạc hầu, tự xưng là **An Dương vương**, đóng đô ở Phong Khê. Nam Việt vương Úy Đà đánh **An Dương vương**, sai hai sứ điển cai trị hai quận Giao Chỉ và Cửu Chân, tức là Âu Lạc vậy. [61]

b. Dẫn *Nam Việt truyện* hơi giống ***Giao châu ngoại vực ký,*** [tuyệt bản]

"Ngày xưa, khi chưa chia làm quận huyện, việc cày cấy Lạc điền tùy theo thủy triều lên xuống; người khai khẩn ruộng đó gọi là Lạc dân, cai trị dân đó là Lạc vương, giúp vương là Lạc tướng, đều có ấn bằng đồng và giải sắc xanh làm huy hiệu." *[Tích, vi hữu quận huyện thời, Lạc điền tùy triều thủy thượng hạ, khẩn kỳ điền giả vi Lạc dân, thống kỳ dân giả vi Lạc vương, phó vương giả vi Lạc tướng, giai đồng ấn thanh thọ].* [62]

---

[61] L. Aurousseau, "La conquête," *BEFEO*, XXIII (1923), tr 213n3; Nguyễn Linh, 1969:33n3.

[62] Tắc, *ANCL*, I, 1961:24-5 (Hán):, 39 (Việt):.

Sau con vua Thục (Thục vương tử) đem ba vạn quân đến đánh Lạc hầu, . . .

Nam Việt vương Úy Đà lại đem quân đánh **An Dương vương.**

c. *Giao Châu Ký* của Lưu Trừng Chi. [63]

d. Giao Châu Ký hay *Giao Chỉ Ký* của Tăng Cổn (thế kỷ IX), một cựu quan chức ở Giao Châu.

Sách *Việt Điện U Linh Tập* của Lý Tế Xuyên và *ANCL* hay trích dẫn sách này.

Tăng Cổn còn có cuốn *Việt Chí,* chép: *Giao Chỉ có lạc điền, tùy theo nước triều lên xuống.* [64]

[Theo *Giao Châu Ký,* năm 110 TTL có ba [3] Lạc hầu giất trâu, mang 1000 chung rượu, cầm cả sách hộ tịch của ba [3] quận Giao Chỉ, Cửu Chân và Nhật Nam ra đón chào Lộ Bác Đức. Bác Đức để 3 người trên làm Thái thú 3 quận, và để Lạc vương, Lạc tướng như cũ."

[Giao châu ký viết: Lộ Bác Đức nhơn bài tam giả vi tam quận thú, Lạc vương Lạc tướng trị dân như cố].[65]

---

[63] Lê Quí Đôn, *VĐLN*, tr. 145.

[64] Ibid., tr 147)

Giao Châu Ký, của Diêu Văn Hàm ***[tuyệt bản] do*** Tư Mã Trinh [Sima Zheng] dẫn trong ***Sử Ký Sách Ẩn*** (tk VII-VIII) (chú giải *Sử Ký* của Tư Mã Thiên).

"Ngày xưa, khi chưa chia làm quận huyện, việc cày cấy Lạc điền tùy theo thủy triều lên xuống; người khai khẩn ruộng đó gọi là Lạc dân, cai trị dân đó là Lạc vương, giúp vương là Lạc tướng, đều có ấn bằng đồng và giải sắc xanh làm huy hiệu." *[Tích, vi hữu quận huyện thời, Lạc điền tùy triều thủy thượng hạ, khẩn kỳ điền giả vi Lạc dân, thống kỳ dân giả vi Lạc vương, phó vương giả vi Lạc tướng, giai đồng ấn thanh thọ].* [66]

Sau con vua Thục (Thục vương tử) đem binh đánh Lạc hầu, tự xưng là **An Dương vương**, đóng đô ở Phong Khê. Nam Việt vương Úy Đà đánh **An Dương vương**, sai hai sứ điển cai trị hai quận Giao Chỉ và Cửu Chân, tức là **Âu Lạc** vậy. [67]

---

[65] Tắc, *ANCL*, q. IV, 1961:92.

[66] Ibid., I, 1961: 24-5 (Hán): 39 (Việt).

[67] Aurousseau, "La conquête, " *BEFEO*, XXIII (1923), p 213n3; Nguyễn Linh, 1969:33n3.

Dẫn *Nam Việt truyện* hơi giống ***Giao châu ngoại vực ký,*** [tuyệt bản]

Sau con vua Thục (Thục vương tử) đem ba vạn quân đến đánh Lạc hầu, . . .

Nam Việt vương Úy Đà lại đem quân đánh **An Dương vương**.

c. Theo *Sử Ký Sách Ẩn* của Tư Mã Trinh, (tk VII-VIII), đời Đường (618-906), **Quảng Châu Ký** [tk V] chép: "Con Thục vương đem binh đánh Lạc hầu, tự xưng làm **An Dương vương**, đóng trụ sở ở huyện Phong Khê." [68]

Một trong những dã sử khác về An Dương Vương, Phong Khê, Cổ Loa là **Quảng Châu Ký [tk V]**

---

[68] *Địa Dư Chí,* phần chú thích, *NTTT* (1976), tr. 557chú 3; *TKC,* ch. 37, "Diệp Du Hà," *TKCS,* ch. 37, "Diệp Du Hà," Mão (2004), tr *427.[?]*

d. *Thủy Kinh Chú* [q. 14] của Lịch Đạo Nguyên (466 [472]-527)***, thời Bắc Ngụy,*** cũng nhắc đến **thành An Dương Vương** ở huyện Bình Đạo. [69]

e. Phong Khê là một trong 12 thành của Giao Chỉ, do Mã Viện tách ra từ huyện Tây Vu năm 43 (Kiến Vũ thứ 19), nhưng im lặng về việc trụ đồng. Chỉ còn dấu vết Long Biên, trị sở Giao Châu nhà Hán; và Phong Khê ở Yên Lãng. [70]

---

[69] Địa Dư Chí, phần chú thích, *NTTT* (1976), tr. 557chú 3. *[*VNC: sử dụng chi tiết trong *Giao Châu Ngoại Vực Ký* (tk V-VI, đã tuyệt bản), cùng một cuốn *Giao Châu Chí* khác]. *TKC,* ch. 37, "Diệp Du Hà," *TKCS,* ch. 37, "Diệp Du Hà," Mão (2004), tr 427. Dẫn lại trong ***Tư Trị Thông Giám*** của Tư Mã Quang

[70] *Hậu Hán thư, Quận Quốc Chí,* q. 33:13, Mã Viện truyện, q. 24:8b; Nguyễn Trãi, Địa Dư Chí, phần chú thích, *NTTT* (1976), tr. 557chú 3; *TKCS,* ch 37, Mão (2009), tr 427-28 [chia huyện Tây Vu làm Phong Khê và Vọng Hải; đãi huyện lệnh Phong Khê tiệc đười ươi vàng biết nói tiếng người [427-28]; Maspéro, I. "Li antérieurs;" 1916, 1:17. *Quận Quốc chí* còn có chú của Lưu Chiêu [đời Lương; chú thích 8 quyển *Tục Hán Thư* của Tư Mã Bưu, và bổ khuyết những chỗ thiếu. Đời Tống mới in chung với *Hậu Hán Thư* của Phạm Việp, lưu truyền tới nay], nói về loài "tiềm thủy ngưu;" tức "tiềm ngưu;" *TKCS,* ch 37, Mão (2004), tr 435, 951-52.

Dù đồng ý với *Tiền Hán Thư* là Lưu Triệt chia Tượng quận thành Giao Chỉ, Cửu Chân và Nhật Nam, Phạm Việp (398-446) cho rằng năm 111 TTL, phần lãnh thổ Đông Nam của vương quốc [Tây] Hán chỉ có bảy [7] quận. [71]

5. Tư Mã Quang (Sima Guang 1019-1086), *Tư Trị Thông Giám,* từ năm 403 TTL-đời Ngũ Đại. Kim Lý Tường viết Tiền Biên cho *Thông Giám Cương Mục [Tong-jian gang-mu]* của **Zhu Xi** [Chu Hy, 1130-1200),

Dẫn lại ***Giao châu ngoại vực ký,*** [tuyệt bản]

"Ngày xưa, khi chưa chia làm quận huyện, việc cày cấy Lạc điền tùy theo thủy triều lên xuống; người khai khẩn ruộng đó gọi là Lạc dân,

---

[71] *ANCL,* q. IV, 1961:92; *CMTB,* I:5a, 10a-12b; (Sài Gòn: 1965), 2:26-29, 44-53; (Hà Nội: 1998), I:82, 84-5; *ĐVSKTB,* The et al. (1997), tr. 78 [huyện Tượng Lâm, Nhật Nam, do Mã Viện đặt ra]; TKCS, ch 36, Mão (2004), tr. 363-64 [Nhật Nam, Lương Trọng, Hán Văn Đế;

Âu Dương Tu (Ouyang Xiu, 1007-1072) và Tống Kỳ (Song Qi, 998-1061), *Tân Đường thư [Xin Tang shu, New Annals of the Tang Dynasty, 618-946*] (Beijing: 1975). Soạn vào năm 1060, gồm 225 quyển (phần Địa lý chí). Bổ túc sách *Cựu Đường Thư [Jiu Tang shu]* (945), của Lưu Hú [Liu Xu] ([888] 897-946).

cai trị dân đó là Lạc vương, giúp vương là Lạc tướng, đều có ấn bằng đồng và giải sắc xanh làm huy hiệu." *[Tích, vi hữu quận huyện thời, Lạc điền tùy triều thủy thượng hạ, khẩn kỳ điền giả vi Lạc dân, thống kỳ dân giả vi Lạc vương, phó vương giả vi Lạc tướng, giai đồng ấn thanh thọ];*

Sau con vua Thục (Thục vương tử) đem ba vạn quân đến đánh Lạc hầu, . . .

Nam Việt vương Úy Đà lại đem quân đánh **An Dương vương.** [72]

6. Zhu Xi [Chu Hy, 1130-1200), tác giả ***Thông Giám Cương Mục*** *[Tong-jian gang-mu]*--dựa trên *Tư Trị Thông Giám* của Tư Mã Quang (Sima Guang 1019-1086), từ năm 403 TTL-đời Ngũ Đại. Kim Lý Tường viết Tiền Biên cho *Thông Giám Cương Mục [Zhong-jian gang-mu]* của **Zhu Xi** [Chu Hy, 1130-1200)

---

[72] *TKC*, ch. 37, "Diệp Du Hà," *TKCS*, ch. 37, "Diệp Du Hà," Mão (2004), tr. *427. Nam Việt truyện* trong *Sử Ký Sách Ẩn* hơi giống; Tắc, *ANCL*, I, (Hán):24-5, (Việt):39. [Nói nhiều hơn về Lý Bôn và Lý Phật Tử, Lưu Phương]

7. Cao Hùng Trưng [Gao Xiongzhong] nói về Lạc điền, Lạc dân, Lạc vương trong *An-nan zhi [An Nam Chi]* (tk XVII, Kangxi, 1662-1722); dẫn trong sử Nguyễn. (*Cuong muc, Tien bien* (Sai Gon: 1965), 2:14-5).

Dù An Dương Vương được chính sử nhắc đến, nhưng chi tiết rất mờ nhạt, đầy tính cách ước lệ, rút từ dăm dã sử đã tuyệt bản, như *Jiao Zhou ji [Giao Châu Ký,* hay Memoirs on Jiao zhou] của Diêu Văn Hàm [Yao Wen huan] (tk III-V), *Lin Yi ji [Lâm Ấp Ký], Jiao Zhou Wai Yu ji (Giao Châu Ngoại Vực Ký* [Memoirs on the Outerlimit of Jiao Zhou] (thế kỷ III-IV)], hoặc *Giao Chỉ Thành Ký* [Memoirs on the Citadel of Jiao Zhi], Guang zhou ji (Quảng Châu Ký [Memoirs on the Guang Zhou] (thế kỷ III-IV). Đáng lưu ý là một số tư liệu Trung Hoa nhắc đến tên An Dương Vương hay quốc hiệu Âu Lạc.

Tuy nhiên, đây chỉ là loại du ký [travel accounts], trộn lẫn những mảnh vụn sự thực với sự hoang tưởng, về trời xa, đất lạ quái dị, kiểu *Sơn Hải Kinh [Shanhaijing, SHJ], Thủy Kinh Chú [Shuijingzhu]* của Li Dao Yuan (466 [472]-527) [năm 1957 rồi 1999 còn ra ấn bản mới, *Thủy Kinh Chú sớ*], *Hoàn Vũ Ký* của Nhạc Sử (Yo Shi, 930-1007), *Thông Chí* của Trịnh Tiều, hay *Thông Giám Cương Mục Tiền Biên* của Kim Lý Tường, v.. v..

B. Âu Lạc:

Triệu Đà gọi **nước ở phía tây Phiên Ngô** là "xứ ở trần [Royaume des Nus] hay khỏa thân," ngâm mình dưới nước suốt ngày.[73]

Âu Lạc thực ra là cụm từ **Mân Việt Tây Âu Lạc** trong Nam Việt Triệu Đà truyện của Tư Mã Thiên. Triệu Đà đều cho họ có vua (vương); riêng Đà tự xưng đế. Có thể đọc thành **ba thực thể: Mân Việt** (Fujian), **Tây Âu** (Ouxi), và **Lạc.** Chu Khứ Phi đọc gom lại làm **Mân Việt, Tây Âu** hay **Tây Âu Lạc.** Thế kỷ XIV, **Lê Tắc** phân biệt **Tây Âu** và **Lạc:** gọi **Lạc** là **Lạc Việt.**

Sử Tây Sơn theo thuyết Chu Khứ Phi, *ghép Tây Âu và Lạc thành một nước* **"Tây Âu Lạc."** [74] Maspéro có vẻ

---

[73] *Sử Ký*, q. 113, 2a; Maspéro, "Văn Lang;" *BEFEO*, XVI (1916-1917), 1:53; "Siang," XVIII (1918), 3:10). **[Maspéro:** *Biết mặc áo quần* Maspéro, "Van Lang,"1918, 3:10]

[74] *ANCL* 1961:113 [Hán], 187 [Việt]; *ĐVSKTB*, The (1997), tr 55.

đồng ý : Mân Việt tức là Phúc Kiến, và dân Lạc thuộc Tây Âu, tức Bắc Kỳ, chấp nhận bá quyền của Đà. [75]

Trần Kinh Hòa cùng nhóm phiên dịch của Đại học Huế cũng dùng Tây Âu Lạc.

Việt Kiệu thư,

Tư trị thông giám [của Tư Mã Quang, thời Tống]

1. **An Dương vương chiếm Giao Chỉ** [427-28][76]

2. ***Sử Ký Sách Ẩn*** của Tư Mã Trinh (Sima Zheng, tk VII-VIII) sử dụng thông tin của *Giao Châu Ngoại Vực Ký,* nhưng từ một tài liệu trung gian là *Thủy Kinh*

---

[75] *Sử Ký,* q. 113, 2a; *Tiền Hán thư,* q. 95, tr 4a; *BEFEO,* XVI (1916-1917), 1:53]. Dẫn lại trong ***Hán thư*** [của Ban Cố = Ban Gu] [Pan Ku], *The History of Former Han Dynasty: A Critical Translation with Annotations by Homer A. Dubs* (Baltimore: The American Learned Society: 1938, 1944, 1955), **Bk 95, p.3 verso, col. 13 to p.7 rector (b)).** Trích lại Nam Việt truyện của *Sử Ký.*

[76] *TKC],* ch. 37, "Diệp Du Hà," *7a; Thủy Kinh Chú Sớ [TKCS],* ch. 37, "Diệp Du Hà,"; Mão (2004), tr *427-28;* Maspéro, "Van Lang," 1918, 3:8-9; Nguyễn Linh, 1969:33. *Tư Trị Thông Giám [Zizhi tong-jian]* của Tư Mã Quang **(Sima Guang** 1019-1086), *ANCL* của Lê Tắc, và *An Nam Chí [An-nan zhi]* của Cao Hùng Trưng (tk XVII) đều sử dụng nguồn tư liệu này. (*ANCL,* q. I, 1961, (Hán): 24-5, (Việt): 39; *CMTB,* I:9b (Sài Gòn: 1965), 2:42-3).

Chú: Năm 198 TTL, **vua nước [Nam] Việt sai hai sứ giả coi Giao Chỉ, Cửu Chân.** [77]

3. Sử Ký [Shiji] của Sima Qian [Tư Mã Thiên, ca. 145-86 BC] đời Hán chẳng nói gì nhiều về cổ Việt.

a. Trong phần Thủy Hoàng bản kỷ *Sử Ký* chép năm thứ 33 [214 TTL] Tần Thủy Hoàng chiếm đất Lục Lương [miền Lĩnh Nam], lập ra ba [3] quận Quế Lâm, Tượng Quận, Nam Hải.

b. Nam Việt Triệu Đà truyện (q. 113) cũng vậy:

Nhà Tần lại sai Úy Đà, Đồ Thư đem quân Lâu thuyền xuống Nam đánh đất Bách Việt, sai Giám Lộc đào cừ chở lương để vào sâu đất Việt. Người Việt bỏ trốn. Quân Tần trì cửu lâu ngày. Lương thực bị tuyệt và thiếu. Người Việt ra đánh. Quân Tần đại bại.

c. Tư Mã Thiên còn nhắc đến việc Úy [Triệu] Đà dùng tiền bạc của cải hối lộ cho Mân Việt [Phúc

---

[77] ***Dẫn*** từ tài liệu trung gian *Thủy Kinh Chú: TKC*, ch. 37, "Diệp Du Hà;" *TKCS*, ch. 37, "Diệp Du Hà," bản dịch Nguyễn Bá Mão, (Hà Nội: Hội nhà văn, 2004) tr. *423; vua nước [Nam] Việt sai hai sứ giả coi Giao Chỉ, Cửu Chân* [tr. *423*],

Kiến], Tây Âu, Lạc [Lo-lo] để khiến họ thần phục Nam Việt. [q. 113][78]

d. Vào thế kỷ thứ II, khi chú giải *Sử Ký* (q. 31), Ứng Thiệu không nhắc đến An Dương Vương, chỉ nói đến Giao Chỉ, với chữ chỉ bộ thổ, và tục vẽ mình của người Việt: "Vì ở trong nước nên người ta cạo tóc xâm mình để cho giống với giao long nên không bị giao long hại nữa." [79]

---

[78] "The Account of Southern Yueh," [Nam Việt Triệu Đà truyện], Shih Chi [Historical Records] (First century B.C.); trans. into English by Burton Watson as *Shih chi: Records of the Grand Historian of China, Ssu-ma Ch'ien* (New York: Columbia Univ. Press, 1961), vol. II, Bk 113, pp. 239-50: *ĐVSK, NKTT*, II, Giu (1967), 1:87, 315chú 27, 318n23; *CMTB*, I:20b-21b, 22a-23a, (Sài Gòn: 1965), 2:86-93, [Lục Giả năm 196], 92-7 [183-179 TTL, Đà lại xưng đế; Quân Chu Táo không qua khỏi được Ngũ Lĩnh vì khí hậu độc hại, va rất có thể Chu Táo không muốn tuân lệnh Lã hậu.]. Chi tiết này ghi lại trong *Xian Han-shu* [History of the Early Han] của Pan Ku, *The History of Former Han Dynasty: A Critical Translation with Annotations* by Homer A. Dubs, 2 vols (Baltimore: The American Learned Society: 1938, 1944, 1955), [Bk 95, p.3 verso, col. 13 to p.7 rector (b)]. vol II, p. 82); và *Hou Han Shu* [History of the Later Han] của Fan Ye [Phạm Việp] (398-446).

[79] *ĐVSK, NKTT*, I:3ab, Thọ (2009), 1:153; Giu (1967), 1:314chú 15) *CMTB*, I:1b (Sài Gòn: 1965), 2: 10-11; (Hà Nội: 1998), I:72; *ĐVSKTB*, NK I:7a, The (1997), tr 43.

Đây không phải lần đầu tiên địa danh Giao Chỉ được nhắc đến trong sách cổ Trung Hoa. Nếu tin được Tư Mã Thiên và các truyền bản *Sử Ký* còn lưu truyền đời nhà Đường, Tống hay Minh, tên Giao Chỉ xuất hiện trong *Thượng Thư Đại Truyện* của Phục Sinh, khi Phục Sinh phát minh ra một sứ đoàn Việt Thường ở phía nam Giao Chỉ tới cống Chu Công Đán và Chu Cơ Tụng một chim trĩ trắng [a white pheasant] năm 1110 TTL. Chu Công Đán, con Văn Vương, được truyền tụng là đã tiếp nối việc nghiên cứu và chú giải kinh Dịch của cha và Phục Hy hay Bào Hy, một trong năm Hoàng đế thần thoại đã chấm dứt tập quán ăn lông, ở lỗ, thích uống máu tươi, chỉ biết mẹ mà không biết đến cha của Hán tộc vào khoảng năm 2800 TTL.[80]

Chữ Giao Chỉ với Giao bộ Đầu, Chỉ bộ Phụ này đã trở thành một cuộc tranh luận giữa các văn gia Hán. Đa số không chấp thuận lối viết chữ Chỉ bộ Thổ của Ứng Thiệu, với nghĩa là thiết lập nền tảng cho con cháu đời sau. Nhiều người thích viết chữ Chỉ bộ Túc, nghĩa là giống dân lúc đứng hai ngón chân cái xoè ra, chạm vào nhau. Xem, chẳng hạn, *Thông điển* của Đỗ Hựu/Hữu.

---

[80] *CMTB*, I:6ab (Sài Gòn: 1965), 2:28-31; [dẫn Sử Ký, 6A:cols 6-7, 6b, cols 1-7]: Phục Hy,

Dã Sử [DS] 1. ***Giao Châu Ký*** *[Jiao Zhou ji,* Memoirs on Jiao Commandery]: Có nhiều truyền bản, nhưng đã tuyệt bản, chỉ còn trích lại trong những tác phẩm đời sau—đưa đến sự thiếu khả tín trong luật dẫn chứng [hearsay]:

a. *Giao Châu Ký* của **Diêu Văn Hàm** [Yao Wen huan, 212-420?), [tuyệt bản] dẫn trong *Sử Ký Sách Ẩn* của Tư Mã Trinh (tk VII-VIII), gần giống như ***Quảng Châu Ký*** và ***Giao Châu Ngoại vực ký:***

"Ngày xưa, khi chưa chia làm quận huyện, đất Giao Chỉ có Lạc điền tùy theo thủy triều lên xuống mà cày cấy; các huyện có Lạc tướng, đều có ấn bằng đồng và giải sắc xanh làm huy hiệu." Sau con vua Thục (Thục vương tử) đem binh đánh Lạc hầu, tự xưng là ***An Dương vương****, đóng đô ở Phong Khê. Nam Việt vương Úy Đà đánh An Dương vương, sai* ***hai sứ điển*** *cai trị hai quận Giao Chỉ và Cửu Chân, tức là Âu Lạc vậy.*[81]

---

[81] Leonard Aurousseau, "La première conquête chinoise des pays annamites," *B.E.F.E.O.* (1923), XXIII, p. 213n3; Nguyễn Linh, "Bàn về nước Thục của Thục Phán;" *NCLS*, số 124 (7/1969), tr. 33n3 [33-51]: Tây Thục là Ai Lao, nằm về phía tây bắc Văn Lang [cổ Việt]. [tr. 50].

(1). TKC nói ở Phong Khê có giống đười ươi vàng, hình giống chó, thịt rất ngon. Biết nói tiếng người. *TKCS*, ch 37, Mão (2004), tr. 428;

(2). Tại Phong Khê, theo **Giao Châu Ký [tk V],** có Long Môn, nước sâu trăm tầm, cá lớn vượt qua được sẽ biến thành rồng. Lại có sông Tần Tiềm, vướng núi chia ra 99 giòng, chảy dài hơn 300 dặm, rồi lại hợp thành một cửa. (*VĐLN*, III: Khu vũ loại, số 85, 1973:169.

(3). "Tiềm thủy ngưu;" *theo* ***Giao Châu Ký*** [tk V], *(VĐLN, III: Khu vũ loại, số 85, 1973:169.* [Chú của Lưu Chiêu [đời Lương; chú thích 8 quyển *Tục Hán Thư* của Tư Mã Bưu, và bổ khuyết những chỗ thiếu của Quận Quốc chí *Hou Han shu [Hậu Hán Thư],* nói về loài "tiềm thủy ngưu;" tức "tiềm ngưu;" *TKCS, ch 37, Mão (2004), tr. 435, 951-52.* Đời Tống mới in chung với Hậu Hán Thư của gia đình Phạm Việp/Điệp (398-466), lưu truyền tới nay],

b. ***Giao Châu Ký*** *[Jiao Zhou ji]* khác *Giao Châu chí* của Lưu Hân Kỳ [Liu Huan Qi], *(tuyệt bản).*

Theo Hùng Hội Trình, người chú giải *TKC: Giao Châu Ký của Lưu Hân Kỳ viết Người Giao Chỉ ngón chân không có đốt, những người nằm xuống phải vịn mới đứng dạy được. (TKCS,* q. 37: "Diệp Du," Mão (2004), tr. 423.

Thông chí, Nguyên Hòa Quận Huyện Chí, Hoàn Vũ Kí chép lại những thông tin trên. ***Hải Ngoại Nam Kinh*** còn nói đến xứ Giao Hình (giao cẳng chân). *Thông điển* của Đỗ Hữu, *Nguyên Hòa [quận huyện chí]* của Lý Cát Phủ (758-814), [Đường Hiến Tông (Xianzong, 805-820] *và Hoàn Vũ Ký* của Nhạc Sử hơi giống—bác thuyết cơ chỉ của Ứng Thiệu. [82]

[Được trích dẫn nhiều nhất; *TKCS, Mão (2004), tr. 363-64*. Tuy nhiên người ta chỉ được đọc những trích dẫn của sách này trong các tác phẩm đời Đường và Tống. Chưa ai thấy được nguyên bản. Những truyền bản đời Đường và Tống cũng đầy hoài nghi. Trước hết là sự phát triển về kỹ thuật ấn loát, và nỗ lực làm mới Hán tự, khiến nhiều sách cũ bị biến mất. Ngoài ra, còn do thời gian, khí hậu, binh lửa thiêu hủy.Yếu tố quan trọng khác là chính sách văn hoá của các chế độ cầm quyền. Cho tới thế kỷ XXI, Trung Hoa và Việt Nam vẫn còn những đạo luật hình sự cho các

---

[82]*TKCS,* ch 37, Diệp Du Hà, Mão (2004), tr. 422-23; *TKCS,* q. 37: "Diệp Du," Mão (2004), tr. 423.

tội danh lưu trữ hay phổ biến những tác phẩm chống lại chế độ]

Ứng Thiệu, trong *Hán Quan Nghi*, cho rằng Giao Chỉ [Chỉ bộ thổ]: nghĩa là cơ chỉ, làm gốc cho con cháu. (TKCS, ch 37, Diệp Du Hà, Mão (2004), tr. 422). Lịch Đạo Nguyên cùng nhiều người khác như Đỗ Hữu/Hựu (Thông Điển), Lý Cát Phủ (Nguyên Hòa Quận Huyện Chí) [Emperor Xianzong, 805-820], Nhạc Sử (Hoàn Vũ Kí), và Hùng Hội Trình, một trong những người chú giải TKC—bác thuyết cơ chỉ của Ứng Thiệu; nên viết Giao Chỉ với chữ Chỉ bộ Túc [ngón chân cái giao nhau].[83]

Hoàn Vũ Kí, chẳng hạn, ghi chú: xét tên gọi người Giao Chỉ, nay là người Di ở phương nam, ngón chân cái của họ nở rộng ra, nếu đứng cả hai chân, thì hai ngón chân cái giao nhau." (Mão (2004), tr. 500).

Giao Châu Ký của Lưu Hân Kỳ [Liu Han Qi] nói: Người Giao Chỉ ngón chân không có đốt, những người nằm xuống phải vịn mới đứng dạy được. (TKCS, q. 37: "Diệp Du," Mão (2004), tr. 423).

[83] *TKCS*, ch 37, Diệp Du Hà, Mão (2004), tr. 422-23

Hùng Hội Trình chú thêm trong *Thủy Kinh Chú Sớ:* Hải Ngoại Nam Kinh nói đến xứ Giao Hình (giao cẳng chân). Thông điển của Đỗ Hữu, Nguyên Hòa [quận huyện chí] của Lý Cát Phủ, và Hoàn Vũ Ký của Nhạc Sử hơi giống; (TKCS, q. 37: "Diệp Du," Mão (2004), tr. 423). Hoàn Vũ Kí, chẳng hạn, viết: xét tên gọi người Giao Chỉ, nay là người Di ở phương nam, ngón chân cái của họ nở rộng ra, nếu đứng cả hai chân, thì hai ngón chân cái giao nhau." (Mão (2004), tr. 500.

Tại Phong Khê, theo **Giao Châu Ký [tk V],** có Long Môn, nước sâu trăm tầm, cá lớn vượt qua được sẽ biến thành rồng. Lại có sông Tần Tiềm, vướng núi chia ra 99 giòng, chảy dài hơn 300 dặm, rồi lại hợp thành một cửa. *(VĐLN, III: Khu vũ loại, số 85, 1973:169).*

Cầm đầu Giao Chỉ bộ [tức Giao Châu từ đời Ngô] là một "thứ sử." Mỗi quận có một "thái thú." *(ĐVSK, NKTT,* II, Giu (1967), 1:87; *CMTB,* II:3-6; (Sài Gòn 1967), 2:153-54); (Hà Nội: 1998), 1:108-10] (Thực ra, từ năm 106 TTL Lưu Triệt (Hán Vũ đế, 140-87 TTL) mới đặt ra chức Thứ sử**; *(CMTB,* II:6-7;** (Hà Nội: 1998), 1:110-11**)** Thứ sử [thái thú?] Giao Chỉ bộ đầu tiên là **Thạch Đái.** (ch 37, "Diệp Du Hà," *TKCS,* Mão (2004), tr 424)

Cần nhấn mạnh đây chỉ là một loại du ký, trộn lẫn giữa những mảnh vụn sự thực, và sự hoang tưởng về trời xa, đất lạ, vừa hoang đường, vừa quái dị như *Sơn Hải Kinh [Shanhaijing, SHJ], Shuijingzhu [Thủy Kinh Chú]* của Li Dao Yuan (466 [472]-527) [năm 1999 còn ra ấn bản mới, *Thủy Kinh Chú sớ*]. [84]

Thẩm Ước (441-513): Giúp Lương Vũ Đế lên ngôi.: *Tống thư*

Vương Ẩn (đời Đông Tấn) và Quách Phác (276-324), soạn *"Tấn sử."* Bị đạo văn, sau Vương Ẩn hoàn tất *Tấn thư,* và *Giao Quảng Ký.*

Cố Hy Phùng (519-581), ghi trong *Dư Địa Chí:* Giao Chỉ về đời Chu gọi là **Lạc Việt,** đời Tần gọi là **Tây Âu, tức Tây Âu Lạc** Thế thì nằm về phía tây Phiên Ngô.

DS 2. *Giao Châu Ngoại Vực Ký [Jiao Zhou Wai Yu ji hay Memoirs on the Outerlimit of Jiao Zhou]* (thế kỷ III-IV, **tuyệt bản]**) Được trích dẫn nhiều nhất trong *Thủy Kinh Chú [Shui jing zhu]*—một sách mô tả những sông

---

[84] Richard E Strassberg, *A Chinese Bestiary: Strange Creatures from the Guideways through Mountains and Seas* (Berkeley, CA: Univ of California Press, 2002) [xxii, 314 pp.] *[Bestiary: A collection of stories providing descriptions of real and imaginary animals with moral interpretations of their behavior].*

chính của Trung Hoa, cùng cổ tích hay truyền thuyết [bestiary] về các sắc tộc và phong tục địa phương nơi những sông trên chảy qua. Một phần sách (8 chương) đã dịch qua Việt ngữ, kể cả hai chương 36 và 37 liên hệ đến cổ Việt.

Theo Lịch [Lệ] Đạo Nguyên, ***Giao Châu Ngoại Vực Ký*** viết:

> ["Ngày xưa, khi chưa chia làm quận huyện, việc cày cấy Lạc điền tùy theo thủy triều lên xuống; người khai khẩn ruộng đó gọi là Lạc dân, cai trị dân đó là Lạc vương, giúp vương là Lạc tướng, đều có ấn bằng đồng và giải sắc xanh làm huy hiệu."
>
> *[Tích, vi hữu quận huyện thời, Lạc điền tùy triều thủy thượng hạ, khẩn kỳ điền giả vi Lạc dân, thống kỳ dân giả vi Lạc vương, phó vương giả vi Lạc tướng, giai đồng ấn thanh thọ];* Tắc, *ANCL,* (Hán):24-5, (Việt):39)].

Sau con vua Thục (Thục vương tử) đem ba vạn quân đến đánh Lạc vương, Lạc hầu, khuất phục được các Lạc tướng. Vì thế con vua Thục xưng làm An Dương vương. Sau này, Nam Việt vương Úy [Triệu] Đà lại đem quân đánh An Dương vương. [85]

An Dương vương có thần nhân tên Cao Thông xuống giúp, làm cho một chiếc nỏ thần, ***bắn một phát giết 300 người.*** Triệu Đà [Nam Việt Vương] biết đánh không được lùi về Vũ Ninh. . . . Triệu Đà [Nam Việt Vương] sai Thái tử Thủy sang làm con tin để giảng hòa. An Dương Vương không biết Cao Thông là thần nhân, đối đãi không đúng lễ. Cao Thông bỏ đi. Thủy qua lại với Mị Châu, con gái An Dương Vương. Rồi ăn cắp nỏ thần, đem cưa đứt nỏ. An Dương vương thua chạy xuống thuyền ra biển. Nay ở huyện Bình Đạo còn dấu vết thành cũ của vua. Thời mạt Đường, Cao Thông từng theo Cao Biền đi đánh giặc Nam Chiếu [Nan Chiao], rồi báo mộng cho Biền biết lý do đã bỏ nhà Thục ra đi. [86]

---

[85] *TKC,* ch. 37, "Diệp Du Hà," 7a; *TKCS,* ch. 37, "Diệp Du Hà," Mão (2004), tr. *427; Tư Trị Thông Giám* của Tư Mã Quang; Lê Tắc, *ANCL,* (Hán):24-5, (Việt):39). Maspéro, "Van Lang," 1918, 1:8-9]; Linh, 1969:33.

[86] *Giao Châu Ngoại Vực Ký,* dẫn trong *Thủy Kinh Chú; [TKC],* ch. 37, "Diệp Du Hà," 7a; *Thủy Kinh Chú Sớ [TKCS],* ch. 37, "Diệp Du Hà," bản dịch Nguyễn Bá Mão, (Hà Nội: Hội nhà văn, 2004), tr. *423 [vua nước [Nam] Việt sai hai sứ giả*

Sử Nguyễn: Dẫn Nam Việt Chí, bắn một phát một muôn người chết.

Sử Lê chỉ nói đến tên Linh quang kim trảo thần nỏ, do Cao Thông hay Cao Lỗ chế tạo. (ĐVSK, NKTT, I:7b, Thọ (2009), 1:157-58).

Sử Ký Sách Ẩn của Tư Mã Trinh (tk VII-VIII), *Tư Trị Thông Giám* của Tư Mã Quang (Sima Guang), *An Nam Chí Lược* của Lê Tắc và *An Nam Chí [Nguyên] [An-nan zhi [yuan]* của Cao Hùng Trưng [Gao Xiongzheng] nhà Thanh, cùng sử Nguyễn đều sử dụng nguồn *Giao Châu Ngoại Vực* Ký nói trên. [87]

Shuijingzhu [Thủy Kinh Chú], (Li Dao Yuan Lịch hay Lệ Đạo Nguyên, 466 [472]-527) [*Thủy Kinh Chú sớ*]

---

coi Giao Chỉ, Cửu Chân], 427-28 [An Dương vương chiếm Giao Chỉ]; Maspéro, "Van Lang,"1918, 3:8-9]; Linh, 1969:33; TKC, ch. 37, "Diệp Du Hà," *TKCS,* ch. 37, "Diệp Du Hà," Mão (2004), tr. *427-28.*

[87] *ANCL,* q. I, 1961, (Hán): 24-5, (Việt): 39; *CMTB,* I:9b (Sài Gòn: 1965), 2:42-3 [dẫn ANCN].

Sau con vua Thục (Thục vương tử) đem ba vạn quân đến đánh Lạc vương, Lạc hầu, phục được các Lạc tướng. Vì thế con vua Thục xưng làm An Dương vương. Sau này, Nam Việt vương Úy Đà lại đem quân đánh An Dương vương.[88]

Quảng Châu Ký, *Lạc [bộ Mã].*

"Ngày xưa, khi chưa chia làm quận huyện, việc cày cấy Lạc điền tùy theo thủy triều lên xuống; người khai khẩn ruộng đó gọi là Lạc dân, cai trị dân đó là Lạc vương, giúp vương là Lạc tướng, đều có ấn bằng đồng và giải sắc xanh làm huy hiệu." [Tích, vi hữu quận huyện thời, Lạc điền tùy triều thủy thượng hạ, khẩn kỳ điền giả vi Lạc dân, thống kỳ dân giả vi Lạc vương, phó vương giả vi Lạc tướng, giai đồng ấn thanh thọ]; Tắc, ANCL, (Hán):24-5, (Việt):39.

Sau con vua Thục (Thục vương tử) đem ba vạn quân đến đánh **Lạc vương,** Lạc hầu, phục được các Lạc tướng. Vì thế **con vua Thục** xưng làm **An Dương vương**. Sau này, Nam Việt vương Úy Đà lại đem quân đánh An Dương vương.

---

[88]*TKC*, ch. 37, "Diệp Du Hà," *TKCS*, ch. 37, "Diệp Du Hà," Mão, (2004), tr. *427; Dẫn lại trong Tư Trị Thông Giám của Tư Mã Quang;* Maspéro, "Van Lang,"1918, 3:8-9]; Linh, 1969:33.

Để chứng minh Tượng Quận đời Tần trải dài tới Nhật Nam, Lý Đạo Nguyên [ch 36, 30b] đã tưởng tượng ra rằng sông Du [Châu] nằm trong lãnh thổ Tượng Quận, chảy dài theo duyên hải Quảng Đông và vịnh Bắc Việt để tới Nhật Nam, tức giao lưu của sông Thọ Linh và Lư Giang, nơi có thành Tây Quyển hay Khu Túc. [89]

[Năm 198 TTL, vua nước [Nam] Việt sai hai sứ giả coi Giao Chỉ, Cửu Chân; TKC, ch. 37, "Diệp Du Hà," *TKCS*, ch. 37, "Diệp Du Hà," Mão (2004), tr. *423 Dẫn trong Sử Ký Sách Ẩn của Tư Mã Trinh (tk VII-VIII).*

DS 3. ***Nam Việt Chí [Nan Yue zhi,*** Stories of Southern Viet] của Thẩm Hoài Viễn [Chen Huai Yuan, tuyệt bản] (thế kỷ V).

Đất Giao Chỉ rất màu mỡ, người ta di dân đến ở, chính họ là người đầu tiên khai khẩn đất này. Đất đen và xốp, hơi xông lên mùi hùng. Vì vậy người ta gọi ruộng đó là hùng điền, dân đó là hùng dân. [Có một quân trưởng gọi là Hùng Vương].

Sau con vua Thục (Thục vương tử) đem ba vạn quân đến đánh Hùng hầu, . . .

---

[89] *TKCS*, (Mão (2004), tr ; Maspéro, "Siang," 1916, 1:51.

Nam Việt vương Úy Đà lại đem quân đánh An Dương vương.[90]

Hơi giống *Giao châu ngoại vực ký*. Thái Bình *Hoàn Vũ Ký* [*Huan Yu Ji*, Memoirs on the Universe [during the reign] of Tai Ping], (thế kỷ X) của **Nhạc Sử** (930-1007) đời Tống (960-1279). Cũng dùng *Jiao Zhou ji* [Memoirs on Jiao Commandery] của Yao Wen huan (Dieu Van Ham, 212-420?), nhưng chép chữ Xiong [hung]. Thay vì "lo" [lac].

"Ngày xưa, khi chưa chia làm quận huyện, việc cày cấy Lạc điền tùy theo thủy triều lên xuống; người khai khẩn ruộng đó gọi là Lạc dân, cai trị dân đó là Lạc vương, giúp vương là Lạc tướng, đều có ấn bằng đồng và giải sắc xanh làm huy hiệu." [Tích, vi hữu quận huyện thời, Lạc điền tùy triều thủy thượng hạ, khẩn kỳ điền giả vi Lạc dân, thống kỳ dân giả vi Lạc vương, phó vương giả vi Lạc tướng, giai đồng ấn thanh thọ]; Tắc, ANCL, q. 1, 1961, (Hán):24-5, (Việt):39).

Sau con vua Thục (Thục vương tử) đem ba vạn quân đến đánh Lạc hầu, . . .

---

[90] *TKC*, ch. 37, "Diệp Du Hà," *TKCS*, ch. 37, "Diệp Du Hà," Mão (2004), tr. 427-28; *Hoàn Vũ Kí* (q. 170, 7a, 9a); Lê Tắc, *ANCL*, q. I, 1961, (Hán):24-5, (Việt):39.

Nam Việt vương Úy Đà lại đem quân đánh An Dương vương.[91]

Đoạn văn này hơi giống Giao châu ngoại vực ký, dẫn lại trong *Thủy Kinh Chú*; ngoại trừ tên Hùng vương, Hùng tướng, Hùng điền, Hùng dân đã nhắc đến trong chương trước.

"Ngày xưa, khi chưa chia làm quận huyện, việc cày cấy Lạc điền tùy theo thủy triều lên xuống; người khai khẩn ruộng đó gọi là Lạc dân, cai trị dân đó là Lạc vương, giúp vương là Lạc tướng, đều có ấn bằng đồng và giải sắc xanh làm huy hiệu." *[Tích, vi hữu quận huyện thời, Lạc điền tùy triều thủy thượng hạ, khẩn kỳ điền giả vi Lạc dân, thống kỳ dân giả vi Lạc vương, phó vương giả vi Lạc tướng, giai đồng ấn thanh thọ];*

---

[91] Thẩm Hoài Viễn [Chen Huai Yuan] , *Nam Việt Chí [Nan-Yue zhi*], nhắc đến hùng hầu, hùng tướng, hùng dân, hùng điền. [the "xiong" king, "xiong" lord, "xiong" people , and "xiong" [hung] fields] thay vì tên Lạc [Lo]; *Maspero,* "Van Lang" IV. "Le Royaume de Van Lang;" *BEFEO* (Ha Noi), XVIII (1918), 1:8-9; *TKC*, ch. 37, "Diệp Du Hà," *TKCS*, ch. 37, "Diệp Du Hà," Mão (2004), tr. 427-28; *Hoàn Vũ Kí (*q. 170, 7a, 9a); Lê Tắc, *ANCL*, q. 1, 1961, (Hán):24-5, (Việt):39); *CMTB, I:2b (Sài Gòn: 1965), 2:14-5.*

Sau con vua Thục (Thục vương tử) đem ba vạn quân đến đánh Lạc hầu, . . .

Nam Việt vương Úy Đà lại đem quân đánh An Dương vương. [92]

Ngoài ra, nỏ thần của Cao Thông có mức tàn phá rất lớn, "bắn một phát chết một muôn quân Việt, ba phát, ba muôn người" [nhất phóng sát Việt quân vạn nhân, tam phóng sát tam vạn nhân]. [93]

DS 4. ***Quảng Châu Ký*** *[Guangzhou ji,* tuyệt bản]

Một trong những dã sử cổ nhất về An Dương Vương, Phong Khê, Cổ Loa là **Quảng Châu Ký [tk V]**. Có nhiều bản.

---

[92] *TKC*, ch. 37, "Diệp Du Hà," *TKCS*, ch. 37, "Diệp Du Hà," Mão (2004), tr 427-28; *[Thái Bình] Hoàn Vũ Kí* của Nhạc Sử [q. 170, 7a, 9a]; *Tư Trị Thông Giám* của Tư Mã Quang, *An Nam Chí Lược* của Lê Tắc [ANCL, q. 1, 1961:(Hán):24-5, (Việt):39)], v.. v...

[93] *CMTB*, I:17ab (Sài Gòn: 1965), 2:38-41. Dẫn từ *Hoàn Vũ Kí*, q. 170, 7b-8a.

Theo *Sử Ký Sách Ẩn* của Tư Mã Trinh, (tk VII-VIII), đời Đường (618-906), *Quảng Châu Ký* [tk V] chép:

"Con Thục vương đem binh đánh Lạc hầu, tự xưng làm An Dương vương, đóng trụ sở ở huyện Phong Khê." [94]

a. QCK của Cố Vi đời Tấn (205-420),

Bản này có trong thư mục của Học Viện Viễn Đông Pháp [Ecole Francaise d'Extrême-Orient, EFEO, thường dịch là Trường Viễn Đông Bác Cổ].

b. QCK của Bùi Uyên [hay Tuyên] (thế kỷ V).

Một sách địa lý về Quảng Châu (sau khi tách ra khỏi Giao Châu vào thế kỷ thứ III).

Ở Tấn Hưng có người Điếu Hử [Ô Hử có lẽ đúng hơn], dùng mũi để uống nước, miệng vẫn ăn như thường;

[Thái bình Ngự Lãm dẫn Quảng Châu Ký của Bùi Uyên: TKCS, q. 36, Mão (2004), tr. 381]. *[Triệu Đà theo tục của người Man, búi tóc, ngồi xổm] (ăn bằng miệng, uống bằng mũi*

---

[94] *CMTB*, I:17ab (Sài Gòn: 1965), 2:38-41. Dẫn từ *Hoàn Vũ Kí*, q. 170, 7b-8a.

Dẫn trong Thủy Kinh Chú ("Diệp Du Hà" q. 37 [Nguyễn Bá Mão, 2004:425]); Cương Mục, Tiền Biên. Theo Trương Bửu Lâm, Bùi Uyên không được ghi trong Trung quốc nhân danh đại tự điển. (CMTB (Sài Gòn), 2:62-3)

Thủy Kinh Chú [q. 14] của Lịch Đạo Nguyên (466 [472]-527)***, thời Bắc Ngụy,*** cũng nhắc đến thành An Dương Vương ở huyện Bình Đạo. (Địa Dư Chí, phần chú thích, NTTT (1976), tr. 557chú 3. TKC, ch. 37, "Diệp Du Hà," TKCS, ch. 37, "Diệp Du Hà," Mão (2004), tr *427. Dẫn lại trong Tư Trị Thông Giám của Tư Mã Quang*

DS **5. Cố Hy Phùng (519-581),** hay Cố Dã Vương đời Lương (502-557), và Trần (thế kỷ VI), tác giả **Dư Địa Chí:**

Giao Chỉ, đời Chu *(1122-256 TTL7)* là Lạc Việt; đời Tần *(221-206) gọi* là **Tây Âu**; tức **Tây Âu Lạc**; vậy nằm về phía tây Phiên Ngô *[một huyện thuộc Quảng Đông hiện nay]."* (50) [Giao Chỉ Chu vi Lạc Việt. Tần vi Tây Âu ***[Ou xi];*** tắc Tây Âu Lạc, hựu tại Phiên Ngô chi tây].[95]

---

[95] *ĐVSKTB, II:4ab, The (1997), tr. 55 [không nhắc tên Cố Hy Phùng];* Dư Địa Chí của Nguyễn Trãi et al., số 4; NTTT,

Đỗ Hữu (Du Yu, 735-812): cựu thứ sử Lĩnh Nam, và hoàn tất *Thông Điển* trước khi về triều làm tể tướng năm 803, nhận định: Tượng Quận đời Tần là Hợp Phố, không phải Tượng Quận ngày nay [đời Đường]. Nó bao gồm lãnh thổ từ Hợp Phố tới Nhật Nam, gồm trên 20 huyện. [96]

Lý Cát Phủ (758-814), một tể tướng khác đời Đường, năm 807 và 811, cũng lập lại kết luận trên trong *Nguyên Hòa Quận Huyện Chí*. Sự sai lầm của những kẻ quen thuộc với miền nam, ở phương vị một tể tướng—nếu có hẳn rất có thể là những sai lầm "cố ý," không phãi dốt nát về địa lý như Maspéro ước đoán, giữa khí thế hồi phục tinh thần Mã Viện, và chủ trương xâm lược "Hoàn Vương,"

1976:212, 546-47. Khi dẫn lại thông tin trên, Tư Mã Trinh ghi thêm trong Sử Ký Sách Ẩn: Nay Chu Nhai, Đạm Nhĩ gọi là người Âu. (35) 35. ĐVSKTB, The (1997), tr. 55.

[96] Đỗ Hữu, Thông điển (Shanghai: 1935), q. 184, tr. 4b; dẫn bởi Maspéro, "Siang," 1916, 1:51; TKCS Mão (2004), tr., 940, số 28.

tức Lâm Ấp hay Chiêm Thành, do Trương Chu chỉ huy từ An Nam Đô hộ phủ. [97]

Cổ Việt: Luy Lâu (Dâu), nằm trên bờ sông Dâu, 5km Bắc sông Đuống. (Nguyễn Tài Thư, et al., 1991:35-6)

Xem Đào Duy Anh, Các sông lớn của nước ta;" *ĐNNTC*, 1997, tập 5:252-63.

DS 6. Giao Quảng Ký (Jao Guang ji, tk III-IV**)**

Cũng có nhiều bản:

a. Giao Quảng Ký (III-IV): [tuyệt bản]

["Giao chỉ có ruộng Lạc, làm mùa theo nước thủy triều lên xuống; người hưởng hoa lợi của ruộng đó [Người ăn thuế ruộng ấy] gọi là Lạc hầu, các huyện tự xưng là Lạc tướng.] ***Về sau, con*** *vua Thục* ***đem binh đánh Lạc hầu, tự xưng là An Dương vương, đặt trụ sở ở Phong Khê."*** *(CMTB, I:9a, (Sài Gòn: 1965), 2:40-1)*

Nam Việt vương Úy Đà lại đem quân đánh An Dương vương, sai hai quan đến cai trị hai quận Giao Chỉ và Cửu Chân. Tức là Âu Lạc vậy. [98]

---

[97] Maspéro, 1916, 1:51 [49-55] [nỗ lực hòa giải đời Đường: Tượng Quận *không phải lãnh thổ Tượng Quận hiện tại.*

b. Giao Quảng Ký [Jiao Guang ji] của Hoàng Tham [Sâm] đời Minh (1368-1644):

["Giao chỉ có ruộng Lạc, làm mùa theo nước thủy triều lên xuống; người hưởng hoa lợi [ăn thuế] của ruộng đó gọi là Lạc hầu, các huyện tự xưng là Lạc tướng.] ***Về sau, con*** *vua Thục* ***đem binh đánh Lạc hầu, tự xưng là An Dương vương, đặt trụ sở ở Phong Khê."*** *(CMTB,* I:9a, (Sài Gòn: 1965), 2:40-1; (Hà Nội: 1998), 1:79-80..

[Giao Chỉ hữu lạc điền [Lạc bộ mã], ngưỡng triều thủy thượng hạ, nhân thực kỳ điền, danh vị Lạc hầu, chư huyện tự danh Lạc tướng; hậu Thục vương tử tướng binh thảo Lạc hầu, tự xưng An Dương vương, trị Phong Khê."] [99]

DS 7. Tấn thư địa đạo kí: Wang Yin (Vương Ẩn, thế kỷ IV, mất)

---

[98] *CMTB,* I:9a, (Sài Gòn: 1965), 2:40-1.

[99] *ĐVSK, NKTT,* I, Nhượng Tống (1944, 1964), tr. 70, chú 2; *CMTB,* I:9A; (Sài Gòn: 1965), 2:40-1. (Hà Nội: 1998), 1:79-80..

a. quận Cửu Đức có huyện Phố Dương. TKCS, ch 36, Mão (2004), tr. 368, 369. ***Từ Hải:*** *Cửu Đức thành lập năm 278 [đời Ngô], từ Cửu Chân tách ra; lị sở là Vinh ngày nay). Nhà Tùy bỏ. TKCS, Mão (2004), tr. 369n1.*

b. Trị sở Nhật Nam ở cách cửa sông Lô [hay Lư] giang 200 lí, cũng là trị sở huyện Tượng Lâm đời Tần; *dẫn trong TKC, ch 36, 19b]; TKCS, ch 36, Mão (2004), tr. 366 [xem thêm 358-59 [Nhật Nam, Lô Dung, Khu Túc, Thọ Linh], Maspéro, 1916:49.*

c. Năm 282, Tấn bỏ đô úy Nhật Nam. *Lấy huyện Lô Dung làm Nhật Nam, lị sở tại huyện Tượng Lâm. TKCS, ch 36, Mão (2004), tr. 366.*

Theo Từ Hải, Tượng Quận lập nên 214 TTL. Năm 76 TTL, bỏ quận. Lãnh thổ cũng tương đương như Maspéro đề nghị; TKCS, Mão (2004), tr. 366n1.

DS 8. Shen Yueh (Thẩm Ước, 441-513), ***Song shu*** *[Tống thư, History of the [Liu] Song Dynasty, 420-479,* gồm 100 truyện [chuan], bản in Po-na.

DS 9. *Sử Ký Sách Ẩn* của Tư Mã Trinh (tk VII-VIII).

Tư Mã Trinh trích dẫn, gần giống như *Quảng Châu Ký* và *Giao Châu Ngoại vực ký,* và một bản *Giao*

Châu Ký khác của Lưu Hân Kỳ [Liu Huan Qi?]. Các tác phẩm đã tuyệt bản này, chỉ được trích lại trong các sách đời sau, như *Nam Việt Chí* [*Nan-Yue zhi [Stories of Southern Viet]*, của Thẩm Hoài Viễn [Chen Huai Yuan, thế kỷ V], *Thủy Kinh Chú [Shui Jing chu] ([TKC]* của Lịch (Lệ) Đạo Nguyên (Li Daoyuan, 466 [472]-527) *et al.* [TKC, *ch 37, 7a]];* hay *Sử Ký Sách Ẩn* của Tư Mã Trinh (tk VII-VIII). Mức khả tín, bởi vậy, còn nhiều dấu hỏi.

Tưởng cần nhấn mạnh thêm một lần nữa về đặc tính "bestiary" của sách cổ Trung Hoa, thường khiến làm suy giảm mức khả tín của những thông tin về di địch bốn phương. Một trong những người được trích dẫn nhiều nhất là Nhạc Sử ***[Yo Shi]***, đã trích đoạn văn sau về bà Triệu Ẩu hay Triệu Thị Chính ở Cửu Chân: trong [Thái Bình] *Hoàn Vũ Ký:*

> [Năm 248], trong núi quận Cửu Chân có người con gái họ Triệu, vú dài ba thước, không lấy chồng, kết đảng cướp phá quận huyện, thường mặc áo chỉ gai vàng, đi guốc, ngồi ở đầu voi mà chiến đấu, chết thành thần nay đền thờ ở xã Phú Điền, huyện Mỹ Hoá, tỉnh Thanh Hoá. *[Triệu Ẩu: "Cửu Chân sơn trung hữu Triệu nữ tử, nhũ trường tam xích, bất giá, kết đảng phiếu lược quận huyện, thường trước kim hạt xỉ sỉ [guốc cao đi*

trong bùn], cứ tượng đấu chiến, tử nhi vi thần, kim từ tại Thanh Hóa, Mỹ Hóa huyện, Phúc Điền xã."] [100]

Du ký và dã sử Trung Hoa thỉnh thoảng thêm những chi tiết về đàn bà Lang Hoang trần truồng bán vàng trong đêm, (Lương thư, Phù Nam truyện], núi vàng Kim Sơn ở Lâm Ấp rực chiếu màu vàng kim xa tới hàng chục dặm để khích gợi sự tò mò và quyến rũ với những người ưa phiêu lưu mạo hiểm. (TKCS, ch 36, Mão (2004), tr 381, 388). Tây phương và người Ả Rập [Arabs] cũng có huyền thoại về người da tím, một mắt giữa trán; các tiểu vương Malay ở Indonesia chứa vàng dưới thềm lục địa, mỗi chiều tà ánh nắng phản chiếu vàng rực một chân trời.

---

[100] Dẫn ***Giao Chỉ Ký;*** *ĐVSK, NKTT*, IV:4a, Giu (1967), 1:106; Thọ (2009), 1:199; *CMTB*, III:9; (Sài Gòn 1970), 3: 36-9; (Hà Nội: 1998), 1:143. Có sách chép là hai thước. Phê bình chi tiết này, Tự Đức cho là "vi quái đản, khả tiếu" (Sài Gòn: 1970), 3:36-7, không nhìn thấy bản chất mọi rợ văn hóa [cultural barbarism] và văn phong "exotic writings" hay "bestiary"] của vua quan Hán]; *ĐVSKTB*, NK, IV:6b, The (1997), tr 88 [Ninh Hóa, nay là huyện Hậu Lộc, Thanh Hóa]; *ĐNNTC*, q. VI, "Thanh Hóa," 1997, 2:292 [đền Triệu Ẩu, còn đền ở Yên Hóa, Ninh Bình], 324 [Liệt nữ]. Xem thêm những chi tiết về đá biết nói, đá đẻ con, ruà biết nói tiếng người (TKCS, ch 40, Mão (2004), tr 737-38) Trương Nghi xây thành theo dấn rùa thần đi, (TKCS, ch 33, tr 33-4), người hoá thành hổ, một thiếu nữ mang thai vì một đốt trúc trôi trên sông, sinh ra Trúc Vương [Bamboo Kings], (TKCS, ch 37: sông Nguyên, Mão (2004), tr 468-69), v.. v..

IV. AN DƯƠNG VƯƠNG & TRIỆU ĐÀ:

An Dương Vương chiếm được cổ Việt ít lâu, nhà Đông Chu bị diệt. Trung Hoa chia làm nhiều nước nhỏ. Vua nước Tần là Doanh Chính [có tin là con Lã Bất Vi] ngày một mạnh hơn. Nhờ quân đội, với lực lượng liên tiễn và chiến xa, năm 221 TTL, Doanh Chính thống nhất đất cũ nhà Chu, lên ngôi Hoàng đế, tự xưng làm Tần Thủy Hoàng (Qin Shi huangde, 221-210 TTL). Ngoài ra dùng Lý Tư làm Tể tướng, thi hành chính sách quân chủ chuyên chế. Doanh Chính còn xây Vạn Lý trường thành để bảo vệ phía bắc và tây. Tên cổ Trung Hoa được ghi trong văn sử thế giới—Cina, China hay la Chine—rút ra từ quốc hiệu Tần [Ch'in, theo lối đọc cổ văn] của Thủy Hoàng. Nói cách khác, học giả thế giới chỉ chấp nhận một nước hay quốc gia Trung Hoa từ năm 221 TTL; trước đó, TH còn là một thứ tập hợp những cộng đồng *pre-technic,* cùng hiện hữu, và tìm cách tiêu diệt hay đánh đuổi các bộ tộc yếu hơn để chiếm đoạt tiện nghi cùng lương thực. Đến đời Hán, Lục Giả còn kiêu hãnh ghi lại chi tiết Triệu Đà búi tóc, ngồi xổm để tiếp đón ông ta—hàm ý tự hào vua quan mà không phải toàn dân Hán đã biết dùng ghế hay xe kiệu. Mặc dù đã tìm thấy di tích người Peking có mặt ở TH vào khoảng năm 500,000 TTL, theo Ban Cố [Ban Gu, 32-92] cho tới khoảng năm 2900 TTL, dân Trung Quốc ngày nay vẫn còn theo mẫu hệ, chỉ biết đến mẹ. Họ chưa biết tự sản xuất thực phẩm, đói thì đi tìm thức ăn, no bụng quẳng phần thực phẩm thừa đi. Họ còn thích uống máu con mồi, nhai nuốt cả da và lông. Sách sử Trung Hoa còn nhắc đến nhiều bộ lạc ăn thịt người như sắc dân Ô Hử [Wuxi] ở phía nam Quảng Tây, bắc Lạng Sơn. Và dĩ nhiên văn gia Hán ít khi nhắc đến những nơi trú ngụ lợp bằng lá cây hay rơm rạ, tường đắp bằng bùn của giới nông dân nghèo khổ. Vào thế kỷ XX, môt học giả Mỹ từng ví von nông dân TH như người đứng giữa dòng nước ngập đến cổ, chỉ cần môt quầng sóng nhỏ đã khiến sặc sụa hay chết đuối. Nhờ vậy, Mao Trạch Đông và Đảng *Công Sản Trung Hoa* đã thắng lợi, khi khởi đầu giai đoạn xây dựng bằng chiến dịch cải cách ruộng đất đẫm máu từ 1951 tới 1953—đấu tố và cướp đoạt tài sản của hàng chục triêu phú nông và đại điền chủ—qua những phiên tòa nhân dân man rợ, vu cáo cho nạn nhân cả những tội lỗi chưa hề và/hoặc thiếu khả năng hành đông, với mục đích chung cuôc là tiêu diêt mọi thành phân không được xếp hạng nhân dân, hay bần cố nông, và cướp đoạt tài sản các nạn nhân. Vì Trung Hoa chưa có đủ công nhân giác ngộ quyêt tâm đứng lên cướp chủ quyền các nhà máy, Mao sử dụng nông dân mà Marx lúc trẻ từng rẻ rúng là "bị khoai [a bag of potatoes] của cách mạng" làm chiên sĩ tiên phong. In the Chinese way. Bởi thế, Hồ Chí Minh từng cường điệu cung văn Mao đã "Trung Quốc Hóa" chủ thuyết

Marxist-Leninism, tài giỏi ứng dụng "bạo lực cách mạng" vào xã hội Trung Hoa. Về phần Hồ, dĩ nhiên, cũng là một thứ thiên tài bắt chước cả Nga lẫn Trung Hoa. (Nữ văn sĩ Dương Thu Hương là một trong rất hiếm người cầm bút can đảm viết Những Thiêu Đường Mù).

Năm 231 [Tân Hợi], Thái thú Hiệp Phố là Tiết Tống [Tông] hay Tiết Kính Văn (thuở nhỏ tị nạn qua Giao Chỉ, từng phục vụ Sĩ Tiếp/Nhiếp (Shi Xie, 137-226), sau theo Lã [Lữ] Đại qua đánh Giao Châu (tức Giao Chỉ cải danh từ năm 226) viết cho Ngô Tôn Quyền, chúa Đông Ngô:

> ***Xưa vua Thuấn** [*Điêu Trùng Hoa tức Ngu Thuấn, (2255-2208 TTL)] ***đi tuần phương Nam, mất ở Thương Ngô.*** Nhà Tần đặt ra Quế Lâm, Nam Hải, Tượng Quận. [Như thế] bốn vùng ấy nội thuộc [Trung Hoa] đã lâu.
>
> [Triệu Đà khởi đi từ Phiên Ngu, lo thu phục các vua Bách Việt, đó là vùng phía nam huyện Châu Quan [tức Hợp Phố đời Ngô, nay là huyện Hợp Phố, Quảng Đông]. *[Tích Đế Thuấn nam tuần tốt ư Thương Ngô. Tần trí Quế Lâm, Nam Hải, Tượng Quận tắc tứ quốc chi nội thuộc dã hữu tự lai*

hi. Triệu Đà khởi Phiên Ngu hoài phục Bách Việt chi quân, Châu Quan chi nam dã]. [101]

Theo Hoài Nam tử, nghe đồn miền nam sông Dương Tử giàu có, nhiều ngọc trai, ngọc cơ, Doanh Chính tiến hành kế hoạch thôn tính.

[*Tần Thủy hoàng tam thập tam niên [214 TTL], phát chư đạo bô nhuế tế, cổ nhân vi binh, sử Úy Đồ Thư tương lâu thuyền chi sĩ, sử Giám Lộc tạc cừ vận lương, thâm nhập Việt địa, lược thủ Lục Lương, vi Quế Lâm, Nam Hải, Tượng Quận, dĩ trích khiển ngũ thập vạn nhân thú Lĩnh*]. [102]

---

[101] *ANCL,* Bk VII, 1961:144; *CMTB,* III:5b-6a; (Sài Gòn 1970), 3:22-5; *(Hà Nội: 1998),* 1:139. Địa danh **Thương Ngô** chỉ được đặt ra hơn 2,000 năm sau, khi Lưu Triệt xâm lược Dạ Lang, rồi chia Dạ Lang thành Kiến Vi và Thương Ngô. Thời "Thuấn," nó có một tên khác của dân bản địa.

[102] *Sima Qian (145-86 TTL), Shiji [Shih chi]* bản dịch Burton Watson (1961), II, chapter 113, tr. 239-42; *ANCL,* q. IV, "Tiền triều chinh thảo;"1961:91; *ĐVSK, NKTT,* I, Giu (1967), 1:67; *CMTB,* I:10a-12b, (Sài Gòn: 1965), 2:44-60; (Hà Nội: 1998), 1:80-4;, *TB I:19-27, I:89-97; ĐVSKTB,* Ngoại Kỷ, I:14a, The (1997), tr. 48; *TKCS,* q. 37, *"Diệp Du Hà,"* Mão (2004), tr. 422; Maspéro, "Siang," *BEFEO,* XVI (1916-1917), 1:52 **[49-55]**) Theo Từ Hải, Tượng Quận lập nên 214 TTL.

Thời Tần lợi Việt đa châu cơ, dục quận huyện kỳ địa, phát chư đạo bô [vong] chuế tế cố nhân vi binh, sử hiệu úy Đồ Thư tướng chi, Sử Lộc tạc cừ vận lương, thâm nhập Lĩnh Nam, lược thủ Lương địa, [trí Quế Lâm, Nam Hải, Tượng Quận, dĩ trích khiển thú]. CMTB, I:10a (Sài Gòn: 1965), 2:44-5;

Theo Dương Thủ Kính, Thủy Hoàng Bản Kỷ của Sử Ký ghi là năm thứ 33 [214 TTL], cướp đất Lục Lương, chia làm ba quận Quế Lâm (Guilin), Nam Hải (Nan Hai, tức Quảng Đông) và Tượng (Xiang) quận.

TKC chép là lập ra 4 huyện: Thương Ngô, Nam Hải, Giao Chỉ, Tượng Quận. (TKCS, q. 37, Mão (2004), tr. 422*)*

Hán Thư cũng chép như thế. Thương Ngô và Giao Chỉ trong TKC có thể là Guilin chép thừa ra [?]. (TKCS, q. 37, Mão (2004), tr. 422) *Đời Hán Vũ Đế mới chia làm 9 quận.*

***Quế Lâm** (Guilin), **Nam Hải** (Nan Hai, tức Quảng Đông) **Tượng (Xiang) quận.** (ĐVSK, NKTT, I, Giu (1967), 1:67)*

181 [179] TTL: Đà lại xưng đế?

Năm 76 TTL, bỏ quận. Lãnh thổ tương đương như Maspéro đề nghị; *TKCS,* Mão (2004), tr. 366n1.

Nhật Nam là Tượng Quận đời Tần.

***Ban Cố, Tiền Hán Thư** (Địa dư chí, q. 28 hạ, tờ 6a: Nhật Nam là Tượng Quận đời Tần; (Maspéro, "Siang," 1916, 1:49, 51-2.*

*. **trích dẫn Giao Châu Ký,** đã tuyệt bản, "quận Nhật Nam [Rinan]" mà sử sách Hán ghi nhận đã "vào bản đồ Trung Hoa" từ năm 111 TTL đời Lưu Triệt [Hán Vũ Đế], hay thời Mã Viện [Ma Yuan] (43-44). và thêm rằng Nhật Nam gồm 5 huyện: Chu Ngô, Tị Ảnh, Lư [Lô] Dung, Tây Quyển, Tượng Lâm [CMTB, II:5a]. Hậu Hán Thư của Phạm Việp, và Lĩnh Ngoại Đại Đáp của Chu Khứ Phi đời Tống cũng chép lại chi tiết này. ANCL, q. IV, 1961:92; TKCS, ch 36, Mão (2004), tr. 363-64*

***Vi Chiêu (204-273),** tác giả **Ngô Thư:** Nhật Nam là Tượng Quận đời Tần (Maspéro, "Siang," 1916, 1:49.*

B. TRIỆU ĐÀ DIỆT AN DƯƠNG VƯƠNG:

Tháng 10 Tân Mão [210 TTL], Doanh Chính chết ở [Thiếu] Sa Khâu trong khi tuần du phương Đông. Con là Doanh Hồ Hợi lên ngôi, tức Tần Nhị Thế (209-207 TTL). Ngay sau khi Doanh Chính chết, dân chúng nổi lên khắp nơi. Trần Thắng, Ngô Quảng. Lưu Bang, Hạng Lương hưởng ứng. Năm 208 TTL [Quí Tị], Trần Thắng, Ngô Quảng chết. Lý

Tư bị giết. Triệu Cao lên làm Tể tướng. Hạng Lương lập cháu Sở Hoài Vương lên ngôi. Hạng Lương chết, cháu là Hạng Vũ lên thay.

(*ĐVSK, NKTT,* I:8b, Thọ (2009), 1:160, Giu (1967), 1:68-9; *CMTB,* I:18-19, (Sài Gòn: 1965), 2:76-81; (Hà Nội: 1998), 1:87-9; *ĐVSKTB,* The (1997), tr. 48-9) [Xem 112 TTL]

Theo Tư Mã Thiên, năm 214 TTL [Đinh Hợi], Doanh Chính sai bọn Đồ Thư và Sử Lộc mang quân thủy bộ hai cánh đi cướp đoạt của cải, xâm chiếm đất Lục Lương ở miền Nam. Mặt khác, áp dụng chính sách trồng người, đầy những người trốn tránh, người ở rể [chuế tế, những cục thịt thừa ăn bám gia đình nhà vợ], người đi buôn ở các đạo làm lính thú, đi sâu vào đất Lĩnh Nam, làm nền tảng cho chủ nghĩa bành trướng và xâm thực. Năm 214 TTL, Ren Xiao (Nhâm Ngao hay Hiêu) được cử làm Nam Hải úy, và *Zhao* Tuo (Triệu Đà) làm huyện lệnh (magistrate) Long Xuyên *(một huyện của Nan Hai].* Mang theo di dân tới thung lũng Tây Giang và cửa biển, gặp sức chống cự, phải xây thành trì, dựng nên ba thành Nam Hải (Nan Hai, tức *Quảng Đông*), Quế Lâm (Guilin), và Tượng (Xiang) quận.

TKCS, q. 37, *"Diệp Du Hà,"* Mão (2004), tr. 422; *Maspéro, "Siang,"BEFEO, XVI (1916-1917), 1:52* **[49-55]**) *Theo Từ Hải, Tượng Quận lập nên 214 TTL. Năm 76 TTL, bỏ quận. Lãnh thổ cũng tương đương như Maspéro đề nghị; TKCS,* Mão (2004), tr. *366n1.*

Trong khi đó, người Việt không phục, liên tục kháng chiến. Quân Tần giết chết vua Tây Âu là Dịch Hu Tống, nhưng họ rút vào rừng sâu, núi cao, lập Kiệt Tuấn làm tướng. Giết chết Đồ Thư và hàng vạn quân Tần.

Việt nhân giai nhập tùng bạc trung, mạc khẳng vi Tần dụng giả, ám trí kiệt tuấn dĩ vi tướng, công Tần nhân, sát úy Đồ Thư. (33) 33. ĐVSKTB, NK, I:14; *The (1997), tr. 48; CMTB,* I:10a (Sài Gòn: 1965), 2:44-5. Có lẽ Ngô Thì Sĩ đã dựa theo Hoài Nam Tử Lưu An. Đào Duy Anh dịch ***kiệt tuấn*** như một tĩnh từ mà ***không phải tên.*** *ĐVSK, NKTT,* Giu (1967), 1:315, chú 27.

Nhâm Ngao lên thay Đồ Thư. Cuộc xâm lăng miền nam sông Dương Tử vẫn tiếp tục đẫm máu. Suốt một thập niên, đàn ông không cởi áo giáp, đàn bà đi dân công. Mấy chục vạn người thiệt mạng. Năm 210 TTL [Tân Mão], Nhâm Ngao và

Triệu Đà mang quân đánh Ou Lo [Âu Lạc] mà sử cũ chép là cổ Việt. An Dương Vương cắt đất cho Triệu Đà, xin giảng hòa. Triệu Đà đồng ý vì sợ nỏ thần của Thục Vương. [103]

Năm 209 TTL, Nhâm Ngao và Triệu Đà lại mang quân đánh Âu Lạc [Ou Lo] với tham vọng lập môt đế quốc tự trị, ngang hàng với những "thứ sử Lạc Dương." Đà đóng quân ở núi Tiên Du [trấn Bắc Giang đời Hậu Lê]. Sau Nhâm Ngao bị bệnh, rút về.

Ngao khuyên Đà là nhà Tần thế nào cũng mất, nên dùng mưu để đánh Âu Lạc mà lập nước. Đà bèn dàn xếp cho con trai là Trọng Thủy cưới Mị

---

[103] *TKCS*, q. 37, *"Diệp Du Hà,"* Mão (2004), tr. 427-28: Dẫn *Giao Châu Ngoại Vực Ký; ĐVSK, NKTT,* I:8b, Thọ (2009), 1:160, *Giu (1967),* 1:67; *CMTB*, I:14-16, (Sài Gòn: 1965), 2:60-9; *(Hà Nội: 1998),* 1:85-7]; *ĐVSKTB*, NK, I:14-15; II:1-7, The (1997), tr. 48-9, 55-7] [Zhao Tuo] Tuo]

[Sima Qian (Ssu-Ma Ch'ien ca. 145-86 TTL), Shih chi (bản dịch Burton Watson (1961), II, chapter 113 [Nan Man chi]:239-42); ĐVSK, NKTT, I:8b, Thọ (2009), I:160, *Giu (1967), I:67; CMTB, I:23-27, (Sài Gòn: 1967), 2:98-115; (Hà Nội: 1998), TB I:19-27, 1:89-97;*

Châu, con gái Thục Vương, và qua ở rể. Ăn cắp được nỏ thần, Trọng Thủy trốn về nước. [104]

Năm 208 TTL [Quí Tị], Nhâm Ngao chết, Triệu Đà lên thay. Đà đưa quân đến chiếm giữ các cửa ải Hoành Phố, Dương Sơn và Hoàng Khê. Giết chết các trưởng lại do nhà Tần đặt. Sau đó, chiếm Mân Việt (Phúc Kiến), Lo-lo (Lạc) và Tây Âu, rồi tự xưng đế, lập nên nước Nan Yue [Nam Việt], với thủ đô Phiên Ngung, gần Guangzhou (Quảng Châu) ngày nay.

Tư Mã Thiên, Ban Cố và Phạm Việp đều dùng tước "vương" khi viết về Triệu Đà. Vì *Đại Việt Sử Ký* của Lê Văn Hưu đời Trần (1226-1400) khởi đầu quốc sử Trần bằng Triệu Đà, nhưng sách đã thất lạc, chẳng hiểu họ Lê đã dùng chữ "đế" hay "vương." (Lê Văn Hưu khen Đà biết khiêm tốn, xưng đế trong nước, nhưng xưng vương với nhà Hán)

---

[104] *Sử Ký, q. 113, tờ 3a; Tiền Hán thư, q. 95, 4a; Maspéro, "Siang," 1916, 1:53* **[49-55]** *[khoảng 209, Nhâm Ngao muốn tự chủ. Nhường chức cho Triệu Đà. Xưng vương, cai trị ba quận Nam Hải, Tượng Lâm và Tượng Quận. Bành trướng ảnh hưởng tới Mân Việt [Phúc Kiến], Lạc và Tây Âu [Bắc Kỳ ngày nay]; TKCS, q. 37, "Diệp Du Hà," Mão (2004), tr. 427-28 [Dẫn Giao Châu Ngoại Vực Ky]; ĐVSK, NKTT,* I:9a, Thọ (2009), 1:160, *Giu (1967), 1:67-8; ĐVSKTB, The (1997), tr. 48-9;*

Rồi, đánh Âu Lạc lần thứ ba. An Dương vương cưỡi ngựa bỏ chạy về phía nam cùng con gái. Quân Triệu Đà nương theo dấu vết lông ngỗng mà Mị Châu trải dọc đường đuổi theo. An Dương Vương cầu khẩn Rùa Vàng đến giúp. Rùa vàng xuất hiện, bảo giặc ngay phía sau lưng vua, nên giết đi. An Dương Vương giết con gái rồi tự tử. Đà sát nhập Âu Lạc vào Nam Việt (Nan Yue hay Yue). [105]

Nhà Thục mất. Cai trị được 50 năm.

---

105 . *ĐVSK, NKTT,* I:10ab, Thọ (2009), 1:161, Giu (1967), 1:68-9; *CMTB,* I:18-19, (Sài Gòn: 1965), XXVII:76-81; *(Hà Nội: 1998),* 1:87-9; *ĐVSKTB, The (1997), tr.* 48-50) (TKC, q. 37, 7a; TKCS, Mão (2004), tr. 427-28 [Dẫn *Giao Châu Ngoại Vực Ký*) [Xem 112 TTL] Nam Việt Chí, dẫn trong Hoàn Vũ Kí, q. 170, 7a, 9a; Nhật Nam truyện, dẫn trong Ngự Lãm, q. 348, tờ 18b.],

ĐVSK, NKTT, I:11b, Thọ (2009), 1:162; Giu (1967), 1:70.

Figure 3- Đền Hùng (đền Hạ)

Phần II

HAI BÀ TRƯNG (40-43):

Gương Sáng

Lịch Sử Dân Tộc Muôn Đời

Cuộc nổi dạy của Hai Bà Trưng năm 40-43 được coi như trang đầu bi hùng của Việt sử dài theo cuộc chiến vệ quốc trường kỳ, liên lũy suốt hai thiên kỷ. Hàng năm, giỗ hai Bà được cử hành ngày 6/2 lịch ta [hiện thay thế bằng ngày 8/3 TL, tức ngày Phụ nữ]. Trong khi đó, Phục ba tướng quân Mã Viện [Ma Yuan, 13TTL?-49] trở thành biểu tượng của chính sách thực dân Đại Hán [Ta Han hegemonism hay Hanism]—mối đe dọa thường trực của các lân bang nói riêng, và nền hòa bình thế giới nói chung. Hành động chị em hoặc vợ chồng Trưng Vương dấy binh chống Hán cùng "chiến công" tái chiếm cổ Việt đẫm máu của Mã Viện năm 42-44, vẫn được lưu truyền với nhiều xúc động. Những bài học sử đồng ấu và tiểu học tại hai nước láng giềng hoàn toàn đối nghịch. Sử quan Trung Hoa, bất kể màu sắc ý thức hệ, khoác lên Trụ đồng Mã Viện—với lời thề "đồng trụ chiết, Giao Chỉ diệt" [trụ đồng đổ, Giao Chỉ bị diệt]—lớp son phấn giáo hóa [*jaohua*], trấn ngự "Man Di" và "thiên mệnh [*tianmeng*], thôn tính thiên hạ.[1] Sử quan Việt

---

[1] Chiếu lên ngôi của Chu Nguyên Dụ (Minh Thái tổ, 5/1351-24/6/1398)và sắc phong cho Trần Nhật Hạo (Chen Ri-Kun, 2/10/1341-29/6/1369) hay Trần [Dương] Nhật Lễ (Chen Ri-Jian, 18/7/1369-9/12/1370); *Ming shi-lu*, Taizu, bản dịch Anh ngữ Geoffrey Wade, (National University of Singapore, 2005), juan 37:22b-23a, 43:3ab, 51:8b-9a, 53:5b [Sẽ dẫn: *Ming shi-lu* (Wade, NUS database, 2005)]; dẫn trong Vũ Ngự Chiêu &

chép hai bà Trưng làm một kỉ riêng, như bước diễn tập cho nền tự chủ khởi đầu từ Ngô Quyền (938-944)-Đinh Tiên Hoàng (?968-979). [2] Thành ngữ "Giặc đến

---

Hoàng Đỗ Vũ: *Nhục Hận Biển Đông Nam Á: Kiện hay Không Kiện?*, tập I, Phụ Bản III, tr 333-340; và "An Nam Đô Thống Sứ Ti, 5/7/1407-2/1/1428," Ibid., tập II, tr 35-67; Chiếu chinh phạt Giao Chỉ của Triệu Quang Nghĩa (Tống Thái Tông, 976-997), hay Thư Vương Vũ Xương [Xứng] gửi Lê Hoàn năm 980; Lê Tắc, *An Nam Chí Lược [ANCL]*, bản dịch Chen Ching Ho [Trần Kính Hòa] et al. (Huế: Đại học Huế, 1961), q. II, 1961:64; & q. V, "Tiền triều thư só," 1961: 115-16 [trích *Tống Sử, q 488: Giao Chỉ truyện*]; Ngô Sĩ Liên et al., *Đại Việt Sử Ký Toàn Thư, Bản Kỷ [ĐVSK, BKTT],* I:10a-12a, bản dịch Quốc tử giám tàng bản Cao Huy Giu et al. (Hà Nội: 1967), 1:162-64 [sẽ dẫn *ĐVSK, BKTT*, Giu (1967)]; bản dịch nội các quan bản Ngô Đức Thọ et al (Hà Nội: 2009), 1:263-65 [sẽ dẫn Thọ (2009)]; Ngô Thì Sĩ, *Đại Việt Sử Ký Tiền Biên*, bản dịch Dương Thị The et al. (Hà Nội: 1997), Bản Kỷ, I:15a-15b; tr162-63; [sẽ dẫn *ĐVSKTB*, The (1997)]; Nguyễn Phước Hường Nhiệm et al., *Khâm Định Việt Sử Thông Giám Cương Mục, Chính Biên* (1884), I:16-17, bản dịch Viện Sử Học (Hà Nội: Giáo Dục, 1998), I:250-251 [sẽ dẫn *CMCB* (Hà Nội: 1998)]; Phan Huy Chú, *Lịch triều Hiến Chương Loại Chí* (Hà Nội: 1992) q. 49, "Việc Biên Cương;" 3:275-76; [sẽ dẫn *LTHCLC*, 1992]. Xem thêm Yuankang Wang, *Harmony and War: Confucian Culture and Chinese Power Politics* (NY: Columbia Univ Press, 2011), pp 41, 48; *Xinhua News Agency (Beijing)*, May 16, 2014.

[2] Nha Học Chính Đông Pháp, *Sử Ký- Địa Dư Giáo Khoa Thư, Lớp Sơ Đẳng*, do Trần Trọng Kim, Thanh tra các trường Sơ đẳng Bắc Kỳ, và Đỗ Đình Phúc, Sơ đẳng giáo học thượng hạng, biên soạn (Hà Nội: Việt Nam Tiểu Học Tùng Thư,

nhà, đàn bà phải đánh" trở thành biểu tượng của tinh thần kháng Hán, vệ quốc.

Vì từ thế kỷ XX, người Việt mới có chữ viết riêng, và/hoặc hủ tục mà thế giới lên án là mọi rợ văn hóa [*cultural barbarism*] đã hủy diệt mọi di tích cổ Việt, sử quan đời sau đành dựa theo truyền thuyết và ít mảnh vụn trong thư tịch Trung Hoa để tái dựng Kỷ Trưng Nữ Vương, được vỏn vẹn mươi trang chữ Việt-Hán, dẫn từ các bộ chính sử Trung Hoa, nhưng nguồn thông tin gốc, được sao đi chép lại đều từ những tuyển tập truyền kỳ quái lạ *["bestiaries"]* như *Giao Châu Ký* [*Jiaozhouji*], *Quảng Châu Ký, Lâm Ấp Ký* [*Linyiji*], *Phù Nam Ký* [*Funanji*], *Giao Châu Ngoại vực ký [Jiao Zhou Wai Yu ji/ Memoirs on the Outerlimit of Jiaozhou]* (205-420?) III-IV], đã tuyệt bản do tác giả vô danh, với những chi tiết quái lạ như đá nứt ra người, vú dài ba thước, v.. v... ghi lại trong *Thủy Kinh Chú [Shuijingzhu]* của Lịch (Lệ) Đạo Nguyên (Li Dao Yuan, 466 [472]-527) et al.[3]

1927), tr 14-16, 17 [trụ đồng]; Trần Trọng Kim, *Việt Nam Sử Lược* [*VNSL*], 2 tập (Sài Gòn: 1969), ấn bản in lại ở Mỹ [nd], I:39-40, 41.

[3] Lịch (Lệ) Đạo Nguyên et al., *Thủy Kinh Chú Sớ* [TKCS], ch 37, Diệp Du Hà," Mão (2004) tr 424-25, v.. v..; *Giao Châu Ngoại Vực Ký;* Wei Cheng (581-643), *Tùy Thư [Sui shu/ Annals*

Và, giống như bất cứ cuộc kháng Hán nào của người Việt, sử sách Trung Hoa chỉ chép trong mục "làm loạn" hay "chinh thảo," "Nam Man truyện," giọng điệu khinh bạc, tự tôn. Vì tất cả những nước và dân tộc lân bang đều bị coi là mọi rợ [tứ di], hạ đẳng, đế quốc Trung Hoa tự cho mình bổn phận chữa bệnh, đặt mọi rợ vào vòng giáo hóa. Tuy nhiên, di địch quá đông, chưa thể mang quân xâm chiếm, giết lãnh đạo, phá đền thờ, đồng hóa hết di địch, vua quan Hán đưa ra một phương thức gọi là "sự đại chi lễ" [nước nhỏ thờ nước lớn] hay giao hiếu, như môi với răng, con với cha, hoặc, em với anh, qua việc sắc phong, cống lễ định kỳ [*tributory networks*], phân phát lịch ở các cửa ải, chỉ dùng một quả ấn bạc mạ vàng và trượng hai dây thao, không tốn một tên lính, không cùn một

---

of the Sui Dynasty, 581-618], q. 53: "Lưu Phương truyện"; q. 82, "Nam Man truyện"]; Lưu Hú (Liu Xu, 888-947), *Cựu Đường Thư [Jiu Tang shu]* (945), q 41: Dư Địa Chí; Âu Dương Tu [Ouyang Xiu, 1007-1072) và Tống Kỳ (Song Qi, 998-1061), *Tân Đường Thư* [*Xin Tang shu/ New Annals of the Tang Dynasty, 618-907*], (1060), q 43: Dư Địa Chí (Beijing: 1975); Tư Mã Quang [Sima Guang 1019-1086)], *Tư Trị Thông Giám [Zi-shi tong-jian],* bản dịch Rafe de Crespigny, *The Comprehensive Mirror to Aid the Government* (National Univ of Australia, 1986); Chu Hy (Zhu Xi, tức Chu Nguyên Phối, 1130-1200), *Thông Giám Cương Mục [Tong-jian gang-mu],* dựa trên *Tư Trị Thông Giám* của Tư Mã Quang.

ngọn giáo mà vỗ yên được thiên hạ. Thứ "chân lý" dĩ man trị man này được các lý thuyết gia Hán tộc—đại biểu bằng Khổng Khâu (551-479 TTL)—khoác cho tính cách "số Trời" hay "thiên mệnh," theo đó hoàng đế Trung Hoa là con Trời [*tianzi*], chịu trách nhiệm làm chủ cả thiên hạ hình khối vuông, giữ độc quyền giáo hóa, đánh dẹp bốn phương, tám hướng để bảo vệ an ninh, trật tự và thánh giáo. Bởi thế, sách sử Trung Hoa thanh thản chép Trưng Trắc "phản," và để cứu dân, Lưu Tú (5/8/25-29/3/57) sai bọn Mã Viện đi chinh phạt.

Tư Mã Thiên, người đầu tiên nhắc đến sứ giả Việt Thường [Yueshang] cống chim trĩ trắng "năm 1110 TTL" trong truyền bản *Sử Ký [Shiji],* chứng tỏ văn gia Hán biết và nói rất ít về địa lý cổ thời Đông Nam Á. Dựa theo *Thượng Thư Đại Truyện* của Phúc Thắng, Tư Mã Thiên cho đoàn xe có kim chỉ nam hướng dẫn đưa sứ Việt Thường đi men theo bờ biển, tới Fu nan [Phù Nam, *Kok Thlok*], rồi Linyi [Lâm Ấp], gần một năm mới về tới quê nhà. Nhưng từ thế kỷ XIX-XX, ta đã biết Phù Nam do Kaundinya [Hỗn Điền] **thành lập khoảng năm 100-150,** tức hai thế kỷ sau ngày Tư Mã Thiên hoàn tất *Sử Ký*. Thêm nữa, không hề có con đường chạy theo ven biển từ Thiểm Tây [Shaanxi] tới Lâm Ấp [cổ Champa]. Đó là chưa kể, nếu đi men theo duyên hải, sẽ tới Việt Thường, Lâm Ấp trước Phù Nam. Và Phù Nam nằm về phía nam Lâm Ấp, kim chỉ nam của Chu Cơ Đán rõ ràng có vấn đề về định hướng bắc-nam. Như thế việc cống trĩ trắng có thể chỉ là trò chơi trí tuệ của những Phúc Thắng, Tư Mã Thiên, hay tác giả *Hàn Thi Ngoại truyện*, truyền tới đời sau. Giống như môn khoa học đo bóng mặt trời "phát minh" từ thời Đế Nghiêu [Yaodi, 2356-2255 Trước Tây Lịch [TTL]—vì "Nam Giao" trong thiên Nghiêu Điển [Yaodian] là miền nam chỗ mặt trời mọc [thang cốc] và lặn [mông dĩ]. Cũng rất có thể Tư Mã Thiên không hề biết đến, hay viết ra địa danh Phù Nam; nó chỉ là sản phẩm của văn gia Hán tộc đời sau, khi chú giải *Sử Ký* và *Hán Thư*.[4]

Sử quan Việt chép hai bà Trưng làm một kỉ riêng, như một bước khai phục quốc thống, dành tự chủ—theo công thức Việt tự chủ/ bá quyền Hán. Thuật ngữ "độc lập" [*independence*] của thế kỷ XX-XXI hoàn toàn

---

[4] *Thủy Kinh Chí Sớ* (Beijing: 1955, 1999), bản dịch Mão (2004), tr. 416, chú 1, 2. Vào thế kỷ III Tây Lịch (226) Thứ sử Giao Châu Lữ Đại (ca 226-256) gửi hai sứ đoàn đi Phù Nam, do Khang Thái [Kang Tai] và Chu Ứng [Chu Ying] cầm đầu. Tuy nhiên, nguyên bản *Phù Nam Ký, Phù Nam Truyện, Phù Nam Thổ Tục*, hay *Fu-nan I-wu Chih* và *Fu-nan I-nan Chi*] của hai sứ giả trên đã thất lạc, chỉ còn trích dẫn trong các truyền bản *Thủy Kinh Chú, [Thái Bình] Ngự Lãm, Nghệ vân loại tự, Sử Ký Chính Nghĩa [Shiji Cheng-I]*, v.. v .., và mức khả tín là một dấu hỏi lớn.

xa lạ với sinh hoạt chính trị/ngoại giao cổ Việt nói riêng, và Á Châu nói chung. Từ ngày thoát khỏi ách đô hộ Đường (618-907), rồi Nam Hán (917-971), hệ thống giao hiếu và cống lễ định kỳ qui tâm về Trung Hoa khiến cổ Việt, trong khi chờ đợi ngày bị tận diệt—hay, hiện đại hơn, là "tổ hợp" [*incorporate*] vào thượng quốc, bất cứ lúc nào thiên tử có khả năng—phải đóng góp lễ vật như vàng bạc (lên tới 5,000-10,000 lạng vàng mỗi năm đời Hậu Lê sơ (29/4/1428-12/7/1527), kể cả hai pho tượng người bằng vàng [*kimren*] cúi đầu thần phục), cùng thổ sản, hương liệu để đổi lấy tự chủ. Trong thời gian chờ đợi được xây dựng một miếu thờ cho dòng họ lãnh đạo Việt cuối cùng này, thiên tử nội địa tìm đủ cách chia để trị, phân tán sức mạnh của nước chư hầu bằng cách khuyến khích các phe nhóm, bộ lạc kình chống lẫn nhau, hoặc công khai tranh hùng, khai mở những cuộc nội chiến để làm suy giảm tiềm năng—được Lưu An [Liu An], Lý Cố [Li Gu] mệnh danh là "dĩ man trị man." Từ năm 938, nước Việt luôn luôn chịu cảnh đao binh, kể cả những cuộc "chinh thảo" từ kinh đô Trung Hoa hay Phiên Ngung. Bi hài nhất là giai đoạn 1865-1885, khi quân triều đình Thanh, phối hợp cùng hải tặc và thổ phỉ Hoa, định chia cắt Bắc Kỳ làm hai vùng "mỏ" [Tonkin mines] và "gạo" [Tonkin riz], hy vọng "thu hồi" thêm một phần lãnh thổ đã tách ra khỏi đế quốc từ cuối thời Đường—trong khi Nguyễn Phước Hường Nhiệm (10/11/1847-19/7/1883) quở trách các đại thần biết rõ âm mưu cướp đất của nhà Thanh như Tuần phủ Hưng Hóa Nguyễn Quang Bích là "đừng nên lấy lòng tiểu nhân đo bụng quân tử" ở Tổng lý Nha môn.[5]

Vì thiếu tư liệu khả tín, và phần vì bị trói buộc trong khuôn khổ "thánh giáo," kỷ Trưng Nữ Vương nặng phần cung văn [*hagiographies*] trong sử Việt, và nặng phần đào mộ trong Hán sử hơn một kinh nghiệm sử học theo tiêu chuẩn quốc tế. Đáng buồn hơn nữa, có tác giả trong nước đã bỏ hẳn chương nói

---

[5] Vũ Ngự Chiêu, *Các Vua Cuối Nhà Nguyễn, 1883-1945*, 3 tập (Houston: Văn Hóa, 1999-2000), I:290-295; AMAE (Paris), *Mémoires et Documents, Asia,* vol 39, pp 363-364 [Chương ngày **20/12/1882** về việc chia Bắc Kỳ thành Tonkin *mỏ* [mines] và Tonkin *gạo [riz*]; CĐ ngày 5/3/1883 và thư ngày 14/3/1883, Challemel-Lacour gửi Bourée; MAE (Paris), DD II, pp 166, 171-173; *ĐNTLCB*, IV, q LXVIII, tập 35: 1881-1883, 1976:142-143 [Vua chê Tuần phủ Hưng Hóa Nguyễn Quang Bích là "lấy lòng kẻ tiểu nhân đo bụng quân tử"]; Phạm Thận Duật, "Vãng sứ Thiên Tân nhật ký;" Nguyễn Văn Huyền, *Phạm Thận Duật, Cuộc đời và tác phẩm* (Hà Nội: KHXH, 1989), tr 301 [289-331]. Xem thêm, Nguyên Vũ [Vũ Ngự Chiêu], "Đất đai Việt Nam bị Trung Hoa Nhân Dân Cộng Hòa Quốc xâm chiếm;" *Hợp Lưu Magazine* (Fountain Valley, CA), No. 105 (5-6/2009), tr 5-32; lưu trữ trong www.hopluu.net [6/2014: 136,320 lần đọc], và www.vietnamvanhien.net;

về Hai Bà Trưng—chỉ liệt kê trong phụ bản cùng 18, 19 cuộc dấy binh khác dưới thời Bắc thuộc.

I. CUỘC KHỞI NGHĨA CỦA HAI BÀ TRƯNG (40-43):

Khác với nhà Hồng Bàng và Thục An Dương Vương—bị các sử gia thế giới đánh giá như huyền thoại hay bán huyền thoại—Trưng Nữ Vương là **một tác nhân lịch sử**, được ghi chép trong hầu hết chính sử Trung Hoa, như *Hậu Hán Thư [Hou Han Shu], q 24: "Mã Viện truyện"* của gia đình Phạm Việp, [Cựu] *Đường thư* của Lưu Hú, [Tân] *Đường thư* của và Âu Dương Tu và Tống Kỳ; *Tư Trị Thông Giám* của Tư Mã Quang; hay, *Thông Giám Cương Mục [Tong-jian gang-mu]* của Chu Hy—được Hường Nhiệm và sử quan Nguyễn chọn như kiểu mẫu. Quốc sử Việt như *Đại Việt Sử Ký* của Lê Văn Hưu (1279), *Đại Việt Sử Ký Toàn Thư, Ngoại Kỷ* của Ngô Sĩ Liên (1479), *Đại Việt Sử Ký Tiền Biên* của Ngô Thì Sĩ et al. (1800), hay *Khâm Định Việt Sử Thông Giám Cương Mục* (1884) đều dành cho Hai Bà Trưng một kỷ riêng. Ngay đến truyền bản *An Nam Chí Lược* của Lê Tắc hay Trắc (1307-1336)—một người Việt gốc Hoa ở Thanh Hóa, trôi giạt sang Trung Hoa đời Nguyên, được một học giả Nhật hiệu đính và xuất bản năm 1884—cũng dành cho hai bà Trưng cùng võ công của Mã Viện một số thông tin tóm lược từ Hán sử [giúp tìm hiểu đại lược quan điểm Hán tộc]. Trong số các sách sử bằng chữ Việt mới—dựa trên chữ cái Latin—trước năm 1975, Trưng Nữ Vương vẫn xuất hiện như một gương sáng lịch sử.

Tháng 3/40, đời Lưu Tú—hay Lưu Văn Thúc, tức Quang Vũ, 5/8/25-29/3/57, vua đầu tiên đời Đông Hán, 25-220—bà Trưng Trắc dấy binh ở quận Giao Chỉ [*Jiaozhi*]. Các quận Cửu Chân [*Jiuzhen*], Nhật Nam [*Rinan*?], Hợp Phố [*Hufu*?] đều hưởng ứng. Thanh thế cuộc khởi nghĩa lên cao đến độ Thái thú Tô Định (34-40) phải trốn chạy về Nam Hải (Quảng Đông), hoặc bị giết, và các quan lại trong guồng máy thực dân Hán chỉ tìm cách bảo toàn bản thân và gia quyến.

Sau khi chiếm được sáu mươi lăm thành ở Lĩnh Nam, hai bà Trưng xưng vương, đóng đô ở Mê Linh. [6]

Theo Đường Thư, Địa Lý Chí, Mê Linh ở địa phận Phúc Lộc và Đường Lâm thuộc Phong Châu. Phong

---

[6] Nguyễn Trãi, Dư Địa Chí số 9, & 20; *Nguyễn Trãi Toàn Tập [NTTT],* in lần thứ hai, có hiệu đính (Hà Nội: 1976), tr 215, 221, 558-59 [ghi Trưng Vương đặt quốc hiệu là Hùng Lạc, đóng đô ở Mê Linh, tức Hát Môn, huyện Phúc Lộc]; *CMTB,* II:7, 8 (Sài Gòn: 1965), 2:166-67,168-69, (Hà Nội: 1998), I:111; Lê Quí Đôn, *Vân Đài Luận Ngữ [1772],* III: Khu vũ loại, số 62, (Sài Gòn: 1973), tr 145-46 [Mê Linh là Phong Châu, tức Yên Lãng]; Phan Huy Chú, *LTHCLC,* q. I, Dư Địa Chí, 1992:I:28-29. [Bà Trưng ở Mê Linh, Phong Châu]. (Không ghi xuất xứ)

Châu [Fengzhou], xuất hiện lần đầu trên thực địa đời Đường [Tang, 618-906] gồm năm [5] huyện Gia Ninh, Thừa Hóa, Tân Xương, Cao Thượng, và Châu Lục. ***Tư Trị Thông Giám*** của Tư Mã Quang ghi Mê Linh đời Hán, đời Ngô đổi thành Tân Hưng, đời Tấn Tân Xương, đời Tùy Gia Ninh, Đường gọi Phong Châu, tức đạo Sơn Tây đời Tống. Có đồng Lâm Tây, bên cạnh có động Thất Quán. [7]

Lê Quí Đôn cũng chép Mê Linh là Phong Châu, tức Yên Lãng; một trong sáu [6] huyện của quận Tân Xương, thuộc Giao Chỉ bộ đời Tấn [dẫn *Đông Hán chí*]. Đời Lý đổi tên là Lâm An, tức đạo Hưng Hoá. [8]

Địa danh Phong Châu chỉ xuất hiện trên thực địa từ đời Đường, nhưng sử Việt chép nó thuộc Giao Chỉ, hay Văn Lang (khoảng Bạch Hạc-Sơn Tây), một trong 15 bộ nguyên thủy của nhà Hồng Bàng.

Trong Dư Địa chí của Nguyễn Trãi (1380-1442) [dâng lên Lê Nguyên Long (Thái Tông, 20/10/1433-

---

[7] Lưu Xú, *Cựu Đường thư, q 41: Dư Địa chí*; Âu Dương Tu và Tống Kỳ, *Tân Đường Thư, q 43: Dư Địa Chí*; Nguyễn Trãi, *Dư Địa Chí*, số 9, & 20; *NTTT*, 1976:215, 221; *CMTB*, II:8a, (Sài Gòn: 1967), 2:170-71; (Hà Nội: 1998), I:111; Lê Quí Đôn, *VĐLN*, III: Khu vũ loại, số 62, (Sài Gòn: 1973), tr 145-46].

[8] Lê Quí Đôn, *VĐLN*, III: Khu vũ loại, Số 53 và 85 (Sài Gòn: 1973), tr 136-38, 168, 169, 170.

7/9/1442) năm 1435, chép theo kiểu thiên Vũ Cống trong *Thư*, còn gọi là *An Nam Vũ Cống*], Nguyễn Thiên Túng chú thích:

1. Giao Chỉ *[Jiaozhi]: Chỉ bộ Phụ;* tức Sơn Nam (Hà Nội, Nam Định và Hưng Yên)

2. Chu Diên: tức Sơn Tây

3. Phúc Lộc: Sơn Tây, [thành lập năm 663 [*Nguyên Hòa quận huyện chí*, q. 38, tờ 4a] hay 670 [*Hoàn vũ kí,* q. 171, tờ 11b]; Maspéro, "Van Lang,"1918:4]

4. Vũ Ninh: Kinh Bắc (Bắc Ninh) [lập nên năm 271; theo *Tống thư*, q. 38, tờ 20a (dẫn trong Maspéro, "Van Lang,"1918:4)

5. Việt Thường [Yueshang]: Từ Thuận Hóa tới Quảng Nam.

6. Ninh Hải: An Bang (Quảng Ninh). [quận đời Lương [thế kỷ VI, *Hoàn Vũ Kí,* q. 171, tờ 9b]; huyện năm 752; tờ 11a] (dẫn trong Maspéro, "Van Lang,"1918:4)

7. Dương Tuyền: Hải Dương.

8. Lục Hải: Lạng Sơn,

9. Vũ Định: Thái Nguyên, Cao Bằng [huyện, 271; bỏ đời Trần. (Maspéro, "Van Lang,"1918:5)

10. Hoài Hoan: Nghệ An. Huyện năm 743; (Maspéro, "Van Lang,"1918:5)

11. Cửu Chân [Jiuzhen]: Thanh Hóa.

12. Bình Văn: [khuyết] (Maspéro, "Van Lang,"1918:5)

13. Tân Hưng: Hưng Hóa và Tuyên Quang. [theo *Tống thư,* lập nên năm 271; q. 38, tờ 21. (Maspéro, "Van Lang,"1918:5)

14. Cửu Đức: [khuyết],

[Theo ***Tấn Chí*** của Phòng Huyền Linh (578-648), Cửu Đức **do nhà Ngô** đặt ra thời Tam Quốc, nay là **Hà Tĩnh**. Hồ Tôn là nước Chiêm Thành, nay là Bình Định. [theo ***Tống thư,*** lập nên thế kỷ III; q. 38, tờ 21. (Maspéro, "Van Lang,"1918:5)

** Wang Yin, Tấn thư địa đạo kí (thế kỷ IV, mất): quận Cửu Đức có huyện Phố Dương. (*TKCS,* ch 36, Mão (2004), tr 368, 369)

[Trị sở Nhật Nam ở cách cửa sông Lô [hay Lư] giang 200 lí, cũng là trị sở huyện Tượng Lâm đời Tần; dẫn trong *TKC,* ch 36, 19b; *TKCS,* ch 36, Mão (2004), tr 366 [xem thêm 358-59 [Nhật Nam, Lô Dung, Khu Túc, Thọ Linh], Maspéro, 1916:49.

Năm 282, Tấn bỏ đô úy Nhật Nam. Lấy huyện Lô Dung làm Nhật Nam, lị sở tại huyện Tượng Lâm. *TKCS,* ch 36, Mão (2004), tr 366.

Theo Từ Hải, Tượng Quận lập nên 214 TTL. Năm 76 TTL, bỏ quận. Lãnh thổ cũng tương đương như Maspéro đề nghị; *TKCS*, Mão (2004), tr 366n1.

15. Văn Lang. [9]

Địa danh 15 bộ gây nhiều nghi hoặc trong giới Nho gia Việt. Thứ nhất, các địa danh trên đều là chữ Hán. Thêm nữa, chúng trùng hợp với tên các châu, huyện thời Bắc thuộc hay Đại Việt (Giao Chỉ, Chu Diên, An Nam) trước thế kỷ XV hay XVI, không phù hợp với lãnh thổ quá rộng lớn của vương quốc Văn Lang trong truyền thuyết. Bảng Nhãn Lê Quí Đôn nghĩ rằng "Không có chữ nghĩa gì truyền lại, tên quận huyện do nhà Hán, nhà Ngô đặt ra," "các hậu nho góp nhặt, vay mượn chép ra, khó mà tin được." Đó cũng là nhận định của sử quan Nguyễn. Sau khi tham khảo *Thiên Hạ Quận Quốc Lợi Bệnh Thư* của Cố Viêm Vũ (1613-1692) và các sách khác, kể cả *Đại Thanh Nhất Thống Chí* của Từ Kiền [Càn] Học (1631-1694), Hường than lên: "Không khảo chứng được," làm sao biết biên cương Văn Lang đến đâu.

---

[9] Nguyễn Trãi, *Dư Địa Chí;* số 3 và 9; *NTTT,* 1976:212, 215, 544; 558-59; *CMTB,* 4b-5a, (Sài Gòn: 1965), 1:22-5. [Việt Sử Lược ghi Nhật Nam thay vì Tân Hưng].

Các sách địa lý TH đều mô tả chung chung là "An Nam phía đông đến biển, phía tây đến Vân Nam, Lão Qua, phía nam đến Chiêm Thành, bắc đến Quảng Tây." "An Nam" *[Pacified South]* là quốc hiệu chính thức đầu tiên Triệu Vĩ/Tích [Tống Hiếu Tông, Song Xiao-zong, 1163-1175] phong cho Lý Thiên Tộ (Anh Tông, 5/11/1138-19/8/1175) năm 1164, hoặc 1175. [10]

Những Nhan Sư Cổ, Lê Hiền, Tư Mã Trinh, hay Đỗ Hữu/Hựu [To Yu], Lý Cát Phủ đời Đường mới nỗ lực sửa lại cổ sử Trung Hoa cho phù hợp với kiến thức địa lý mới do các thương nhân đưa đến hay những đạo quân viễn chinh mang về, từ đời Tam Quốc tới đời Lương-Tùy. Ngay đến những kinh điển Khổng giáo hay Lão-Trang cũng được chép lại, chia câu, ngắt đoạn, chú thích, diễn nghĩa—và, dĩ nhiên, bịa đặt thêm (như thiên Thu Thủy trong *Nam Hoa*

---

[10] *ĐVSK, BKTT,* IV:14a, Thọ (2009), 1:411; Giu (1967), 1:289; *ĐVSKTB,* BK, IV:20b-22a, The (1997), tr. 293-94 [dẫn *Tống Sử*]; *CMCB,* V:12-13, (Hà Nội: 1998), I:412-13 [dẫn *Nguyên Sử Loại Biên, q 209*]. *ANCL,* q. III, 1961:83 [Theo Tống sử] Lý Long Trát/Hàn (14/8/1175-16/1/1210), con Thiên Tộ, là vua đầu tiên được phong ngay tước vương năm 1177 hay 1186, không phải trải qua thời gian chờ đợi; *ĐVSK, BKTT,* IV:20b, Thọ (2009), 1:418-419; Giu (1967), 1:351,n25; *CMCB,* V:28-29 (Hà Nội: 1998), I:422; *ĐVSKTB,* BK IV:24b, The (1997), tr 296]. *Tac, ANCL,* II: Tiền triều thư mạng, thư Tống Lý Tông [Song Li-zong], gửi ANQV Lý Long Hàn [Cao Tông] năm 1208, 1961, p. 67.

Kinh của Trang Chu, hay đất đồng trụ và số đồng trụ Mã Viện đã dựng lên ở cổ Việt). *[Xem infra]*

Riêng huyện Mê [Mi] Linh có tin lập nên năm 111 TTL, sau khi Lộ Bác Đức [Lu Po-de] "tru Lữ Gia," chia Nam Việt [Nan Yue] thành quận huyện. Sử cũ chua là **Yên Lãng,** Sơn Tây (Vĩnh Phú hiện nay).[11]

Đại Nam Nhất Thống Chí [ĐNNTC] của triều Nguyễn cũng chép Mê Linh thuộc Phong Châu, kinh đô triều đại Hồng Bàng. Đời Nguyễn còn dấu "thành cổ Mê Linh" ở huyện Phúc Thọ, Sơn Tây, nay là xã Hạ Lôi, huyện Yên Lãng, Vĩnh Phú.[12]

Sử Nguyễn ghi:

> Canh Tí [40], niên hiệu Kiến Vũ thứ 16. Mùa Xuân, tháng Hai [3-31/3/40]. Người nữ Giao Chỉ là Trưng Trắc dấy binh chống thái thú Tô Định, đuổi hắn, tự xưng vua. . . . Thứ sử Giao Chỉ và các thái thú chỉ tự bảo toàn thôi.

---

[11] Nguyễn Trãi, *Dư Địa Chí,* số 9; *NTTT,* 1976:215, 558-59; *CMTB,* II:7b-8a (Sài Gòn: 1967), 2:168-69, (Hà Nội: 1998), I:111.

[12] *ĐNNTC,* q. XXI, "Sơn Tây," (1997), 4:188, [huyện Phúc Thọ], 195-96 [phân phủ Vĩnh Tường, gồm 2 huyện Yên Lãng và Yên Lạc], 224-25 [lũy cổ của Trưng Vương], 228 [thành cổ Mê Linh, nay thuộc xã Hạ Lôi, huyện Yên Lãng, Vĩnh Phú], 235 [đền Hai Bà Trưng, có nhắc đến Kim Khê].

[Canh Tí. Hán Kiến Vũ thập lục niên. Xuân nhị nguyệt. Giao Chỉ nữ tử Trưng Trắc khởi binh công thái thú [10a] Tô Định, trục chi, tự lập vi vương. . . Giao Chỉ thứ sử cập chư thái thú cẩn đắc tự bảo].[13]

Cùng dựa theo "Mã Viện Truyện" trong truyền bản *Hậu Hán Thư* nhưng khai thác thêm truyền khẩu sử như các thần tích, sử quan Hậu Lê và Tây Sơn ghi hai bà Trưng đã nổi dạy vì ba lý do: (1) ràng buộc dân cổ Việt cùng giai tầng thượng lưu [elite] bằng luật lệ Hán, (2) sự tham lam tàn bạo của cá nhân Tô Định [Su Ding], và (3) mối thù giết chồng Trưng Trắc. Bởi thế, dù là dòng giõi giới thượng lưu cổ Việt [Lạc tướng], hai chị em bà Trưng dấy binh đánh hãm Mê Linh. [14]

Truyền bản *An Nam Chí Lược [ANCL]* của Lê Tắc hay Trắc (thế kỷ XIV), chép theo quan điểm Hán:

Người nữ Giao Chỉ là Trưng Trắc **làm loạn**, Cửu Chân, Nhật Nam hưởng ứng, tấn công các quận ấp, chiếm được 60 thành, tự xưng làm vua

---

[13] *CMTB*, II:9b-10a [9b-15b], (Sài Gòn: 1967), 2:176-81 [176-201]; (Hà Nội: Giáo Dục, 1998), I:114.

[14] *ĐVSK, NKTT,* III:1b-4a, Mạc Bảo Thần-Nhượng Tống (Hà Nội: [1944, 1964]) tr 129-30; Giu (1967), 1:90, 91-2 [ghi là năm Kỷ Hợi (13/2/39-1/2/40); Thọ et al (2009), 1:183-86; ĐVSKTB, The (1997), Ngoại Kỷ, III:4, tr 72-3. Sử Nguyễn không nhắc đến vấn đề ràng buộc luật pháp.

[Giao Chỉ nữ tử Trưng Trắc ***phản****, Cửu Chân Nhật Nam giai ứng chi,* ***công duyên*** *quận ấp,* ***lược*** *lục thập thành, tự lập vi vương.]*[15]

Cần mở một dấu ngoặc về tình trạng các tư liệu có thể sử dụng. Giống như tất cả những sách cũ của Trung Hoa và Việt Nam trước thời Pháp thuộc, hiện chỉ còn truyền bản ANCL, không phải bản gốc như có người lầm tưởng, được học giả Nhật Ngận Ngâm Hương hiệu đính và ấn hành năm 1884—trên bối cảnh Pháp đánh chiếm Đại Nam. Những tựa sách cổ như *Sử Ký, Hán thư,* hay *Hậu Hán thư, Đường Thư, Tống thư* v.. v.. cũng chỉ còn truyền bản và nội dung đã bị xâm phạm, cắt bỏ hay sửa chữa mỗi lần sao chép, ấn hành. Vì thói xấu khi sao chép cổ thư này, hai truyền bản *An Nam Chí Lược* của Lê Tắc và *Dư Địa Chí* của Nguyễn Trãi có nhiều chỗ sai lầm hoặc khó hiểu. Ngay đến năm hoàn thành ANCL, dưới bài tự tựa của Lê Tắc cũng có vấn đề. Nội dung còn gây nhức đầu hơn nữa. Thí dụ như truyền bản ANCL dùng nhóm chữ **"công duyên quận ấp"** để mô tả hoạt động của Hai Bà Trưng, trong khi truyền bản *Hậu Hán Thư* dùng **"công phá châu quận,"** và sử quan Nguyễn viết **"công hãm châu trị, biên quận khổ chi."**

---

[15] Lê Tắc, *ANCL*, q. IV, "Tiền triều chinh thảo," q XV:Bạn Nghịch, 1961: 92-3, 240.

Có người đề nghị đoạn nói về Hai Bà Trưng dựa theo Mã Viện Truyện của *Hậu Hán Thư* [Ibid., quyển thủ, tr XII, cột 2]—nên hiểu "công duyên" là "công trị" vì chữ "trị" [âm chính là **trì;** Thiều Chửu 337] chép sai thành **duyên** [bên lề, lân cận, ven; Thiều Chửu 338]—nghĩa là "tấn công trừng trị" [?] Thói xấu sửa chữa cổ thư này—đôi khi biến thành một tội ác văn hoá—khiến truyền bản địa lý cổ thời Việt của Nguyễn Trãi et al (1435-1438) bị mất nhiều sự khả tín về những quốc hiệu, hay lãnh thổ cổ Việt, khi được góp in năm 1868. Thí dụ như quốc hiệu **"Đại Cồ Việt"** của nhà Đinh (mục số 11, tr. 216, *NTTT* (Hà Nội: 1976), chẳng hiểu do Nguyễn Trãi, Nguyễn Thiên Túng, Nguyễn Thiên Tích, Lý Tử Tấn ghi chép, hay đời sau thêm vào. Quốc hiệu **"Việt Nam"** (chính thức từ ngày 28/3/1804),[16] đã được viết ngay vào văn bản *Dư Địa Chí* (mục số 2, (tr 211-12); cùng quốc hiệu **"Hùng Lạc"** của Trưng Vương, (mục số 9, tr. 215), hay quốc hiệu "Tiền Ngô" (mục số 10, tr. 215), và lãnh thổ đời Ngô Quyền (mục số 6, tr 213).

Ngày **23/2/1804, s**ứ nhà Thanh là Tề Bố Sâm, án sát Quảng Tây, làm lễ tuyên phong Nguyễn Phước Chủng (Gia Long, 1/6/1802-3/2/1820) làm Việt Nam Quốc Vương tại Hà Nội. Đọc Dụ của Ải Tân Giác La

[16] *ĐNTLCB*, Đệ Nhất Kỷ [I], tập 3:1802-1808, 1963:157-58.

Ngung Diễm (niên hiệu Gia Khánh [Jiaqing], tức Thanh Nhân Tông, 1796-1820): "Đặt chữ Việt lên trên, tỏ ý vẫn theo cương thổ đời trước, đặt chữ Nam ở dưới để biểu dương phiên quốc mới được sắc phong." [mà đối với với tên gọi cũ của Lưỡng Việt lại phân biệt hẳn]. Trở lại Huế, ngày 28/3/1804, Nguyễn Phước Chủng làm lễ Thái Miếu, công bố quốc hiệu Việt Nam. Ra Chiếu về quốc hiệu Việt Nam (Việt Thường), không được xưng An Nam nữa. Báo tin cho các nước lân bang Xiêm La, Lữ Tống cùng các thuộc quốc Chân Lạp, Vạn Tượng.

Thứ Bảy, 28/6/1806, Nguyễn Phước Chủng tự xưng Hoàng đế. Từ ngày 23/6/1806 [7/5] làm lễ cáo trời đất. Ngày 25/6 [9/5] kính cáo các đền miếu. (*ĐNTLCB*, I, 3: 1802-1808, 1963:283-85) Tuy nhiên, với nhà Thanh, Nguyễn Phước Chủng vẫn chỉ là một tước vương hạng nhì. Sự khác biệt này sẽ khiến Đại sứ Pháp bối rối khi Nguyễn Phước Hường Nhiệm gửi sứ đoàn lên Bắc Kinh để hiếu cống "thượng quốc." Vì vậy, trong hòa ước 1874, Hường Nhiệm phải đồng ý cho Tổng Trú sứ Pháp tại Huế phụ trách ngoại giao—tức cắt đứt giao hiếu với nhà Thanh [nhưng Hường Nhiệm vẫn lén lút giao thiệp với Tổng Lý Nha Môn]. Năm 1882-1883, Tổng lý Nha Môn Thanh còn muốn trao đổi quyền thượng quốc lấy vùng phía bắc sông Hồng, tức Bắc Kỳ *mỏ* (Tạm ước Bourée 20/12/1882), nhưng chính phủ Pháp đổi ý, dùng vũ lực uy hiếp nhà Thanh phải ký hai hiệp ước Thiên Tân nhìn nhận sự bảo hộ Việt Nam của Pháp, và triệt thoái quân Thanh khỏi Bắc Kỳ.[17]

Điểm cần nhấn mạnh là hệ thống hai quốc hiệu song hành, một sử dụng trong nước, và một dùng trong văn kiện đối ngoại, trong hệ thống thông hiếu qui tâm về thủ đô đế quốc thực dân phương bắc. Các triều đại cầm quyền ở phương bắc trước thế kỷ XIX chưa hề có ý niệm về quốc gia [state] và quốc dân [citizen] của tây phương. Tên nước Trung Hoa cũ chỉ là tên các dòng họ cai trị, từ Tần, Hán, Ngô, Lương, Trần, tới Tùy, Đường, Tống, Nguyên, Minh và Thanh. Trong khối văn sử thế giới, chính tên họ Ch'in [Tần] của Doanh Chính hay Lã Chính (Tần Thủy Hoàng Đế, 227-207) đã trở thành tên nước Trung Hoa—tức *Chine, China,* hay *Cina*. Đến đời Ái Tân Giác La Hoằng Lịch (niên hiệu Càn Long, 1735-1796, 1796-1799) cũng không hề tự xưng "Trung Quốc," mà chỉ phân chia "nội" và "ngoại" theo lối thực dân cường điệu "nội ngoại nhất gia." [trong, ngoài một nhà]. Tiếng nôm người Việt sử dụng để gọi chung sắc dân phương bắc là *"Tàu," "Chệt,"* hay *"Ngô."* Hai tài liệu cơ bản người Việt nào cũng nên ghi nhớ là "Bình Ngô Đại Cáo" của Lê Lợi-Nguyễn Trãi năm 1428, và "Chiếu phát phối

---

[17] *ĐNTLCB*, I, 3:1802-1808, 1963:169-170; Bửu Cầm, tr 108; *QTCBTY* 1971:58-9.

hàng binh "nội địa" của Quang Trung Nguyễn Huệ/Ngô Thì Nhậm năm 1789.[18]

A. VÀI NÉT VỀ THÂN THẾ HAI BÀ TRƯNG:

Nguyên văn diễn âm đoạn về Bà Trưng trong dã sử *Quảng Châu Ký [Guangzhouji]*, được gia đình Phạm Việp sao chép vào "Mã Viện truyện" của *Hậu Hán Thư* như sau:

> *hậu chu diên lạc tướng danh thi sách mê linh lạc tướng nữ danh trưng trắc vi thê trắc vi nhân hữu đảm dũng tướng thi khởi tặc công phá châu quận phục chư lạc tướng giai thuộc trưng trắc vi vương trị mê linh huyện phục Giao Chỉ Cửu Chân nhị quận dân nhị tuế điệu phú.*
>
> *Hậu Hán khiển Phục Ba tướng quân Mã Viện tương bình thảo Trắc Thi tẩu nhập Kim Khê cứu tam tuế nãi đắc.*
>
> *Nhĩ thì Tây Thục tịnh khiển binh cộng thảo Trắc đảng tất định quận huyện vi lệnh trưởng dã."* [19]

---

[18] *Ngô Thì Nhậm toàn tập,* Mai Quốc Liên dịch, 2 tập (Hà Nội: NXB KHXH, 1978), I, tr 114-15 [Hán], 116 [Việt]

[19] *Quảng Châu Ký* (III-IV); tương tự như *Giao Châu Ký [Jiaozhou ji]* của Diêu Văn Cảm [Hàm] mà Tư Mã Trinh [Sima

1. *Hậu Hán Thư [Hou Han Shu]* của Phạm Việp [Fan Ye] (398-446) thời Lưu Tống (thế kỷ V), q 24: "Mã Viện truyện" **không nhắc tới trụ đồng** Mã Viện.

2. "Quận Nhật Nam [Rinan]" mà sử sách Hán ghi đã "vào bản đồ Trung Hoa" từ năm 110 TTL đời Lưu Triệt [Hán Vũ Đế], hay thời Mã Viện [Ma Yuan] (43-44)—gồm năm [5] huyện: Chu Ngô, Tị Ảnh, Lư [Lô] Dung, Tây Quyển, Tượng Lâm—được chép lại từ *Giao Châu Ký*, đã tuyệt bản, dẫn trong Địa lý chí của *[Tiền] Hán thư*; (*TKCS*, ch 36, Mão (2004), tr 363-64; *ANCL*, q. IV, 1961:92). Sử quan Nguyễn thêm rằng *Lĩnh Ngoại Đại Đáp* [1178] của Chu Khứ Phi đời Tống cũng sử dụng tư liệu trên. [*CMTB*, II:5a-6a]

Lối viết ngắn gọn, không có dấu chia câu hay kết đoạn, không phân biệt tên người, tên đất trong sách

---

Zheng] dẫn trong *Sử Ký Sách Ẩn* (VII-VIII); Léonard Aurousseau, "La première conquête chinoise des pays ananmites [Cuộc chinh phục xứ An Nam lần đầu tiên của Trung Hoa];" *Bulletin de l'Ecole Francaise d'Extrême-Orient [BEFEO]*, XXIII (1923), pp 213n3, 239-40 [nhà Thục tồn tại ba [3] năm]; Maspéro: bán thần thoại; *Bulletin critique, T'Oung Pao*, XXIII, 1924, pp 373-79; Nguyễn Linh, "Bàn về nước Thục của Thục Phán;" *NCLS*, 124 (7/1969). tr 48col 1.

cổ TH khiến văn gia đi đến những diễn giải khác nhau.

3. Về thân thế Hai Bà Trưng, *Cương Mục Tập Lãm* và *Thủy Kinh Chú [Shuijingzhu]*—một bộ tiểu thuyết địa lý và thần thoại phổ thông [*a bestiary*] của nhóm Lịch Đạo Nguyên, giống các dã sử cùng loại như *Sơn Hải Kinh [Shanhaijing], Giao Châu Ký, Quảng Châu Ký* v.. v.. đôi khi được coi như "du ký" hay "ký" [ji] nhưng thực chất là tuyển tập về vật lạ, việc lạ thực giả hỗn độn, không nhất thiết chính xác về các nơi hay khu vực nhắc đến—giải thích Trưng vương họ Lạc, con gái Lạc tướng huyện Mi [Mê] Linh, quận Giao Chỉ; sau khi lên ngôi đổi sang họ Trưng. [20]

Ngô Sĩ Liên khẳng định vua họ Trưng, chê *Cương Mục Tập Lãm* sai lầm khi lấy Lạc làm họ; nhưng sử

---

[20] *CMTB*, II:10a, (Sài Gòn: 1967), 2:178-79; (Hà Nội: 1998), I:114; *ĐVSK, NKTT*, III:2a, Thọ (2009), 1:183; Giu (1967), 1:91; *ĐVSKTB*, NK, III:4, The (1997), tr. 72; Li Dao-yuan et al., *Shuijing zhu* [*Thủy Kinh Chú, TKC*], q. 37, Diệp Du Hà, tờ 62; Idem., *Thủy Kinh Chú Sớ [TKCS]* bản dịch Nguyễn Bá Mão (Hà Nội: 2004), ch 37, "Diệp Du Hà," tr 424-25; Richard E Strassberg, *A Chinese Bestiary: Strange Creatures from the Guideways through Mountains and Seas [Shanhaijing]*, (Berkeley, CA: Univ of California Press, 2002) [xxii, 314], p. 36 [From the Song onward, Shuijingzhu [Thủy Kinh Chú] was variously classified as a work of geography, travel account, religious than topographic [detailed precise description of a place or region] [SHJ, p. 36].

quan Nguyễn tin theo tài liệu Trung Hoa: *Khâm Định Việt Sử Thông Giám Cương Mục [CM]* chép theo *Cương Mục Tập Lãm* "Vương vốn họ Lạc, lại có họ riêng là Trưng;" *[Vương bổn tính Lạc, hựu biệt tính Trưng].* Sử quan Tây Sơn (Ngô Thì Sĩ et al) chỉ ghi họ Trưng.[21]

Thực ra, Lạc hay Trưng cũng không đúng hoàn toàn. Đó chỉ là cách người Việt hiện nay xướng âm hai chữ Hán "Lạc" [Lo] và "Trưng" [Zhong]. Lối xướng âm tên họ hai bà thời cổ Việt ***vẫn chưa ai biết.***

4. Theo truyền thuyết, Bà Trưng đã lập gia đình với con trai Lạc tướng Chu Diên là ***Thi Sách*** (theo sử Việt) hay ***Thi*** (dã sử Trung Hoa). Trong đoạn văn *"Hậu Chu Diên lạc tướng danh thi sách Mê Linh lạc tướng nữ danh trưng trắc vi thê"* dẫn trong [Tây Nam Man Di truyện của] *Hậu Hán Thư* nói trên sử quan Việt đọc hai chữ ***thi sách*** thành ***Thi Sách*** (họ Thi, tên Sách) *[Giao Chỉ My Linh huyện Lạc tướng chi nữ, Chu Diên huyện Thi Sách chi thê dã].* Nhưng có văn gia Hán hiểu chữ "sách" là lấy, không phải tên: Như thế, "con trai Lạc tướng Chu Diên tên ***Thi lấy*** con gái Lạc tướng Mê Linh tên Trưng Trắc làm vợ," hay *"gả cho*

---

[21] *CMTB*, II:10a, (Sài Gòn: 1967), 2:178-79, (Hà Nội: 1998), I:114; *ĐVSK, NKTT*, III:2a, Thọ (2009), 1:183; Nhượng Tống (1944):129; Giu (1967), 1:91; *ĐVSKTB*, Ngoại Kỷ, III:4, The (1997), tr. 72.

người Diên Châu là Thi Sách làm vợ" [giá vi Diên nhân Thi Sách thê].[22]

5. Sử Việt còn ghi bà Trưng đã dấy binh báo thù chồng bị Tô Định giết, *[Thời thái thú Tô Định vi chính tham bạo, sát kỳ phu. Nãi dữ muội Trưng Nhị cử binh công hãm châu trị].* Trong khi đó, dã sử Trung Hoa—kể cả bản chú thích *Nam Việt truyện* của Chương Hoài Thái tử (Lý Hiền, 654-684)—ghi hai vợ chồng cùng nổi lên kháng Hán *[Trắc vi nhân hữu đảm dũng tướng Thi khởi tặc công phá châu quận phục chư lạc tướng giai thuộc].*[23]

6. Đa số sử quan Việt đều ghi Bà Trưng thế như gió cuốn, dân chúng ở Cửu Chân, Nhật Nam, Hợp

---

[22] *CMTB,* II:10a, (Sài Gòn: 1967), 2:178-79, (Hà Nội: 1998), I:114chú 1; *ĐVSKTB,* NK, III:4a, The (1997), tr 72-3; Nguyễn Linh, "Thục Phán;" *NCLS,* 124 (7/1969). tr. 48col 1; Li Dao-yuan, TKCS, ch 37: Diệp Du, Mão (2004), tr 424-25 [421-35]; Henri Maspéro, "Etudes d'histoire d'Annam: IV. Le Royaume de Van Lang;" *Bulletin de l'Ecole francaise d'Extrême-Orient [BEFEO],* XVIII, 3:4. [Sẽ dẫn Maspéro, "Van Lang."]

[23] *TKC,* ch 37, "Diệp Du Hà," tr 5-6; *TKCS,* ch 37, "Diệp Du Hà," Mão (2004), tr 425 [nhìn theo thực dân, xâm lược Hán, dĩ nhiên, là "phản" hay "làm loạn."]; *CMTB,* II:10a, (Sài Gòn: 1967), 2:178-79; (Hà Nội: 1998), I:82; *ĐVSK, NKTT,* III:2ab, Thọ (2009), 1:183-84. Xem thêm *ANCL,* q. VII, 1961:140 *[Kiến Vũ sơ, thú Giao Chỉ, tham bạo, do thị Trưng Trắc sát Định nhi bạn]; q XV: Những Kẻ Phản loạn, 1961:240-242).*

Phố đều hưởng ứng, thu phục được 65 thành ở Lĩnh Nam (phía nam núi Ngũ Lĩnh), tự xưng làm vua. Lê Văn Hưu, soạn giả bộ quốc sử đời Trần (1226-1400), nhận định: hai bà Trưng "hô một tiếng mà các quận Cửu Chân, Nhật Nam, Hợp Phố và 65 thành ở Lĩnh Ngoại đều hưởng ứng, việc dựng nước xưng vương dễ như trở bàn tay." [24]

Lê Tắc ghi 60 thành *[lược lục thập thành, tự lập vi vương]*. Ngô Thì Sĩ ghi 56 thành; có lẽ dựa theo phần địa lý (Quận Quốc Chí, q. 33, tờ 3a) của *Hậu Hán Thư,* rằng thuộc địa Giao Chỉ bộ gồm bảy [7] quận, 56 thành—Nam Hải (7 thành), Thương Ngô (11), Uất Lâm (11), Hợp Phố (5), Giao Chỉ (12), Cửu Chân (5), Nhật Nam (5 thành). Nhóm sử quan Tây Sơn và Phan Huy Chú đều ghi là hơn 50 thành. [25]

Lê Quí Đôn, ghi 65 thành, nhưng chỉ liệt kê 56 thành theo Đông Hán Chí [phần địa lí của *Hậu Hán thư*] và *Giao Châu Ký,* dẫn lại trong [Thái Bình] *Hoàn*

---

[24] *ĐVSK, NKTT,* III:3a, Thọ (2009), 1:184; Nhượng Tống (1944, 1964):131; Giu (1967), 1:92; *ĐVSKTB,* Ngoại Kỷ, III:4b-5b, The (1997), tr. 73-4; *CMTB,* II:10a, (Sài Gòn: 1967), 2:178-79;

[25] *ANCL,* q. IV: Tiền triều chinh thảo, 1961:92 [chữ Việt]; *ĐVSKTB,* Ngoại Kỷ, III:4b-5b, The (1997), tr. 73-4 [ghi là hơn 50 thành; Ngô Thì Sĩ, 56 thành; Phan Huy Chú, *LTHCLC,* q. 6, "Nhân Vật Chí," (Hà Nội: 1992), 1:167.

vũ kí của Nhạc Sử (930-1007), với phụ chú: "Đời xa, sự tích mai một; các thành huyện xưa nay không biết ở những xứ sở nào, dấu cũ không còn mấy;" chỉ còn lại Long Biên và Phong Khê [Fengxi], Yên Lãng)." [26]

Hai bà Trưng cũng có thể chỉ chiếm 27 thành ở Giao Chỉ, Cửu Chân và Hợp Phố. *Thủy Kinh Chú* ghi Trưng Vương ***thu thuế**, hay **miễn thuế*** hai quận Cửu Chân và Giao Chỉ hai năm, tức thực sự cai trị 22 thành. [27]

---

[26] Lê Quí Đôn, *VĐLN*, III: Khu Vũ Loại, **số 85,** (Sài Gòn: 1973?), tr. 168-69 [168-71] (Mã Viện sang bình nam mới lập ra thành quách, tỉnh ấp). Giao Chỉ: Theo *Hậu Hán Chí* là An Dương Vương quốc [tr. 169]. Long Biên: Theo *Giao Châu Ký*: huyện giới là sông, có Tiên du sơn; Tam hồ có dòng nước chảy vào sông Nguyên; Liên Lâu, An Định, Câu Lậu, Mê Linh, Bắc Đái, Kê Từ, Tây Du, Chu Diên, Phong Khê, Vọng Hải). Hai quận Chu Nhai và Đam Nhĩ bị Hán Nguyên Đế bỏ năm 38 TTL.[Ibid., III: Khu Vũ Loại, **số 84,** tr. 168.

[27] *TKCS,* ch 37, "Diệp Du Hà," Mão (2004), tr 425. Nguyễn Linh có vẻ đồng ý rằng một số bản *Thủy Kinh Chú* đã chép sai chữ "phục" thành "đắc," nên dịch thành *thu thuế* thay vì *miễn thuế; NCLS,* 124 (7/1969). tr. 48n1 [33-5]. Nguyễn Bá Mão cùng một kết luận; *TKCS,* Mão, (2004), tr. 500, chú VI.

Lại cũng có tin, việc xây dựng thành ấp tại cổ Việt—như Phong Khê và Vọng Hải—chỉ hoàn tất sau cuộc viễn chinh của Mã Viện. [28]

Như thế số thành trì dẫn ở đây có thể đề cập đến lãnh thổ tương ứng trước đó. Và điều này biện minh cho nhận xét của địa lý gia Paul Wheatly là các thành trì tại cổ Việt do quan lại và binh tướng Hoa áp đặt lên *[urban imposition]*— cánh tay nối dài của miền Hoa Nam.[29]

---

[28] *CMTB,* II:14b (Sài Gòn: 1967), 2:196-197; Lê Quí Đôn, *VĐLN,* III: Khu Vũ Loại, **số 84, 85 & 86,** (Sài Gòn: 1973?), tr. 168-69, 172-73 [168-74]. Maspéro và một số tác giả cũng cho rằng Cổ Loa không liên hệ gì đến cổ Việt, và thành trì tại cổ Việt chỉ xuất hiện từ thời Hán, Trương Hoàng Châu, "Chung quanh vấn đề tòa thành đất cổ trên đất Cổ Loa;" *NCLS* (Hà Nội), 129 (2/1969), tr 38-9 [26-41];

[29] Paul Wheatly, "Urban Genesis in Mainland South East Asia," in R B Smith and W Watson (ed.), *Early South East Asia* (New York: Oxford Univ Press, 1979), pp 288-89, 292-95. According to Wheatley, primary urbanization "takes place almost entirely within the framework of a core culture that develop, as the local cultures become urbanized and transformed, into an indigenous civilization; Ibid., pp 288-89. [sẽ dẫn: Wheatly, "Urban Genesis,"]. Also see Louis Bezacier, *Le Viet Nam* (Paris: 1972), pp 247-49; Idem., "Conception du plan des anciennes citadelles-capitales du Nord Viet-Nam," *Journal Asiatique,* 240, pp. 185-95; Robert L Winzeler, "Ecology, Culture, Social Organi-zation, and State Formation

Quan điểm này thống trị thời Pháp thuộc. Tuy nhiên, sự suy tàn của phong trào thực dân Tây phương từ hạ bán thế kỷ XX khiến những nhà nghiên cứu cởi mở hơn trong việc xét định hiện tượng đô thị hóa ở các cựu thuộc địa. Sự du nhập các phát kiến văn hóa-xã hội từ những trung tâm cường quốc—như Thiên Trúc và Trung Hoa—khởi đầu chưa hẳn do sự áp đặt bằng vũ lực, mà có thể do ý muốn "lấy cái hay của người làm của mình" của các lãnh tụ Việt và địa phương. Là một dân tộc chịu nhiều thảm họa xâm lược từ ngoài vào, và do nhu cầu tự vệ trong những cuộc nội chiến không ngừng từ ngày lập quốc, nhu cầu xây đắp thành lũy tự vệ—khởi đi từ những thành đất, lũy tre gai quanh làng, hay những chiến lũy ở nơi hiểm yếu—ngày một gia tăng. Người cổ Việt đã phát huy một khả năng sống còn khác với lân bang—như khai thác tối đa địa hình hiểm trở, khí hậu khắc nghiệt, trong việc quốc phòng. Kết luận này phản ánh rõ trong các tấu, sớ hay thư từ của quan lại Hán-Ngô, hay di dân Hán đương thời. Cuộc chiến hơn 10 năm của dân Bách Việt chống xâm lược Tần [Qin] từ năm 214 TTL gồm cả việc bầu vua mới, rút lên rừng núi hay vào các mật khu sình lầy kháng chiến. Trong khi

---

in Southeast Asia," *Current Anthropology*, 17:4 (Dec. 1976), p. 624.

đó, tại phía nam, việc xây cất các thành trì, kinh đô cùng các đền tháp thờ phụng tôn giáo từ Thuận Hóa trải dài xuống Angkor, Ang Wat có vẻ tự nguyện—các lãnh tụ Champa hay Khmer đã thuê chuyên viên ngoại quốc xây dựng thành ấp khá kiên cố. Thành phố nổi Phù Nam [Funan, Kok Thlok] do một người Bà La Môn xây dựng vào khoảng năm 100-150—gần hai thế kỷ **sau** ngày Tư Mã Thiên hoàn tất *Sử Ký [Shiji]*—và trở thành một trung tâm thương mại thịnh vượng về buôn bán, hải tặc với India và TH. Ranh giới mở rộng tới Malaysia hiện nay. Khoảng năm 540 bị Bhava Varman của Kha Miệt [Khmer] chiếm.[30]

Những bia đá hay đền tháp ở Cổ Champa cho thấy không do sự áp đặt của những đạo quân viễn chinh Thiên Trúc [India] hay Hán tộc. Người giúp vua cổ Champa xây các kinh đô Khu Túc hay Tây Quyển là Phạm Văn, một người Chàm gốc Hoa.[31]

---

[30] *TKCS*, ch. 36, Mão (2004), tr 389chú1.

[31] Báo cáo của Malleret về di tích khảo cổ Óc Eo tại khu vực Kiên Giang-Cà Mau và Tây Kampuchea; Jeremy H. C. Davidson, "Urban Genesis in Viet-Nam: A Comment," in Smith and Watson, op. cit., pp 304-14. Xem thêm Idem, "Archeology in Northern Viet Nam since 1954," and "Archeology in South Viet Nam since 1954," [Sẽ dẫn Davidson," "Urban;" "North;" và "South."]; Stefan Anacker, "Introduction of Buddhism to Southeast Asia and Subsequent History to the Eleventh Century;" Charles S. Presbish (ed),

7. Chúng ta chỉ biết hai bà Trưng đã lên ngôi vua, nhưng không rõ cách tổ chức chính quyền, hay quân đội. Truyền thuyết về các nữ tướng—như Lê Chân, có đền thờ ở Hải Phòng—hay anh hùng dân gian đã tham dự cuộc dấy binh quá sơ lược. Ngay đến vị tướng cuối cùng bị Mã Viện đả bại ở Cửu Chân và 5,000 người yêu nước bị Mã Viện thảm sát chịu cảnh liệt sĩ vô danh. Tên Đô Dương cũng viết theo hai cách khác nhau, dù so với tên thực Mai Hắc Đế trong chính sử Trung Hoa, kém phần phức tạp.

8. Vấn đề lãnh thổ vương quốc dưới thời hai Bà Trưng còn cần thêm những nghiên cứu nghiêm túc mới. Như đã lược nhắc, sử Việt chép dân bốn quận Nam Hải, Cửu Chân, Nhật Nam và Hợp Phố—tương đương với thuộc địa Giao Châu của nhà Đông Ngô (220-279) sau này—đều hưởng ứng cuộc khởi nghĩa. Nhưng sử sách Trung Hoa hàm ý hai Bà chỉ cai trị được hai quận Giao Chỉ và Cửu Chân. Tại những quận huyện khác, Thứ sử và các thái thú chỉ lo tự bảo

---

Buddhism: A Modern Perspective (Pennsylvania State Univ., 1978), p. 170 [they were founders of the Therevada community at Thaton, Myanmar [Mramma or Mranma]. Brahmanism coexisted up to the 11th century; III-V centuries: Pegu center in the south).

toàn thôi. *[Giao Chỉ thứ sử cập chư thái thú cẩn đắc tự bảo].* [32]

Theo Quận Quốc Chí trong *Hậu Hán Thư*, khoảng năm 110-106 TTL, Lưu Triệt của nhà Tây Hán (206 TTL-8 TL) đã chia Nam Việt cũ của họ Triệu thành chín [9] quận, thuộc Giao Chỉ Bộ, dưới quyền Thạch Đái. Hai quận Chu Nhai, Đạm Nhĩ ở ngoài biển, bảy quận còn lại nằm về góc đông nam Hoa lục. Những thay đổi lãnh thổ trong hai thế kỷ kế tiếp không được ghi chép. Có thể sử quan hay địa lý gia Hán tộc kiến thức hời hợt về cõi ngoài hoang vực—gọi chung là xứ mọi rợ, man di—nhưng không thể không nghĩ đến dụng tâm chính trị của vua quan Hán khi điền vào khoảng trống cổ sử bằng sự suy đoán, tiên, chú vu vơ.

Một câu hỏi hầu như chưa có đáp án là sự hiện hữu của quận Nhật Nam. Có thuyết cho rằng Doanh [Lã] Chính đặt ra Nhật Nam năm 214 TTL. Nhưng thuyết này sai lầm, vì Tượng Quận đời Tần [Qin] nằm về phía bắc Cổ Việt, tức phía bắc Ngũ Lĩnh—mà năm

---

[32] *CMTB*, II:10a, (Sài Gòn: 1967), 2:178-79, (Hà Nội: 1998), I:114 [ba quận Cửu Chân, Nhật Nam và Hợp Phố hưởng ứng]; *ĐVSKTB*, NK, III:4b-5a, The (1997), tr. 73 [bốn quận Nam Hải, Cửu Chân, Nhật Nam và Hợp Phố]. Lị sở Giao Chỉ Bộ tại huyện Quảng Tín, quận Thương Ngô. Lị sở thái thú Giao Chỉ tại Liên Lâu, tức Luy Lâu, hay La Lũ.

135 TTL, Lưu An còn cho là ranh giới tự nhiên phân cách trong ngoài, chưa từng có dấu chân người. [33]

Lại có thuyết nói sau khi "giết Lữ Gia, khai cửu quận," Lộ Bác Đức cắt năm [5] huyện phía nam Cửu Chân lập thành Nhật Nam. Nhưng cho tới năm 29 TL, khi theo truyền thuyết, Nhâm Diên ra công giáo hóa dân Cửu Chân cày bừa, bảo trợ 2,000 gia đình theo phụ hệ, không có nửa chữ về Nhật Nam trong Bắc sử. Mãi tới đời Lưu Trang (29/3/57-5/9/75) mới nhắc đến Lý Thiện, thái thú Nhật Nam có đức hạnh. Rồi năm 137, Tượng Lâm và Nhật Nam làm phản, Phàn Diễn mang quân tới, bị đả bại. Sau đó, Sĩ Tứ được cử làm thái thú Nhật Nam trong khoảng 147-167, rồi đến Ngu Thiều. (*ANCL*, VII, 1961:140-41, 143) Nhưng tình thế Cửu Chân ngày một phức tạp. Năm 192—theo tác giả địa lý cổ thời Pháp, Georges Coedes—các huyện miền nam Cửu Chân tách khỏi Giao Châu, thành lập nước Champa, tức *Linyi* [Lâm Ấp] trong sử Trung Hoa. Các vua Champa cũng liên tục đánh cướp Cửu Chân và Giao Châu.

---

[33] *Hậu Hán thư*, q 76: Nhâm Diên truyện, q 86: Nam Man truyện; *Tiền Hán thư*, Đế Kỷ, q 64 thượng, Nghiêm Trợ truyện. *ĐVSK, NKTT*, IV:3b-4a, Thọ (2009), 1:199 [năm 248, Cửu Chân nổi loạn; Bà Triệu Ẩu; Lục Dận dẹp yên, dụ 3,000 người ra hàng]; *ĐVSKTB*, Ngoại Kỷ, II:4-18, III:4a-9, The (1997), tr 55-7, 72-7; *TKCS*, ch. 36, Mão (2004), tr 359.

Từ 242, Lâm Ấp chiếm Nhật Nam tới khoảng năm 300. Năm 248 [Chính thủy thứ 9 thời Ngụy, Xích Ô thứ 11 đời Ngô], Lâm Ấp còn xâm chiếm Thọ Linh. Trong hơn ba thế kỷ kế tiếp, Giao Châu và Lâm Ấp trao đổi những trận đánh lớn vào các năm 353 [Nguyễn Phu đánh Lâm Ấp], 360 [tháng 1-2/360, Phạm Hổ Đạt giết Thái thú Nhật Nam Thái Cảnh Nguyên], 399 [tháng 3 Kỷ Hợi, Phạm Hồ Đạt cướp Giáo Chỉ], 407 [Phạm Hồ Đạt giết trưởng sử Nhật Nam], 413 [tháng 4-5/413, Lâm Ấp đánh Cửu Chân; Đỗ Tuệ Độ, con thứ năm Đỗ Viện], 416 [tháng 1-2/416], 420 [tháng 7-8/420, Đỗ Tuệ Độ đánh Lâm Ấp; ăn cơm rau, mặc áo vải; cấm thờ thần nhảm nhí], 431 [Tân Mùi, Phạm Dương Mại đánh Cửu Chân, Thứ sử Giao Châu Nguyễn Di Chi thua], 436 [Bính Tí] hay 446 [tháng 3 Bính Tuất, Đàn Hòa Chi đánh Lâm Ấp], và 605 [Tháng Giêng Ất Sửu, Lưu Phương đánh Lâm Ấp, thu vàng bạc cùng 12 thần tượng mang về; chết dọc đường;Khâu Hòa lên thay].

Chính sử Trung Hoa thú nhận không còn biết gì nhiều về nội tình Lâm Ấp sau chuyến đi sứ Phù Nam năm 226 của Khang Thái. Ngay những báo cáo về Đông Nam Á của Khang Thái và Chu Ứng bị thất truyền, chỉ còn lại những mảnh vụn trong các dã sử từ thời Tam Quốc đến đời Tùy Đường, rồi được hiệu đính vào chính sử Trung Hoa. Cách thức chép sử tự tôn cũng khiến chỉ còn ghi nhận được những khuôn mặt trát đầy son phấn cho những "hảo Hán tử" [good

Chinamen of Han origin] như Đào Hoàng, Nguyễn Phu, Đỗ Huệ Độ, Đàn Hòa Chi, Lưu Phương, Khâu Hòa, v.. v.. cùng những cuộc nổi loạn ở Cửu Chân và Giao Châu—phần do cuộc tranh hùng của các tiểu quốc Hán, phần do dân Chàm và sắc tộc tại vùng ranh giới cổ Việt và Champa—như cuộc nổi dạy của Bà Triệu Thị Trinh, tức Triệu Ẩu năm 248, phần nào đưa đến việc tách Giao Châu khỏi Quảng Châu năm 264, để tổ hợp vào nội địa Trung Hoa những vùng lãnh thổ của ba thuộc địa đã Hán hóa phía nam Trường Giang, rồi đến những biến cố trong thế kỷ VI mà cổ sử Việt gọi là kỷ Tiền Lý hay vương quốc Vạn Xuân của Lý Bôn, Triệu Quang Phục và Lý Phật Tử (tức Lý Xuân)..

Không thể không thêm một nghi vấn quan trọng, cũng một giả thuyết làm việc [*working hypothesis*]: phải chăng viên chức địa phương không dám báo cáo sự thực là cho tới thời gian này, ***Phong Châu [cùng Cửu Chân, Lâm Ấp]*** có thể vẫn nằm ngoài vòng kiềm tỏa của nhà Hán, và có thể chỉ bị "mở quận huyện" trên giấy tờ; hoặc, ở ngoài chín châu, thuộc cõi hoang phục, khí hậu độc hại, chỉ có thể dùng chính sách ràng buộc giai tầng thổ hào bản xứ bằng giây cương như với trâu ngựa *[cơ mi]* mà thôi. Bởi thế Lưu Trang (29/3/57-5/9/75)—vua thứ hai Đông Hán— lưu danh thiên cổ với câu hỏi Trương Trọng, "phải chăng nhà ở

Nhật Nam mở cửa về hướng bắc để đón ánh mặt trời?" [*Nhật Nam quận bắc hướng thị nhật da?*][34]

Dù khó xác định Lưu Trang có hàm ý gì trong câu hỏi trên, nhưng nếu đọc kỹ chú giải đời sau, khó thể nghĩ rằng Lưu Trang hay trí thức Hán không tin rằng Nhật Nam là xứ "hoang phục" nằm về phía nam điểm mặt trời mọc [thang cốc] và lặn [mông dĩ]. Năm thế kỷ sau, Nhan Sư Cổ (581-645)—một học giả làm việc dưới triều Lý Uyên (Đường Cao Tổ, 618-626) và Lý Thế Dân (Thái Tông, 627-647) thường chú giải ngũ kinh và Hán Thư của Ban Cố— nổi danh ngang hàng Lưu Trang, khi nói "Nhật Nam là nói về phía Nam mặt trời; là bảo mở cửa phía Bắc để hướng về mặt trời" *[Nhật Nam ngôn kỳ tại nhật chi nam, sở vị khai bắc hộ di hướng nhật giã]*. Đến đời nhà Minh (1368-1644), tác giả *Lĩnh Nam di thư* [*Lingnanyishu*] [Âu Đại Nhâm, Ou Daren?] còn nhắc lại sự cố trên. [35]

---

[34] *CMTB*, II:27; (Sài Gòn: 1967), 2:246-49. Sử Lê và Nguyễn chép vào đời Tấn Minh Đế (323-326); *ĐVSK, NKTT*, III:9ab, Thọ (2009), 1:192, Giu (1967), 1:99-100, 320n22; *ĐVSKTB*, NK, III:15b-16a, The (1997), tr 82) *[dẫn Lĩnh Nam di thư/ [Lingnanyishu, Former Writings from Lingnan]* của Ngũ Sùng Diệu [Âu Đại Nhâm, Ou Daren?]

[35] *CMTB*, II:6a, 27 (Sài Gòn: 1967), 2:162-63, 246-49; (Hà Nội: 1998), I:110 [Theo Trương Bửu Lâm, Từ Hải chép rằng tác giả Ngũ Sùng Diệu, không phải Âu Đại Nhâm. (Ibid., II:47,chú 1)]; *TKCS*, ch 36, Mão, (2004), tr 364-65; [Sử Lê và

Theo *Giao Châu Ký,* năm 111 TTL [Canh Ngọ] khi Lộ Bác Đức xâm lăng Phiên Ngung, bắt giết Lữ Gia và Triệu Đức, ba (3) Lạc hầu giắt trâu, mang 1,000 chung rượu, cầm cả sách hộ tịch của ba [3] quận Jiaozhi (Giao Chỉ), Jiuzhen (Cửu Chân), và Rinan (Nhật Nam) ra đón. Lộ Bác Đức cho ba người trên làm Thái thú ba [3] quận, và để Lạc vương, Lạc tướng như cũ." *[Giao châu ký viết: Lộ Bác Đức nhơn bài tam giả vi tam quận tú, Lạc vương Lạc tướng trị dân như cố].* [36]

Sử Nguyễn, dựa theo *Thủy Kinh Chú* và *Giao Chỉ Thành Ký,* bác thông tin này; nói chỉ có hai sứ, vì năm 198 TTL, Triệu Đà [Zhao Tuo] chỉ gửi qua nước của An Dương vương hai điển sứ.[37]

Thực ra, trong thời Tây Hán (206 TTL-8TL) có những thay đổi khác ít người chú ý. Thứ nhất, là số phận của quận Tượng đời Tần. Theo *Tiền Hán Thư* của Ban Cố, năm 76 TTL, Lưu Phất Lãng (Hán Chiêu

---

Tây Sơn ghi vào đời Tấn Minh Đế: **không đúng**] *ĐVSK, NKTT,* III: 9a, Giu (1967), 1:99-100, 320n22; Thọ (2009), 1:192; *ĐVSKTB,* NK, III:15b, The (1997), tr. 82.

[36] *Hậu Hán Thư,* q 86, "Nam Man truyện;"*ANCL,* q. IV: Tiền triều chinh thảo, 1961:92; *ĐVSK, NKTT,* II:17a, Thọ (2009), 1:179-80, Giu (1967), 1:86-87; *CMTB,* II:1-2 (Sài Gòn: 1967), 2:134-141, 142-147; (Hà Nội: 1998), I:76-77, 105-6.

[37] *CMTB,* II:2a-3a (Sài Gòn: 1967), 2:146-151; (Hà Nội: 1998), I:106-7.

đế, 86-74 TTL) bỏ quận này ghép đất vào Uất Lâm [Yu lin, đông nam Quảng Tây] và Thương Ngô [Shangwu, tây Quí Châu]. [38]

Từ Hải cũng chép Tượng Quận lập nên năm 214 TTL, bỏ năm 76 TTL.[39]

Thông tin này rõ ràng đi ngược lại những thông tin khác về việc tổ chức thuộc địa "Giao Chỉ bộ" đời Lưu Triệt. Hầu hết chính sử Trung Hoa cũng như dã sử đều chép Lộ Bác Đức "tru Lã [Lữ] Gia, khai cửu quận" [giết Lã Gia, mở 9 quận] trong hai năm 111-110 TTL. Nếu Lưu Triệt đã chia Tượng Quận làm Giao Chỉ, Cửu Chân, Nhật Nam sau khi diệt Nam Việt [năm 111-110 TTL], tại sao 45 năm sau [76 TTL] dòng giõi còn mất công xoá tên Tượng Quận? Và, Lưu Phất Lăng lấy đất nào để chia cho Uất Lâm (tên mới của Quế Lâm) cùng Thương Ngô? Ngắn và gọn, văn gia

---

[38] *Tiền Hán Thư,* q. 7, 4b; Đỗ Hữu/Hựu, *Thông điển* (Shanghai: 1935), q. 184, tờ 4b; dẫn trong Maspéro, Etudes d'histoire d'Annam. I. [La dynastie des Lí antérieurs (543-601); *BEFEO,* XVI (1916-1917), số 1, pp. [1-26]; II. La géographie politique de l'Empire d'Annam; *BEFEO,* XVI (1916-1917), 1, pp. [27-48]; III. La commanderie de Siang; *BEFEO,* XVI (1916-1917), 1, pp. 51, 52 [49-55]. Sẽ dẫn Maspéro, "Siang."

[39] *TKCS,* Mão (2004), tr. 366n1; Nguyễn Trãi et al., Dư Địa Chí, số 25; *NTTT,* 1976:235, 595-99.

đời sau có lẽ đã chỉ sao chép những sự việc như Tượng Quận, Giao Chỉ, Cửu Chân, Nhật Nam hay Lâm Ấp từ các dã sử, mà mức khả tín là những dấu hỏi lớn, để bổ túc cho những khoảng trống trong chính sử Hán. Ngoài ra, cũng rất có thể họ đã ngụy tạo thông tin và số liệu, thực hiện những cuộc nam tiến trên giấy tờ, để biện minh cho tham vọng bành trướng, thôn tính thiên hạ trong tương lai. Bởi thế, không chỉ gán ghép "Thương Ngô" vào cái chết của cha con nhân vật huyền thoại Điêu Trùng Hoa (Shun hay Thuấn, 2255-2208 TTL) của "Thư,"—một thứ *bestiary*—quan chức và văn gia Hán còn sao chép lại những thông tin từ các dã sử đã tuyệt bản và có thể chưa hề hiện hữu như *Lâm Ấp Ký, Quảng Châu Ký* v.. v.. để biện minh cho dụng tâm chính trị của thời họ. Năm 231, chẳng hạn, Tiết Tông [Tiết Kính Văn] khẳng định:

> ***Xưa vua Thuấn*** [Điêu Trùng Hoa (2255-2208 TTL)] đi tuần phương Nam, mất ở Thương Ngô. Nhà Tần đặt ra Quế Lâm, Nam Hải, Tượng Quận. [Như thế] bốn vùng ấy đã nội thuộc [Trung Hoa] từ lâu. Triệu Đà khởi đi từ Phiên Ngu, lo thu phục các vua Bách Việt, đó là vùng phía nam huyện Châu Quan [tức Hợp Phố đời Ngô, nay là huyện Hợp Phố, Quảng Đông]. *[Tích Đế Thuấn nam tuần tốt ư Thương Ngô. Tần trí Quế Lâm, Nam Hải, Tượng Quận tắc tứ quốc chi nội thuộc dã hữu tự lai hi. Triệu*

Đà khởi Phiên Ngu hoài phục Bách Việt chi quân, Châu Quan chi nam dã]. [40]

Thứ hai, từ năm 135 TTL, Lưu Triệt đã xâm lược Dạ Lang (dân Miêu) lập quận Tường Kha, và Điền (Tien, Lạc, tây Vân Nam), tách hai nước này khỏi Nam Việt của nhà Triệu. Cũng có tin Thương Ngô tách ra từ phần đất phía nam của Dạ Lang cũ, lệ thuộc vào Nam Việt trước ngày Lộ Bác Đức "tru Lã Gia, khai cửu quận." Thương Ngô vương [tức Tần vương] Triệu Quang (thông gia của Tể tướng Lã Gia và người cùng họ với vua Nam Việt) xin đầu hàng ngay sau khi nghe tin Bác Đức kéo quân đến. Trong khi đó, Giám quận Quế Lâm là Cư Ông cũng khuyên dụ Âu, Lạc hàng.

[1b] Thương Ngô vương Triệu Quang dữ Việt đồng tính, văn Hán binh chí [2a] hàng. Việt Quế Lâm giám Cư Ông dụ cáo Âu Lạc giai hàng. . . . Thị thì Việt trung nhị sứ tế ngưu bách đầu, tửu thiên chung, trí Giao Chỉ, Cửu Chân nhị quận [quân] hộ tịch nghinh

[40] *Tam Quốc Chí, Ngô Thư*, q 8: Tiết Tông truyện; *ANCL*, q V:, 1961: 112-113; *ĐVSK, NKTT*, IV:2b, Thọ (2009), 1:198; Giu (1967), 1:104-5; *ĐVSKTB*, BK, IV:4b-5a, The (1997), tr. 86-7 [biểu của Tiết Kính Văn]; *CMTB*, III:5b-6a (Sài Gòn: 1970), 3:22-5; (Hà Nội:1998), I:139;

hàng; Bác Đức nhân bái [bài] nhị sứ vi Giao Chỉ, Cửu Chân thái thú, trị dân như cố. Ư thị toại thuộc Hán. [41]

Cách nào đi nữa, Henri Maspéro có lẽ đã đi quá xa khi qui trách mọi lỗi lầm của [Tiền] *Hán Thư* cho sự dốt nát về địa lý của văn gia Hán. Họ có lý do riêng khi cung cấp những chi tiết hỗn độn về xứ thuộc địa ở ngoài xa cõi hoang phục. Trong thời gian 675-680, Hoàng Thái tử/Giám quốc Lý Hiền (654-684), con thứ 6 Đường Cao Tông và Võ Tắc Thiên, chẳng hạn, sai Trương Đại Yên và Lưu Nạp Nguyên chú giải *Hậu Hán Thư* của Phạm Việp (398-446). Đỗ Hữu/Hựu (735-812) là cựu kinh lược Lĩnh Nam, và hoàn tất *Thông Điển* trước khi về triều làm tể tướng năm 803. Một đại thần khác, Lý Cát Phủ (758-814), tác giả *Nguyên Hoà Quận huyện chí*, cũng hai lần làm tể tướng năm 807 và

---

[41] *Shiji [Sử Ký]*, q 113, "Nam Việt Triệu Đà truyện," tờ 1b-2a; [dân Lạc được vua, giống như Mân Việt]; *CMTB*, II:1b-2a, 2b-4b, (Sài Gòn: 1967), 2:146-47; (Hà Nội: 1998), I:106 [dịch là Âu Việt, Lạc Việt], 106n1; Maspéro, "Siang," XVI, 1:53-4 [49-55]; Idem., "Van Lang;" XVIII, 3:2; *TKCS*, ch 36, "Uất Thủy," Mão (2004), tr 347. [Lưu Triệt đổi tên Dạ Lang thành Kiến Vi, rồi cuối đời Tây Hán, cắt phần đất phía nam thành Thương Ngô. Nhưng ở một đoạn khác, *TKCS* ghi Lưu Triệt lấy Dạ Lang, đặt làm quận Tường Kha; *TKCS*, ch. 36, "Uất Thủy," Mão (2004), tr 346-349 chú 1]. Về Uất Lâm, xem Ibid., Mão (2004), tr 342-43. Năm 111 TTL, Tượng Quận bỗng dưng biến dạng một thời gian.

811, cùng Hữu/Hựu có lẽ liên hệ đến cuộc tấn công Hoàn Vương (Lâm Ấp, tức Champa) vào đầu thế kỷ IX (809), khi tình hình Giao Châu hỗn loạn [dấy binh của Bố Cái Đại Vương (791), và rồi cuộc nổi loạn của binh sĩ Đô Hộ Phủ chống Bùi Thái]. Cũng vào thời gian này, truyền thuyết Mã Viện được phục sinh. Thí dụ như *Đường thư* ghi năm 723 [hoặc 713-714], Lý Long Cơ (Đường Huyền Tông, 713-755) sai thái giám Dương Tư Húc [Miễn] và Đô hộ [?] Giao Châu [An Nam] là Nguyên [hay Quang] Sở Khách sử dụng **đường tiến quân cũ của Mã Viện** [Mã Viện cố đạo]—từ Khâm Châu, ra biển, rồi giương buồm về hướng tây, tới Hải Đông—mang 100,000 quân đột ngột tiến đánh Mai Thúc Loan ở Hoan Châu [thuộc huyện Can Lộc, phủ Đức Thọ, tỉnh Hà Tĩnh], bắt được tù binh thì lột da mặt, hoặc lột da đầu, chất xác nạn nhân thành gò cao. [42]

---

[42] Ouyang Xiu (Âu Dương Tu, 1007-1072) và Song Qi (Tống Kỳ, 998-1061) *[et al], Xin Tang shu [Tân Đường thư]/ New Annals of the Tang Dynasty, 618-946]*, Bản Kỷ [Benji, q 207] [chép là **Mai Thúc Loan** chiếm giữ 32 châu, ngoài liên kết với Lâm Ấp, Chân Lạp và Kim Lân *[*Theo *Thái Bình Ngự Lãm,* Kim Lân hay Kim Trần nằm về phía tây Phù Nam 2000 lí [*CMTB,* IV:21b-23a, (Sài Gòn: 1970), 3:218-25]. (Hà Nội: 1998), I:187-89 [CM ngờ chi tiết Hắc đế có 40 vạn quân. Mai Hắc Đế có thể chỉ giữ một châu, quan tướng Đường phóng đại lên để lập công] Về đường cũ của Mã Viện, *Khâm Châu Chí* của Chu Xuân Niên ghi Mã Viện từ núi Ô Lôi ra biển, rồi

Địa danh Chu Diên, quê hương của Thi Sách, cũng tạo nên những diễn giải dị biệt. Chu Diên là tên một bộ của Văn Lang; sau là tên huyện thuộc Giao Chỉ dưới thời Hán. Năm 621, Lý Uyên đổi làm Diễn Châu; đời Lê gọi là Tam Đái, đời Nguyễn là Vĩnh Tường, Sơn Tây. Theo Nguyễn Trãi et al, Chu Diên là lãnh thổ tương đương huyện Yên Lãng (Sơn Tây) thời Lê. [43]

Nhưng tài liệu Minh ghi Chu Diên nằm về phía **đông nam** phủ trị Giao Châu. Năm 545, bọn Dương Phiếu, Trần Bá Tiên đả bại Lý Bí hay Lý Bôn tại đây. Quốc sử Lê và những người chú giải *Dư Địa Chí* của Nguyễn Trãi cũng đưa ra thuyết mật khu chủ chốt

---

di chuyển về hướng tây, tới Hải Đông. Có đền thờ Mã Viện. Cố Viêm Vũ (1613-1682) đời Minh-Thanh, trong *Thiên hạ Quận quốc lợi bệnh [toàn] thư*, cũng nói tương tự như trên; *CMTB*, IV:23a; (Sài Gòn: 1970), 3:224-26; (Hà Nội: 1998), I:187-89.]; Lưu Hú, *Cựu Đường thư*, "Dương Tư Húc truyện,"ghi là Mai Lập Thành; *Thông Giám* ghi Mai Thúc Yên; *ĐVSK, NKTT*, V:4b, Thọ (2009), 1:226; Nhượng Tống (1944, 1964), tr. 245, 253-55 [Dương Tư Húc và Quang [Nguyên] Sở Khách], Giu (1967), 1:130 [rất vắn tắt]; *ĐVSKTB*, The (1997), tr 119 chú 3;

[43] *CMTB*, II:10b, (Sài Gòn: 1967), 2:178-79, (Hà Nội: 1998), I:114chú 1; Nguyễn Trãi et al, *Dư Địa Chí*, số 10, trong *NTTT*, (Hà Nội: KHXH, 1976), tr 213, 580-81.

của Triệu Quang Phục (548-570) là đầm Dạ Trạch tức Chu Diên; hiện nằm trong lãnh thổ Hải Hưng.[44]

II. NGUYÊN NHÂN CUỘC NỔI DẠY:

Hiển nhiên, quan lại tham ô là một lý do chính của những cuộc nổi dạy, hay "cách mạng thay đổi triều đại" [thay đổi thiên mệnh] ở Á Đông. Sách sử phong kiến Trung Hoa đều nhấn mạnh cuộc khởi nghĩa của hai bà bắt đầu từ sự tham tàn của Tô Định. Lê Tắc, chẳng hạn, chép trong *An Nam Chí Lược:* "Trong số [36] Thứ sử và Thái thú đời Hán, Tô Định tham tàn bị giết." Ở một đoạn khác, Lê Tắc thêm: "Năm đầu Kiến Vũ, thái thú Giao Chỉ [là Tô Định] tham bạo, nên Trưng Trắc giết Định làm phản *[Kiến Vũ sơ, thú Giao Chỉ, tham bạo, do thị Trưng Trắc sát Định nhi bạn]*."[45] Hơn một thế kỷ sau, Thứ sử Chu Thặng—

---

[44] *ĐVSK, NKTT,* IV:17ab, Thọ (2009), 1:215, Giu (1967), 1:119-20.

[45] . *ANCL,* q. VII, 1961:139, 140. Xem thêm, *ĐVSK, NKTT,* III:2a, Thọ (2009), 1:183-84; Nhượng Tống (1944), tr. 129-30; Giu (1967), 1:90-1; *CMTB,* II:9 (Sài Gòn: 1967), 2:175-77; (Hà Nội: 1998), I:144; *TKCS,* ch. 37, "Diệp Du Hà," Mão (2004), tr. 424-25, 426-27;

nguyên là ngự sử, bị đầy xuống Giao Chỉ—tóm lược tình hình một cách gọn gàng: Giao Châu là nơi tuyệt vực, tập tục tham ô, các họ hào cường gian dối, các chức trưởng sử bạo ngược, hà hiếp bóc lột dân chúng. *[Giao châu tuyệt vực, tập tục tham trọc, cường tông tụ gian, trưởng sử tứ ngược, xâm ngọ vạn dân].*

Năm 231, Tiết Kính Văn (hay Tông)— người ấp Trúc, quận Bái, lưu lạc qua cổ Việt từ nhỏ, từng phục vụ Thái thú Sĩ Tiếp [Shi Xie, 137-226], sau theo Lã [Lữ] Đại đánh Giao Châu, lên tới thái thú Hợp Phố [mới đổi tên là Châu Quan] —dâng sớ lên Ngô Tôn Quyền (222-252?) về tình trạng bạo ngược của quan lại Hán ở cõi "hoang phục chi ngoại":

> Hiếu Vũ [Lưu Triệt, 140-87 TTL, nhà Hán] giết Lã [Lữ] Gia, mở 9 quận, đặt thứ sử Giao Chỉ, dời những người có tội ở Trung Hoa sang ở lẫn các nơi ấy, cho học sách ít nhiều, hơi hiểu ngôn ngữ, sứ và trạm qua lại, biết qua lễ hóa. *[Hiếu Vũ đế tru Lữ Gia, khai cửu quận, thiết Giao Chỉ* [thứ sử] *dĩ trấn* [giám] *chi; sơn xuyên trường viễn, tập tục bất tề, trưởng ấu vô biệt, dân khuyết lễ nghĩa, trưởng lại chi thiết, tuy hữu nhược vô. Tự tư dĩ lai, phá tỉ Trung quốc tội nhân, tạp xử kỳ gian, sảo sử học thơ, thô thông lễ hóa.* [tỉ Trung Quốc nhân tạp cư kỳ gian, sảo sử học thư, thô tri ngôn ngữ, sử dịch vãng lai, quan kiến lễ hóa].
>
> *CMTB*, III:5b-6a; (Sài Gòn: 1970), 3:22-5; (Hà Nội:1998), I:139. *(Chúng tôi dùng ấn bản ANCL năm*

1961. Những chữ trong dấu ngoặc đứng là bản CMTB).

Đến khi Tích Quang làm thái thú Giao Chỉ [1TTL-5 TL], Nhâm Diên làm thái thú Cửu Chân [29-33], dạy dân cày bừa, đội mũ, đi giày, đặt quan làm mối, [mới biết hôn thú], dựng lên nhà học, dạy cho lễ nghĩa. . . *[Cập Tich Quang vi Giao Chỉ, Nhâm Diên thú Cửu Chân, nãi giáo dân lê canh, sử chi quan lý, kiến lập học hiệu, đạo dĩ [chi] lễ nghĩa, do thử nhi giảng, tứ bách dư niên, phả tợ hữu hiệu],*

Song đất rộng người nhiều, núi rừng hiểm trở, dễ bề làm loạn. [nhiên thổ quảng nhân chúng, hiểm trở sơn lâm, dị dĩ vi loạn, nan sử tùng trị, huyện quan cơ mi, thị linh oai phục; . . . [bản CMTB: *nhiêu thổ quảng nhân chúng, trở hiểm độc hại, dị dĩ vi loạn. Thả tại cửu điện chi ngoại, trưởng lại chi tuyển loại bất tinh hạch.].*

Thần đã thấy Hoàng Cái ở Nam Hải làm thái thú Nhật Nam, khi đến nơi, vì thấy đồ cung đốn, trần thiết không đủ, đánh chết người chủ bạ, rồi bị đánh đuổi; thái thú Cửu Chân là Đạm Manh vì bố vợ là Chu Kinh mà bày tiệc mời các quan to uống rượu, khi rượu say, làm vui, công tào Phan Hâm đứng dạy múa, nhắm vào Kinh, Kinh không chịu đứng dạy. Hâm muốn cưỡng bách, Manh giận giết Hâm, em của Hâm đến đánh Manh; thái thú Giao Chỉ cũ là Sĩ Tiếp/Nhiếp mang binh tới đánh không được. Lại thứ sử Chu Phù [cố thứ sử Cối Kê] cho bọn cùng làng là Ngu Bao, Lưu Ngạn làm trưởng lại, vơ vét của dân, một con cá vàng lấy thuế một hộc gạo, dân oán ghét nổi lên đánh đuổi.... *[hoàng ngư nhất mai thu đạo nhất hộc. Bách tính oán hận, công châu đột quận. Phù tẩu nhập hải lưu li, táng vong].*[46]

Nhưng tham ô, tàn nhẫn chỉ là một đặc tính cố hữu của các chế độ độc tài (dù phong kiến hay "cách mạng").

Một nguyên cớ khác nữa được nêu lên là Tô Định giết chồng nữ vương. Dựa theo chi tiết này, vài tác giả Trung Hoa cho rằng Trưng Vương chỉ vì tư thù mà dấy binh, không chống lại sự cướp nước của nhà Hán, giành độc lập. [47]

---

[46] *ANCL,* q. V, 1961:112-14, 148 [Tiết Tông]; *ĐVSK, NKTT,* IV:2b-3b, Thọ (2009), 1:198-99; Giu (1967), 1:104-5, Nhượng Tống (1944), tr 170-72 [Thiềm Manh, thay vì Đạm Manh]; *ĐVSKTB,* NK, IV:4b-6a, The (1997), tr. 86-7; *CMTB,* III:5-8a (Sài Gòn: 1970), 3:20-33, (Hà Nội: 1998), I:139-42;

[47] *LTHCLC,* q. VI, "Nhân Vật Chí," 1992, I:187; *ĐVSKTB,* NK, III:4b; The (1997), tr 73; Phạm Văn Lan, *Trung Quốc thông sử giản biên:* việc xâm lược là sứ mệnh khai hóa; Trưng vương nổi dạy vì tư thù, chống tham quan, không chống sự đô hộ của Hán triều; [171] *NCLS,* số 2 [221] (1985), tr. 87; dẫn trong Tạ Ngọc Liễn, "Chủ nghĩa bành trướng đại dân tộc của đế quốc Trung Hoa phong kiến, và Chủ nghĩa bành trướng đại dân tộc của bọn cầm quyền phản động Bắc Kinh ngày nay;"

Lối phân tích trên cưỡng từ đoạt lý, nếu không phải ngụy biện. Dấy quân đánh đuổi một thái thú vua Hán bổ nhiệm tự nó là hành động kháng Hán [*per se*]. Nó chỉ là sự tiếp nối truyền thống dân Bách Việt đã giết Đồ Thư, hay chống lại họ Triệu, Đại Việt hay Nam Hán ở Phiên Ngung [Quảng Châu, Quảng Đông ngày nay]. [48]

Sử Việt và TH đều ghi chồng Trưng Trắc bị Tô Định giết. Riêng *Thủy Kinh Chú* ghi hai vợ chồng đều nổi lên chống Tô Định. Nếu thế, yếu tố "tư thù" giết chồng tự nó vô nghĩa—kể cả trường hợp Thi Sách bị hại ngay giờ đầu trong cuộc dấy binh.[49]

Những người nghiên cứu lịch sử cổ thời Trung Hoa cũng không thể không quan tâm đến đặc tính tham tàn, gian dối của quan chức thuộc địa Trung

---

Phê phán chủ nghĩa bành trướng và bá quyền nước lớn của giới cầm quyền phản động Bắc Kinh (Hà Nội: 1979), tr. 170-71 [160-80]. Một tác giả Đài Loan cũng dựa theo "thuyết" này.

[48] Có tin mãi tới năm 198 TTL [Quí Mão], Triệu Đà mới bổ nhiệm hai điển sứ coi giữ Giao Chỉ và Cửu Chân *[Quí Mão. Triệu vương sơ mệnh nhị sứ điển chủ Giao Chỉ Cửu Chân nhị quân]; CMTB,* I:19b-20b, (Sài Gòn:1965), 2:82-7; (Hà Nội: 1998), I:89-92; *ĐVSK, NKTT,* II:1b, Nhượng Tống (1944), tr. 82; Giu (1967), 1:72, Thọ (2009), 1:164; *ĐVSKTB,* NK, II:2b; The (1997), tr. 53.

[49] *TKCS,* ch 37, "Diệp Du Hà," Mão (2004), tr. 424-25, 426; *CMTB,* (Hà Nội: 1998), I:114n1.

Hoa. Thứ sử Chu Thặng và Tiết Tông (Tiết Kính Văn), thái thú Hợp Phố, đã trình bày kỹ càng về hành vi tham quan ô lại ở Giao Châu, nhận định: Không chỉ có dân bản xứ mới là nạn nhân, trong số danh sĩ Hán di tản có Hoàn Diệp [Nghiễm?] từ Cối Kê vượt biển qua Giao Chỉ trong niên hiệu Sơ Bình (190-193), nổi danh là người nhân nghĩa; nhưng cuối cùng bị kẻ gian ác vu cáo khiến chết trong ngục Hợp Phố (thủ phủ Giao Châu). [50]

Sự gian dối, lừa trên, ép dưới là một thông lệ hơn cá biệt. Vì chẳng còn biện pháp nào khác hơn, các tộc dân thuộc địa hầu như ở vào tình trạng "ưa làm loạn" thường trực. Tuy nhiên, đặc điểm của những xã hội nông dân thượng cổ là muốn kéo dài một cuộc sống yên lành, chấp nhận làm cá, làm thịt cho giới cầm quyền mặc tình băm vằm, mổ xẻ. Nói theo một học giả phương Tây, nông dân [Trung Hoa] như người đứng trong giòng nước ngập đến cổ, chỉ một đợt sóng nhỏ đủ khiến sặc sụa, nghẹt thở. Nhưng họ chỉ phản ứng khi quyền lợi thường nhật bị va chạm. Đói kém và sưu cao, thuế nặng là những yếu tố quan trọng đưa đến những cuộc nổi loạn. [51]

---

[50] *ANCL*, X, 1961:177.

[51] Ngay trong thế kỷ XX, những cuộc biến động của giới nông dân chỉ xảy ra khi chống luật sưu thuế mới năm 1907, hay nạn đói Ất Dậu 1945.

Bởi vậy, thời trẻ, Karl Marx từng rẻ rúng gọi nông dân là "bị khoai của cách mạng" [bag of potatoes], và tin rằng chỉ có công nhân vô sản [proletariat] mới được ủy nhiệm sứ mệnh đấu tranh giai cấp để tiêu diệt tư sản. Điều Marx và đệ tử khó thể ngỡ tưởng là những cuộc cách mạng vô sản—tự nhận theo Marx—chỉ xảy ra tại các nước nông nghiệp, kỹ nghệ kém hay chưa phát triển. Tại Việt Nam, chẳng hạn, mục tiêu chiến lược của Đảng *Cộng Sản Việt Nam* là đạt tỉ lệ 40% đô thị hoá vào năm 2020—và từ thập niên 1930 tới nay, chính giai cấp bị khoai đã làm "cách mạng;" trong khi giai cấp công nhân vô sản còn là thiểu số, và hiện đang hành xử như tư bản đỏ tại các đô thị. Điều chua chát là khoảng vài trăm nhân công "giác ngộ" kêu gọi thực hiện cuộc cách mạng liên lũy, thì bị gán ghép cho bảng hiệu Trốt-kít và phải ngưng hiện hữu từ năm 1945, theo khẩu lệnh Quốc tế Cộng Sản [Comintern].[52]

---

[52] Xem báo cáo lên Comintern của Linov Nguyễn Sinh Côn ngày 31/7/1939; RC 495, 10a, 140, p. 102; trong *Hồ Chí Minh Toàn Tập [HCMTT],* (Hà Nội: CTQG, 1995), tập III, tr 138-39; và *Văn Kiện Đảng Toàn Tập [VKDTT], vol. 6:1936-1939,* 2000:507-8; và chỉ thị triệt hạ Trốt Kít trên *Cờ Giải Phóng,* cơ quan ngôn luận của Đảng CSĐD trước ngày tự giải tán từ 11/11/1945..

Những chi tiết ngắn ngủi dị biệt về Hai Bà Trưng—cùng nhiều tác nhân lịch sử khác—là điều khó tránh. Thứ nhất, văn sử về Bà Trưng chủ yếu dựa trên tài liệu tuyên truyền mệnh danh là Bắc sử, theo đó cuộc khởi nghĩa của Trưng Vương được tóm lược như phản loạn (ngụy, tặc đảng), phụ chú bên lề [*anecdotes*] chính sách tham ô, bạo ngược của Tô Định (34-40), cùng chiến công của Mã Viện. Hàm ý là nếu chọn được người khéo cai trị, thuộc địa Giao Chỉ đã từ lâu biến thành đất Hán.

ANCL chép:

> *Kiến Vũ sơ, thú Giao Chỉ, tham bạo, do thị Trưng Trắc sát Định nhi bạn.*[53]

Thứ hai, truyền khẩu sử khó tránh khỏi yếu tố thần thoại đương thời, rồi thêm thắt chi tiết theo thời gian. (*Việt Điện U Linh* và *Lĩnh Nam Trích Quái* đều chép sự tích Hai Bà Trưng) Thông tin khả tín, đáng ghi nhớ, là tác nhân lịch sử Trưng Vương phất cờ tiên phong trong công cuộc khởi nghĩa chống lại ách đô hộ của nhà Hán từ năm 40 tới 43. Hai bà là những người đầu tiên, nhưng không phải cuối cùng, đã viết nên lịch sử dân tộc Việt suốt hai nghìn năm luôn luôn

---

[53] *ANCL*, q. VII, 1961:140; *CMTB* II:10a (Sài Gòn: 1967), 2:178-79; (Hà Nội: 1998), I:82.

bị ngoại xâm đe dọa tận diệt hoặc đồng hóa. Tư liệu Trung Hoa khẳng định điều này, và cũng xác nhận Bà Trưng đã xưng vương.

Vì lý do nào đó—có thể vì hủ tục trọng nam, khinh nữ [*nhất nam viết hữu, thập nữ viết vô*]—Lê Văn Hưu cùng sử quan Việt các đời chưa dành cho Hai Bà Trưng vị trí xứng đáng hơn trong quốc sử. Ngọn đuốc kháng Hán giành độc lập đã thắp lên từ hai Bà Trưng—không phải thái thú Sĩ Tiếp/Nhiếp (187-226), hay Giám quân Lý Bôn tự Bí (542-548), Bố Cái Đại Vương (791), Và cũng có thể chỉ từ đời Lưu Tú hay Văn Thúc, nhà Đông Hán (25-220) mới khởi sự đồng hóa dân Việt qua giáo dục, tập quán (cưới hỏi) và khai thác kinh tế.[54] Vì thế, suốt thời Đông Hán, loạn lạc khắp nơi, khác hẳn với sự im lặng khó hiểu và khá dài từ 202 TTL tới đầu thiên kỷ thứ nhất Tây lịch.

Mặc dù tư liệu thành văn về các chính quyền thuộc địa Hán tộc cực kỳ hiếm hoi, một tác giả người Việt gốc Hoa vào thế kỷ XIII-XIV đã sao chép lại được một số tấu biểu đủ giúp phác họa tình cảnh của dân cổ Việt. Truyện Giả Xương và Lý Cố phản ánh một khuynh hướng tạm gọi là dĩ man trị man, lợi dụng tối đa tiềm năng các thuộc địa Quảng Châu và Giao

---

[54] Tích Quang, Nhâm Diên cần được nghiên cứu thêm trong diễn tiến hình thành hạt nhân văn hóa-chính trị-kinh tế cổ Việt.

Châu để đương đầu với các "man di," như dân Ô Hử cư ngụ ở bắc Giao Chỉ và tây nam Quảng Đông, Chàm ở Lâm Ấp [Linyi] và thổ dân cổ Việt ở Cửu Chân cùng các sắc tộc Tây Bắc châu thổ sông Hồng. [55]

Qua nỗ lực giáo hóa dân cổ Việt theo tập tục nữ khinh, nam trọng, mở trường học để huấn luyện cho một thiểu số người bản xứ thứ tiếng Hán thô vụng chỉ đủ giúp quan tướng thực dân Hán truyền bá mệnh lệnh trung ương, hay thỏa mãn nhu cầu hành chính và quân sự thường ngày tại địa phương. Những sáo ngữ như đặt dân Việt—hoặc Nam Man, Tây Nam man, và tứ di vào vòng giáo hóa [*jiaohua*]—chỉ để tự xưng tụng lẫn nhau. Thực tế, dân cổ Việt ở ngoài cõi ngũ phục, ven lề của chín châu nội địa Hoa hạ, chỉ được coi và đánh giá như công cụ sản xuất lương thực, hay phục vụ nhu cầu khác, như xuống biển mò ngọc trai, lên rừng săn bắt thú lạ, lượm lặt hương liệu, đóng góp sưu thuế và phục vụ như thổ quan, thổ binh. Các quan lại thực dân thì chẳng mấy ai tuân theo những tiêu chuẩn của cái gọi là triết lý chính trị đạo đức như tu, tề, trị, bình. Ngược lại, đa số đều là

---

[55] *ĐVSK, BKTT*, III:4a-7b, Thọ (2009), 1:186 [137, Khu Liên; lính nổi loạn], 138 [Giả Xương, Lý Cố], 187 [144, 160, Hạ Phương; 178-181, Ô Hử; Chu Tuấn; 183, Chu Ngung bị giết, Giả Tông, v.. v ..] *Tư Trị Thông Giám* chép đầy đủ và rõ rang hơn về những tác nhân này; Sima Guang/Rafe de Crespigny (1986), chpts 54-59.

tham quan ô lại, tìm đủ cách vơ vét cho đầy túi tham—theo nguyên tắc cha mẹ của dân, và tập tục một người làm quan, cả họ được nhờ.

Sau khi thống nhất Hoa lục, Liu Bang [Lưu Bang], hay Hán Cao đế [Han Gaodi, 206-195 TTL], tôn Chu Cơ Đán làm Tiên Thánh [Xiansheng] và Khổng Khâu làm Tiên sư [Xianshi, First Master], vì mục tiêu ngắn hạn là tự tách biệt với chế độ quân phiệt chuyên chính của nhà Tần [Qin, 247-207], từng chôn nho sinh, thiêu sách vở. Năm 198 TTL, Lưu Bang tổ chức tế Thái Lao cho Khổng Khâu, cúng bò [ox], cừu [sheep], lợn, cùng rượu, và các thứ khác tại miếu thờ ở Qufu [Khúc Phụ, nước Lỗ].[56] Ý Lưu Bang và các cố vấn muốn bắc lại nhịp cầu với nhà Chu, nhiều ít phân quyền. Nhưng Khổng Khâu chỉ được phụ tế theo Tiên Thánh Chu [Cơ] Đán.

Năm 136 TTL, Lưu Triệt bỏ chức boshi [bác sĩ, Erudite] của những người không theo Khổng giáo. Rồi Lưu Khản (Bình Đế, 01 TTL-06 TL) và Vương Mãng (09-23) gia phong Khổng tước *gong* [công,

---

[56] Sima Qian [Tư Mã Thiên, ca. 145-86 BC], *Shiji* (Beijing: 1982), 47:1945-46; dẫn bởi Julia K. Murray, "'Idols' in the Temple: Icons and the Cult of Confucius;" *JAS*, vol 68, No. 2 (May 2009):376 [371-411]; Trần Trông Kim, *Nho Giáo*, II:75.

Duke]. Sự phục hưng của Khổng Giáo đời Hán phần nào do khẩu hiệu "Ngô tòng Chu" [*Luận Ngữ/Analects,* 7:1] của Khổng và môn đệ nối liền sự chính thống của nhà Hán ngược lên tới nhà Chu.

Đời Đường, Phòng Huyền Linh [Fang Xuan-ling] (576 [579]-648), tác giả *Tấn Thư [Jin shu],* xin Lý Thế Dân (Thái Tông, 626-649) chỉ thờ Khổng và môn đệ tại học miếu, giống như trước đời Tùy Dượng đế (605-616). Lý Thế Dân đồng ý, phong Khổng làm Tiên Thánh [Xiansheng, First Sage], và Nhan Hồi [Yan Hui] như phối tế [correlate] và Tiên sư [Xianshi, First Teacher]. [57]

Ông vua không ngại đáng lẽ nối ngôi nhà Chu—nhưng vì tổ tiên liên quan đến nhà Thương [Shang], nên theo nguyên tắc ngũ hành [wuxing], mệnh "thủy" [nước, water] của Khổng và nhà Thương không vượt thắng được mệnh "mộc" [gỗ, wood]—nên được truy tặng đến tước vương [Văn tuyên vương], nhưng không được tước đế.

Trong đời Tần, các tác phẩm của Khâu đều bị đốt cháy, ngoại trừ bộ sách bói toán Dịch hay Chu Dịch. Cuộc Hán Sở tranh hùng cũng nối tiếp ngọn lửa phần

---

[57] Âu Dương Tu và Tống Kỳ, *Xin Tang shu/ Tân Đường thư [New Annals of the Tang Dynasty, 618-906]* (Beijing: 1975), pp. 373, 375; Murray, "Idols" *JAS,* No. 68, No. 2 (May 2009), tr. 377.

thư hủy hoại kho tàng cổ văn Trung Hoa. Năm 150 TTL, một giòng dõi Khổng Khâu là Kong Anguo, (Khổng An Quốc) sao chép và chú giải được 59 chương *Thư* [*Shu*] đã tìm thấy trong vách nhà cũ của Khổng. Vào đầu thiên niên kỷ thứ nhất Tây lịch, có tới 412 bản *Thư,* và 948 bản *Xuân Thu* khác nhau.

Năm 630, Lý Thế Dân cho lệnh các trường cấp châu và huyện phải lập miếu thờ Khổng, mỗi năm hai lần cúng tế, và như thế tạo một hệ thống tế lễ do triều đình bảo trợ. [58]

Sau khi Khổng Giáo trở thành đạo của nhà nước—miếu thờ Khổng và các đệ tử được xây dựng xuống tới cấp huyện [xian = county, hay subprefecture], việc tuyển chọn quan lại đều dựa trên ý thức hệ "Thiên Mệnh"—bốn tập sách được dùng cho bậc sơ đẳng [*Tứ thư, the Four Books]* gồm ***Luận ngữ*** *[Lunyu, Analects of Confucius],* ***Mạnh Tử*** [tức Mạnh Kha (Mencius, 372-289 TTL), học trò Tử Tư (Zí Si), tức học trò của cháu nội Khổng Khâu); ***Trung Dung*** *[the Doctrine of the Mean]; và* ***Đại Học*** *[Great Learning]* (cách

---

[58] Âu Dương Tu, 1975:373; Murray, "Idols," *JAS,* May 2009, tr. 377. (Ngọc Hoàng thượng đế [The Jade Emperor] được treo hình ở tường phía đông tam thanh điện [*Sanqing dian*] trong Vĩnh lạc cung [Palace of Yongle gong], the Daoist temple. [p. 381]

vật chí tri, tu, tề, trị, bình, chỉ ư chí thiện). Nho Giáo còn có Ngũ kinh [5 kinh điển]: ***Dịch kinh (I hay Yi jing*** = *Classic of Changes];* ***Thư*** *(Shu, Classic of Documents,* chép sự tích vua quan các đời Nghiêu, Thuấn, Vũ, Hạ, Thương-Ân, và nhà Chu), ***Thi*** *(Classic of Songs,* chép những bài đồng dao), ***Lễ ký*** *(Liji,* nghi lễ nhà Chu = *Zhouli [The Record of The Rituals], a Han text), và* ***Xuân Thu*** *(Yinxu, The Spring and Autumn Annals,* sử nước Lỗ, 722-481).

Người ta còn xưng tụng một lục kinh là **Nhạc ký** *[Yue-ji],* nhưng chưa ai tìm ra bản thảo. Thập niên 1430, Nguyễn Trãi (1380-1442) cùng một thái giám lo việc lễ nghi cho Lê Nguyên Long (1433-1442). Nguyễn Trãi vẽ hình khánh đá xứ Thanh Hoá sản xuất; nhưng cuối cùng Lê Nguyên Long chấp nhận nghi lễ nhà Minh: Khi vua đăng triều, có âm nhạc trỗi lên, cùng tiền hô, hậu ủng. Sử không ghi rõ "ứng cử viên Nghiêu Thuấn" có bắt các quan đồng thanh hô "Vạn tuế, vạn vạn tuế" [tức chúc vua thọ 10,000 tuổi, hay 100 triệu tuổi hay chăng]

Thực khó xác định thời điểm Nho Giáo du nhập vào cổ Việt. Truyền bản cổ thư Hán chỉ cho cổ Việt được hiện hữu sau ngày quan quân Tây Hán giết Lữ Gia, đặt Nan Yue [Nam Việt] vào bản đồ Trung Nguyên. Sau ngày xâm chiếm cổ Việt, chia đặt quận huyện, bổ nhiệm quan lại và duy trì các đơn vị quân quản, vua quan Hán khai sinh giai tầng quan chức bản xứ, thông ngôn, thư lại, thổ binh, v.. v.. bằng cách truyền dạy thứ chữ Hán thô lậu làm phương tiện giao tiếp. Quan chức Trung Hoa cũng thường mang theo thân quyến sang sinh sống, và một số đã chọn ở lại (như tổ tiên Sĩ Tứ, dòng giõi Nguyễn Phu, Đỗ Viện, Vũ Hồn, v .. v ..), Việc giáo dục con em họ thường giao cho gia sư. Một số ít được gửi về Trung Hoa huấn luyện như Thái thú Giao Chỉ Sĩ Tiếp/ Nhiếp (Shi Xie, 137-226), từng được khen ngợi như một trong những người tinh thông *Xuân Thu* và *Thư* trong thời mạt Hán.

Từ thời Vương Mãng (8-23) nhiều người Hán chạy qua Giao Châu tị nạn, kể cả tổ tiên cha con Sĩ Tứ, Sĩ Tiếp/Nhiếp, gốc nước Lỗ. Đến đời thứ sáu, Sĩ Tứ được Lưu Chí (Hán Hoàn đế, 1/8/146-25/1/168) cử làm Thái thú Nhật Nam (*ANCL*, q. VII, 1961:143), và Sĩ Tiếp được Lưu Hoành (Hán Linh đế, 7/2/168-13/5/189) cho làm Thái thú Giao Chỉ từ 187. Tới gần cuối đời Hán đã có người đậu mậu tài hay hiếu liêm [cử nhân]. Năm 186, Lưu Hoành cũng đã dùng một nho sĩ Giao Chỉ khác là Lý Tiến thay Giả Tông [hay Mạnh Kiên] làm Thứ sử, có lẽ để vừa thực hiện chính sách "dĩ man, trị man," vừa tạm thời giải quyết phong trào đòi độc lập/tự trị của người Việt.[59]

---

[59] *CMTB*, II:26-28 (Sài Gòn: 1967), 2:242-57; *ĐVSKTB*, The (1997), tr 80; *ANCL*, q.VII, 1961:143 [Sĩ Tứ, Giả Tông, Lý Tiến],

Tình trạng loạn lạc, nhiễu nhương ở Hoa lục cũng tạo nên những đợt di dân mới. Trong số danh sĩ qua Giao Chỉ tị nạn có Hồ Cương, treo mũ từ quan thời Vương Mãng (8-23), sang Giao Chỉ làm nghề bán hàng thịt; Lương Túng trốn qua Cửu Chân sau vụ án phỉ báng Lưu Trang (Hán Minh đế, 29/3/57-5/9/75) năm Vĩnh Bình thứ 4, nhiều lần được triệu hồi không chịu về; Viên Trung, cuối đời Lưu Chí (Hoàn Đế, 1/8/146-25/1/168) chạy loạn qua Giao Chỉ sau khi Tôn Sách đánh phá Cối Kê; Hoàn Diệp [Nghiễm?] từ Cối Kê vượt biển qua Giao Chỉ trong niên hiệu Sơ Bình (190-193), nổi danh là người nhân nghĩa.[60]

Tiết Kính Văn hay Tiết Tông—người ấp Trúc, quận Bái, thuở nhỏ tị nạn qua Giao Chỉ—là một chứng nhân giai đoạn Hán hóa cổ Việt này. Năm 231 [Tân Hợi], khi Vua Ngô triệu hồi Lã [Lữ] Đại, Tiết Tông dâng sớ xin cử người hiền tài thay:

> **Xưa vua Thuấn** [Điêu Trùng Hoa tức Ngu Thuấn, (2255-2208 TTL)] **đi tuần phương Nam, mất ở Thương Ngô.** *[Tích Đế Thuấn nam tuần, tốt ư Thương Ngô]* Nhà Tần đặt ra Quế Lâm, Nam

---

144 *[Chu Thặng]*, 144-45 *[Chu Phù, 200-1]*, 145 *[Trương Tân, 201-6]*, 145-46 [Sĩ Tiếp/Nhiếp]; & *CMTB*, II:24a-26a; (Sài Gòn: 1967), 2:234-43)

[60] *ANCL*, X, 1961:176-77.

Hải, Tượng Quận. [Như thế] bốn vùng ấy đã nội thuộc [Trung Hoa] từ lâu. Triệu Đà khởi đi từ Phiên Ngu, lo thu phục các vua Bách Việt, đó là vùng phía nam huyện Châu Quan [tức Hợp Phố đời Ngô, nay là huyện Hợp Phố, Quảng Đông]. Hiếu Vũ [Lưu Triệt] diệt Lữ Gia, mở chín quận, đặt Thứ sử Giao Chỉ để cai trị, sông núi dài mà xa, tập tục không giống nhau, già trẻ không tôn ti, dân không lễ nghĩa, lập chức trưởng lại, có cũng như không.

Từ đó về sau, đưa phạm nhân Trung Quốc tới sống chung, dạy cho biết sách vở, hơi thông hiểu lễ tắc.

[Tích Đế Thuấn nam tuần tốt ư Thương Ngô. Tần trí Quế Lâm, Nam Hải, Tượng Quận tắc tứ quốc chi nội thuộc dã hữu tự lai hi. Triệu Đà khởi Phiên Ngu hoài phục Bách Việt chi quân, Châu Quan chi nam dã]. Hán Vũ tru Lữ Gia, khai cửu quận, thiết Giao Chỉ Thứ sử dĩ trấn chi, sơn xuyên trường viễn, tập tục bất tề, trưởng ấu vô biệt, dân khuyết lễ nghĩa, trưởng lại nhi tiết, như hữu nhược vô. Tự tư dĩ lai, phả tỉ Trung Quốc tội nhân, tạp xử kỳ gian, xảo sử học thơ, thô thông lễ hóa.

Đến khi Tích Quang tới [vi] Giao Chỉ, Nhâm Diên làm Thái thú Cửu Chân, dạy dân cày cấy, đội mũ đi giày, lập trường học, đến nay [năm 231] hơn 400 năm, rất có kết quả, nhưng đất rộng người đông, núi rừng hiểm trở, dân dễ làm loạn, **cai trị rất khó;**

Cập Tích Quang vi Giao Chỉ, Nhâm Diên thú Cửu Chân, nãi giáo lê canh, sử chi quan lí, kiến lập học hiêu, đạo dĩ lễ nghĩa, do thử nhi giáng, tứ bách dư niên, phả tợ hữu hiệu,

Song đất rộng người nhiều, núi rừng hiểm trở, dễ bề làm loạn. *[nhiên thổ quảng nhân chúng, hiểm trở sơn lâm, dị dĩ vi loạn, nan sử tùng trị, huyện quan cơ mi, thị linh oai phục; . . . .] [bản CMTB: nhiêu thổ quảng nhân chúng, trở hiểm độc hại, dị dĩ vi loạn. Thả tại cửu điện chi ngoại, trưởng lại chi tuyển loại bất tinh hạch.*].

Điền hộ tô thuế, tài thủ cung biện, quí trí viễn trân, danh châu hương dược, tượng nha, tê giác, san hô, anh vũ, khổng tước, kỳ vật sung vị bảo ngoạn, diệc bất tất ngưỡng kỳ phú nhập, di ích Trung Quốc dã. Tại cửu điện chi ngoại, trưởng lại chi tuyển, loại bất tinh hạch; Hán thời pháp khoan, thường tự phóng tứ, cố sác vi pháp [112-113]

Thần đã thấy Hoàng Cái ở Nam Hải làm thái thú Nhật Nam, khi đến nơi, vì thấy đồ cung đốn, trần thiết không đủ, đánh chết người chủ bạ, rồi bị đánh đuổi; thái thú Cửu Chân là Đam Manh [NT: Thiềm Manh; CM: Đam Manh] vì bố vợ là Chu Kinh mà bày tiệc mời các quan to uống rượu, khi rượu say, làm vui, công tào Phan Hâm đứng dạy múa, nhắm vào Kinh, Kinh không chịu đứng dạy. Hâm muốn cưỡng bách, Mành giận giết Hâm, em của Hâm đến đánh Manh; thái thú Giao Chỉ cũ là Sĩ Nhiếp mang binh tới đánh không được. Lại thứ sử Chu Phù [cố thứ sử Cối Kê] cho bọn cùng làng là Ngu Bao, Lưu Ngạn làm trưởng lại, vơ vét của dân, một con cá vàng lấy thuế một hộc gạo, dân oán ghét nổi lên đánh đuổi.... *[hoàng ngư nhất mai thu đạo nhất hộc. Bách tính oán hận, công châu đột quận. Phù tẩu nhập hải lưu li, táng vong].* [61]

Bên cạnh những truyền thuyết về phía nam của mặt trời, người ta bắt đầu thêm vào những kết quả khoa học thực nghiệm "đo bóng mặt trời" vào đời Tấn, Lương, tới đời Đường. *Kết luận* rút ra từ những túi khôn đười ươi cầm ống *là càng đi xa về phía nam, bóng cây nêu càng dài hơn:* tại *Giao Châu,* bóng cây nêu tại phía nam mặt trời chỉ có *ba tấc, ba phân,* nhưng ở

---

[61] *ANCL,* q. V, 1961:112-13, q.VII, 1961:148 [Tiết Tông]; *ĐVSK, NKTT,* IV:2b-3b, Nhượng Tống (1944), tr. 170-72; Giu (1967), 1:104-5, 105ch7 [*Tam Quốc Chí, Ngô thư, q 8: Tiết Tông truyện],* Thọ (2009), 1:197-99; *CMTB* III:5-8a; (Sài Gòn: 1970), 3:20-33; (Hà Nội: 1998), I:139-42; *ĐVSKTB,* Ngoại kỷ, IV:5-6a, The (1997), tr. 87)

Nhật Nam, Lâm Ấp nó dài từ *tám tấc một phân,* tới *chín tấc một phân.*[62]

III. CUỘC TÁI XÂM LĂNG CỦA MÃ VIỆN:

Tháng 1-2/42 [tháng 12 Tân Sửu], nêu lý do Trưng Vương khuấy nhiễu vùng ven biên các quận huyện Lĩnh Nam, Lưu Tú cho lệnh Hợp Phố, Trường Sa chuẩn bị xe thuyền, sửa sang cầu đường, chứa thóc lương chuẩn bị tái chiếm cổ Việt. Phong Mã Viện làm Phục ba Tướng quân [The General Who Calms the Waves], Lưu Long làm phó tướng, Đoàn Chi giữ lâu thuyền, chia hai đạo thủy bộ tiến quân. Gặp núi làm đường, vượt qua hơn 1,000 lí [dặm TH].

> [Hán dĩ Trưng thị xưng vương cử binh công hãm thành ấp, biên quận khổ chi, nãi lệnh Trường Sa, Hợp Phố cập Giao Chỉ cụ xa thuyền, tu kiều đạo, thông chướng khê, trù lương cốc, bái [bài] Mã Viện vi Phục Ba tướng quân, ...
>
> Mã Viện diên hải nhi tiến, ***tùy sơn san mộc,*** *[ThC 741, tùy bộ phụ, theo sau; san bộ ngọc]* thiên dư lí chí Lãng Bạc, dữ Trưng vương chiến]. *[Mã Viện*

[62] *ĐVSK, NKTT,* III:9b, Thọ (2009), 1:192 [192n2, *Tân Đường thư,* q 31:Thiên Văn Chí, đời Tống Văn Đế, 424-454]; Giu (1967), [1:86-87]; *ĐVSKTB,* NK, IV:16a-17b, The (1997), tr 93-4.

theo đường duyên hải tiến quân, gặp núi thì làm đường, trải hơn nghìn dặm tới Lãng Bạc, đánh nhau và đại phá quân Trưng Trắc, đuổi theo tới Kim Khê];

Mã Viện duyên hải nhi tấn, ***tùy sơn san đạo,*** *thiên dư lí* [Mã Viện ven mé biển mà tiến, theo núi đốn cây, đi hơn nghìn dặm tới Lãng Bạc, đánh với Trưng vương]; [63]

Tháng 4-5/42 [3 Nhâm Dần, 9/4-8/5/42], Viện đánh bại Trưng Vương ở Lãng Bạc. Cổ sử ghi Lãng Bạc tức Dâm Đàm, phía tây Đại La, tức Hồ Tây, Hà Nội ngày nay. Vài tác giả Pháp, như Henri Maspéro và Claude Madrolle, dựa theo *Thủy Kinh Chú* (đoạn nói về ba nhánh sông phía bắc Hà Nội) và *Hậu Hán Thư* (địa lí chí) cho rằng Lãng Bạc thuộc vùng núi Tiên Du.

Một số tác giả Việt nghiêng về lập luận này. Có tác giả cho rằng Lãng Bạc là vùng Phả Lại, trong

---

[63] *CMTB,* II:10b-11a, (Sài Gòn: 1967), 2:180-83, (Hà Nội: 1998), I:114-15; *ĐVSK, NKTT,* III:2b, Thọ (2009), 1:184; Giu (1967), 1:91; *ĐVSKTB,* NK, III:5b, The (1997), tr 74; *ANCL,* q. IV: Tiền triều chinh thảo, 1961:92-3; **[*Nam Việt Chí*** nói việc Mã Viện đục núi làm đường**];** Lê Quí Đôn, *VĐLN*, q. III, Khu Vũ Loại, Số 49, 1973:134

khoảng năm huyện Yên Dũng, Lục Nam, Quế Võ, Gia Lương và Chí Linh, ngày nay. [64]

Việc tìm hiểu về địa danh Lãng Bạc vẫn chưa và có thể chẳng bao giờ kết thúc. Lãng Bạc là một tên Hán Việt, do quan tướng Hán đặt ra, khó thể truy tìm nguồn gốc. Đất đai, sông biển đổi dời không ngừng, phù sa sông Hồng liên tục bồi đắp đất mới. Những truyền thuyết trong dân gian về sự tích các thần hoàng hay đền miếu—nguồn gốc hai bộ *Lĩnh Nam Chích Quái* và *Việt Điện U Linh tập*—càng khiến vấn đề phức tạp hơn. Thông tin khả tín duy nhất có thể rút ra là Hai bà Trưng đã thua một trận lớn phía đông Mê Linh, phải rút về chiến khu ở Cẩm Khê hay Kim

---

[64] *Hậu Hán Thư*, q 24: "Mã Viện truyện;" *TKCS*, Ch 37, "Diệp Du Hà;" Mão (2004), tr. 429; *ĐVSKTB*, Ngoại kỷ, III:7b, The (1997), tr. 75, 75n6; Từ Hải, tr. 1500; *ĐVSK, NKTT*, III:2b, Thọ (2009), 1:184; Giu (1967), 1:92; *CMTB*, II:11; (Sài Gòn: 1967), 2:183-85; (Hà Nội: 1998), I:115; Maspéro, "L'Expédition de Ma Yuan;" *BEFEO*, XVIII (1918), tr. 17; Claude Madrolle, *Le Tonkin ancien*, *BEFEO*, XXXVII, tr. 272-73, 274-75; Đinh Văn Nhật, "Vùng Lãng Bạc về thời Hai Bà Trưng;" *NCLS*, số 155 (3-4/1974), tr. 22, 34 [15-35] [Tiên Du sơn, vùng trũng Bắc Ninh-Bắc Giang], & số 156 (5-6/1974), tr. 54 [44-59]; Khổng Đức Thiêm, "Từ sự tham gia của nhân dân Vũ Ninh vào cuộc khởi nghĩa của Hai Bà Trưng;" *NCLS* (Hà Nội), số 161 (3-4/1975), tr. 56-7 [54-9, 71-] (Những nghiên cứu này từng khiến Deng Xiao-ping trách mắng Phạm Văn Đồng về tội bài Trung Quốc)

Khê—một địa danh gây nhức đầu khác cho những nhà nghiên cứu cổ sử và địa lý cổ. [65]

Ngô Sĩ Liên và sử quan Lê ghi theo *Hậu Hán Thư*, nhưng ước đoán rằng Cẩm Khê ở huyện Chân Lộc, Nghệ An. Tự Đức và sử quan Nguyễn dựa theo Thủy Kinh Chú bác thuyết này, cho rằng Cẩm Khê (Kim Khê) thuộc địa phận phủ Vĩnh Tường, Sơn Tây. [66]

Dựa theo *Nam Việt Chí* của Thẩm Hoài Viễn, Lê Tắc ghi tên Kim Khê. *Thủy Kinh Chú* dẫn *Việt Chí*, theo chú của Lê Hiền, cho rằng Cẩm Khê hay Kim Khê nằm về phía tây nam Mê Linh. Chi tiết này giúp một tác giả Việt đi tìm Cấm Khê ở hữu ngạn sông Hồng [số 149 (3-4/1973)], và đề nghị nhìn nhận thung lũng suối Vàng [Kim khê cứu], chân núi Bà (cao 525 mét) ở

---

[65] *ĐVSK, NKTT*, III:2b, Thọ (2009), 1:184; Nhượng Tống (1944), tr. 130; Giu (1967), I: *ĐVSKTB*, NK, III:5-6, The (1997), tr. 74; *CMTB*, II:11 (Sài Gòn: 1965), 2:183-85; (Hà Nội: 1998), I:115; *ĐNNTC*, q. XXI, "Sơn Tây," (1997), 4:195-96 [phân phủ Vĩnh Tường, gồm 2 huyện Yên Lãng và Yên Lạc], 224-25 [lũy cổ của Trưng Vương], 235 [đền Hai Bà Trưng, có nhắc đến Kim Khê].

[66] *Hậu Hán Thư*; q 24: Mã Viện truyện, *ĐVSKTB*, III:7b, The (1997), tr. 75; *CMTB*, II:11b, (Sài Gòn: 1967), 2:184-85, (Hà Nội: 1998), I:113 [Cấm Khê phải ở vào địa hạt Vĩnh Tường, Sơn Tây, nhưng chưa rõ đích xác nơi nào. Sử cũ cho là ở huyện Chân Lộc, Nghệ An, là lầm]. *ANCL*, q. IV, 1961:93 ghi là *Kim Khê;* theo Giao Châu Chí.

góc đông nam dãy Tản Viên]. Tại đây, có làng Hạ Lôi, huyện Thạch Thất, cách Hà Nội 35 km về phía tây nam, 28 km hướng tây Hà Đông, 20 km nam Sơn Tây. Làng này cổ hơn làng Hạ Lôi, huyện Yên Lãng (Tây Vu cũ). [67]

Sau chiến dịch này, Viện tâm sự cùng thuộc hạ rằng, khi tiến quân tới giữa Lãng Bạc và Tây Lý [Vu?], dưới đất khí độc bốc lên ngùn ngụt, *"ngửng mặt lên*

---

[67] *ĐVSK, NKTT,* III:2b, Thọ (2009), 1:184; Nhượng Tống (1944), tr 130,132n7; Giu (1967), 1:92; *ĐVSKTB*, Ngoại Kỷ, III:5-6, The (1997), tr 74; *CMTB*, II:11b; (Sài Gòn: 1965), 2:183-85; (Hà Nội: 1998), I:115; *ĐNNTC*, q. XXI, "Sơn Tây," (1997), 4:195-96 [phân phủ Vĩnh Tường, gồm 2 huyện Yên Lãng và Yên Lạc], 224-25 [lũy cổ của Trưng Vương], 235 [đền Hai Bà Trưng, có nhắc đến Kim Khê]. *ANCL*, q. IV, 1961:93 ghi Kim Khê; TKCS, ch 37, "Diệp Du Hà," Mão (2004), tr 424-25; Đinh Văn Nhật, "Đất Cấm Khê, căn cứ cuối cùng của Hai Bà Trưng trong cuộc khởi nghĩa Mê-Linh năm 40-43;" *NCLS*, số 148 (1-2/1973), tr. 26-34, 41, [tìm Cấm Khê ở Ba Vì, núi Tản Viên [tr. 30-1], thung lũng suối Vàng [Kim khê cứu], chân núi Bà (cao 525 mét) ở góc Đông Nam của dãy núi Tản Viên], có làng Hạ Lôi, huyện Thạch Thất (Sơn Tây), cổ hơn làng Hạ Lôi, huyện Yên Lãng (Tây Vu cũ). [tr. 32-33]. Cách Hà Nội 35 km về phía Tây Nam, Hà Đông, 28 km hướng tây, Sơn Tây, 20 km về hướng nam. [tr. 33] ; số 149 (3-4/1973), tr. 31-40 [Tân Xương ở hữu ngạn sông Hồng]. Đinh Văn Nhật. "Vùng Lãng Bạc về thời Hai Bà Trưng;" *NCLS*, số 155 (3-4/1974), tr. 15-35, số 156 (5-6/1974), tr. 44-59; Idem., "Huyện Mê Linh của Hai Bà Trưng." *NCLS*, số 172 (1-2/1977), tr. 24-43.

thấy diều hâu đang bay bỗng lả tả rơi xuống nước [ngưỡng thị phi diên diếp diếp [thiếp thiếp?] đọa thủy trung]," khiến trạnh lòng muốn bắt chước người em họ Thiếu Du sống thanh thản, an nhàn mà không được.[68]

Tháng 1-2/43, Mã Viện tiến vào Cấm Khê hay Kim Khê, đả bại Trưng Vương. Truyền thuyết nói ngày 5/3/43 [6 tháng 2 Quí Mão], hai chị em nhảy xuống sông Hát tự tử. Dân chúng bí mật lập đền thờ hai bà trên bờ sông Hát—tức một nhánh hạ lưu sông Bạch Hạc, ranh giới phủ Quốc Oai, Sơn Tây và huyện

[68] *Hậu Hán Thư [HHS]*; q 24: "Mã Viện truyện;" *ĐVSKTB*, NK, III:7b, The (1997), tr. 75; *ANCL*, q I: Cổ tích, 1961:40 [Việt] 25 [Nho], cột 19-20: *[cột 19] Ngô tại Lãng Bạc Tây lý gian, [cột 20] tặc vị diệt thời, hạ lạo thượng vụ, độc khí huân chưng, ngưỡng thị phi diên, thiếp thiếp trụy thủy trung* [19] khi ta ở giữa Lãng Bạc và Tây Lý, [20] chưa diệt được giặc, dưới thì nước lụt, trên là khói mù, khí độc hừng hực, xem lên thấy diều hâu đang bay, là đà rơi xuống nước;]; *ĐVSK, NKTT*, III:3, Thọ (2009), I:272n1 [diếp diếp]. Như thế, tên "Diên Chỉ chi ngung" trong lời chế phong Lê Hoàn làm An Nam đô hộ, Tĩnh Hải Quân tiết độ sứ tháng 11-12/986 [10 Bính Tuất, của sứ đoàn Lê Nhược Chuyết và Lý Giác [*ANCL*, q II, Tiền triều thư mạng, 1961:41 [nho], cột 9, 64-65 [Việt]; *ĐVSK, BKTT*, I:17ab, Thọ (2009), 1:271-272] không hẳn đã là Diên Châu và Giao Chỉ, mà là "cõi đất diều hâu rơi: diên diếp; lầm chữ diếp với chữ chỉ].

Từ Liêm, Hà Nội (đời Nguyễn)—nay là xã Hát Môn, Phúc Thọ, Hà Tây. [69]

Dã sử Trung Hoa ghi cả hai bà bị bắt, chém thủ cấp đóng hộp gửi về Kiến Nghiệp. Theo *Giao Châu Ngoại Vực ký*—một trong bốn tài liệu cơ bản về thời kỳ này, nhưng tất cả đã tuyệt bản, chỉ được trích dẫn trong chính sử cũng như dã sử đời Đường và Tống, nhưng chẳng có cách nào kiểm chứng sự khả tín—Mã Viện tiến đánh vợ chồng Trưng Trắc ở Kim Khê cứu, **ba năm** mới thắng *[khiển Mã Viện tương binh thảo Trắc Thi, tẩu nhập Kim khê cứu, tam tuế nãi đắc]*. Nhiều tác giả, kể cả sử quan Nguyễn, ghi theo *Nam Việt Chí* của Thẩm Hoài Viễn là bà Trưng giữ được Kim Khê **hai năm** mới bị bắt *[Trưng Trắc tẩu nhập Kinh Khê huyệt trung, nhị tuế nãi đắc chi]*.

Lê Tắc chép theo "Mã Viện truyện" (*Hậu Hán Thư*) rằng năm 43, Mã Viện giết chết Trưng Nhị *[Thập*

---

[69] *ĐVSK, NKTT,* III:3, Thọ (2009), I:185; Giu (1967), I:93; *ANCL,* q I: Cổ tích, 1961:40; .*ĐVSKTB*, Ngoại Kỷ, III:5-6, The (1997), tr. 74; *CMTB*, II:12, 14; (Sài Gòn: 1967), 2:186-88, (Hà Nội: 1998), I:115-16, 118. *ĐNNTC,* q. XXI, "Sơn Tây," (1997), 4:190, 220 [Sông Hát, Năm 2005, nhân dịp đi thăm đền Hùng, chúng tôi có dịp ghé thăm cầu Bạch Hạc, và sông Hát. Sông nhỏ và cạn ngoài mức dự tưởng], 4:235 [Đền Hai Bà Trưng, địa phận xã Hạ Lôi, huyện Yên Lãng, Hà Tây ngày nay].

cửu niên, Mã Viện trảm Trưng Nhị yêu tặc (Nhị, tặc muội giả)]. [70]

Tháng 11-12/43, theo *Giao Châu Ký,* Viện mang 8,000 tinh binh, hợp cùng hơn một vạn quân Giao Chỉ, 2,000 lâu thuyền truy đuổi tàn quân của Đô Dương đến Cửu Chân. Viện phá đá ngầm, sửa chữa và đắp 500 lí đường bộ. Chiếm huyện Võ Công, Dư Phát, chia binh vào Võ Biên, rồi kéo tới huyện Cư Phong. Thủ lĩnh nghĩa quân Việt ở Cư Phong không hàng, Viện chém vài ngàn (có tin hơn 5,000) thủ cấp. [71]

Sử quan Nguyễn cho rằng Cư Phong do nhà Hán đặt ra, thuộc quận Cửu Chân. Đời Ngô (222-280) gọi

---

[70] *ANCL,* q. IV, 1961:92 [Thập cửu niên, Mã Viện trảm Trưng Nhị yêu tặc (Nhị, tặc muội giả), kích kỳ dư đảng Đô Dương đẳng, chí Cư Phong huyện hàng chi].); *Thủy Kinh Chú,* ch. 37, "Diệp Du Hà;" *TKCS,* ch. 37, "Diệp Du Hà;" Mão (2004), tr. 425 [dịch là "đánh ba năm mới thắng." Tây Thục đem quân giúp Viện. Đặt chức lệnh [10,000 hộ trở lên], trưởng [10,000 hộ trở xuống], 434-35 [dẫn Mã Viện truyện]; *CMTB,* II:11b, 2:184-85 [hai năm: Maspéro, Đào Duy Anh hay Nguyễn Linh].

[71] *TKCS,* ch 37, "Diệp Du Hà," Mão (2004), tr. 434-35; *CMTB,* II:12a (Sài Gòn: 1967), 2:186-87. Đào Duy Anh, "Les colonnnes de Bronze de Mã Viện;" *Bulletin des Amis de Vieux Hué [BAVH],* XXX, No. 4 (10-11/1943), p. 353 [349-60], [sẽ dẫn: ĐDA, 1943]. Nguyễn Linh nghĩ rằng Tây Thục là "Ai Lao Di," phía tây bắc cổ Việt; "Thục Phán." *NCLS,* 124 (7/1969), tr. 46-7, 48col 1 [33-5].

là Di Phong. Được dùng làm trị sở quận Cửu Chân thời Lưu Tống (420-478), Tề (479-502). Đời Tùy (589-618), quận Cửu Chân bị bỏ, Di Phong thuộc vào Ái Châu mới thành lập. Đời Đường (618-907) thuộc Nam Lục Châu. Năm 742, huyện bị bỏ, đặt vào huyện Nhật Nam. Theo *Giao Châu Ký* của Tăng Cổn, Cư Phong có núi, lại có giống bò vàng thường xuất hiện ban đêm. Trên núi, có cửa gió. Đời Nguyễn, thuộc về Thanh Hóa. [72]

Sau đó Mã Viện lập nên huyện Tượng Lâm ở phía nam Nhật Nam, tức nước Lâm Ấp sau này. [73]

---

[72] *ĐVSK, NKTT,* III:3ab, Thọ (2009), 1:185; Giu (1967), 1:93,; *CMTB,* II:12b, (Sài Gòn: 1967), 2:188-89, (Hà Nội: 1998), I:116.

[73] *ANCL* q. IV, 1961:92-3; *ĐVSK, NKTT,* III:3b, Thọ (2009), 1:185; Giu (1967), 1:93; *ĐVSKTB,* NK, III:8b, The (1997), tr. 76 [*Thập cửu niên, Mã Viện . . . kích kỳ dư đảng Đô Dương đảng, chí Cư Phong huyện hàng chi], từ đó "Lạc Việt" phục tùng chính sách của Mã Viện*]; *CMTB,* II:12ab; (Sài Gòn: 1967), 2:186-89; (Hà Nội: 1998), I:116; Đào Duy Anh, "Les colonnnes de Bronze de Mã Viện;" *Bulletin des Amis de Vieux Huế [BAVH],* XXX, No. 4 (10-11/1943), p. 353 [349-60], [tức khoảng Diễn Châu; tr. 353] [sẽ dẫn: ĐDA, 1943], *ĐVSK, NKTT,* III, Giu (1967), 1:319n8; *TKCS,* ch 37, "Diệp Du Hà," Mão (2004), tr. 418, 420-21.

Năm 44, Mã Viện mang quân về kinh sư. Bảy quận ở Giao Chỉ khi đi cống đều phải do đường biển tới huyện Đông Dã, Phúc Châu) mà nạp lễ vật. [74]

Mặc dù cuộc tái xâm lăng của Mã Viện chỉ kéo dài ba năm, nó còn lưu lại một số truyền thuyết.

1. Một trong những quyết định đầu tiên của Mã Viện là chia huyện Tây Vu làm hai huyện Phong Khê và Vọng Hải. Lý do là dân số Tây Vu quá đông, lên tới 33,000 hộ. Đây có thể là một cách để kiểm soát dân chúng chặt chẽ hơn. Phải chăng Viện nhân cơ hội này xé nhỏ căn cứ yểm trợ hai bà Trưng, tiêu diệt và lưu đầy những thành phần khả nghi. Tại Phong Khê, Viện đắp Kiển thành, hình như cái kén. Thành này rất có thể đã dựng trên nền thành Cổ Loa của An Dương Vương.

Riêng thành Vọng Hải có lẽ đã theo đúng nhu cầu đồn trú quan chức và quân đội chính qui Hán và phụ lực bản xứ. [75]

---

[74] *ANCL,* q.IV, 1961:93. Năm 49 Mã Viện chết ở núi Hồ Đầu, khi Lưu Tú sai đi đánh Man Di Ngũ Khê [Hung Nô]. [*Hậu Hán Thư,* q 24: Mã Viện truyện; *TKCS,* Ch 37; Mão (2004), 475.

[75] *CMTB,* II:14b-15a (Sài Gòn: 1967), 2:196-99; (Hà Nội: 1998), I:118;

2. Có tin Mã Viện lập ra quận Nhật Nam [Rinan] ở phía nam Cửu Chân. Theo *Tấn thư địa đạo kí* của Wang Yin (Vương Ẩn, thế kỷ IV, mất), trị sở Nhật Nam ở cách cửa sông Lô [hay Lư] 200 lí, cũng là trị sở huyện Tượng Lâm đời Tần. Cũng có tin Viện lập huyện Tượng Lâm ở phía nam Nhật Nam, tức nước Lâm Ấp [Champa] sau này.

Theo Maspéro, địa danh Tượng Lâm ở ranh giới phía nam đế quốc Hán, do vô tình hay cố ý, phần nào gây nên sự nhầm lẫn với Tượng Quận, ranh giới đế quốc Tần hơn hai thế kỷ trước, trong sách sử Hoa. [76]

Nhưng theo ***Giao Châu Ký***, dẫn trong Địa lý chí của *[Tiền] Hán thư*, quận này đã "vào bản đồ Trung Hoa" từ năm 110-106 TTL đời Lưu Triệt—gồm năm [5] huyện: Chu Ngô, Tị Ảnh, Lư [Lô] Dung, Tây Quyển, Tượng Lâm. [77]

---

[76] *TKCS*, ch 36: Uất Thủy, Mão (2004), tr. 368 [dẫn Giao Châu ký]; Maspéro, "Etudes d'histoire d'Annam: IV. Le royaume de Van Lang." *BEFEO*, Vol. XVIII (1918), no. 3, pp 4 [1-10] [Lỗi không ở sử quan Việt mà do văn gia Hoa trong thế kỷ V, hay VI].

[77] *TKC*, ch 36, 19b; *TKCS*, ch 36, Mão (2004), tr. 358-59 [Nhật Nam, Lô Dung, Khu Túc, Thọ Linh], tr 363-64, 366. Xem thêm Maspéro, 1916, 1:49; *ANCL*, q. IV, 1961:92. Sử quan Nguyễn thêm rằng Hậu Hán Thư của Phạm Việp (thế kỷ V), và *Lĩnh Ngoại Đại Đáp* [1178] của Chu Khứ Phi đời Tống cũng sử dụng tư liệu trên. [*CMTB*, II:5a]

3. Viện còn thu trống đồng đúc thành ngựa dâng lên Lưu Tú. Việc tịch thu trống đồng có thể được nhìn dưới khía cạnh tiêu diệt nền văn hóa cổ truyền—có lẽ theo mẫu hệ—để áp đặt thứ lễ giáo Hoa hạ. Sự việc quân dân hơn 50 thành—hoặc từ 60 tới 65 thành—ngả theo Trưng Vương liên hệ đến chính sách Hán hóa trên. Nhưng nho gia nặng tinh thần "nhất nam viết hữu, thập nữ viết vô," và tam cương ngũ thường—cùng quan điểm của Hường Nhiệm, mẹ gốc Quảng Đông, coi người Tàu như "cũng nòi giống ta," gọi người Việt là "Hán Nhân," hay muốn đổi tên nước là "Tống," và cuối cùng xin nội phụ nhà Thanh năm 1882, biến miền bắc thành một lò sát sinh người Việt của các đoàn thổ phỉ đông như ruồi muỗi, cùng các doanh binh đội Thanh, và giặc Pháp—chỉ ghi lại "công ơn" Tích Quang, Nhâm Diên, im lặng về chế độ mẫu hệ thời tiền Hán thuộc, không "cẩn án" hay "phê" trong "quốc sử." [78]

---

[78] *CMTB*, II:9 (Hà Nội: 1998), I:112-113; *TKCS*, ch 36 (Mão 2004), tr 368). Theo Ban Cố, thời thượng cổ dân Hán cũng theo mẫu hệ, không hề biết đến cha. Lúc đói đi tìm mồi, nhai nuốt ngấu nghiến cả da lẫn lông; no bụng vứt hết đồ thừa đi. Thích uống máu tươi. Đến khoảng năm 2900 TTL, Phục Hi hay Bào Hi mới nghiên cứu thiên văn, địa lý, lập ra kinh dịch từ hai quẻ âm và dương, nối kết nam với nữ; *Han shu*, dẫn trong *The I Ching or Book of Changes;* trans into English by Cary F. Baynes, based on Richard Wilhem's German version (Princeton, NJ: Princeton Univ Press, 1967, 1973), p 329.

Từ năm 137, hoặc 192 nếu muốn, Lâm Ấp của Phạm Hùng và con cháu tách ra khỏi hệ thống thông hiếu của nhà Hán. Bởi vậy, năm 278 [nhà Ngô], tách một phần Cửu Chân ra thành quận **Cửu Đức**; lị sở là Vinh ngày nay. [79]

Năm 282, Tấn bỏ **đô úy Nhật Nam** vì bị Chiêm Thành chiếm. Lấy huyện **Lô Dung** làm Nhật Nam, lị sở tại huyện Tượng Lâm.

4. Sử dụng người Việt thực hành chính sách cai trị cũ, tức bổ nhiệm các Trưởng [cai quản một vạn hộ trở lên], Lệnh [cai quản một vạn hộ trở xuống]. Từ đó Cổ Việt phục tùng chính sách của Mã Viện; *ANCL* q. IV, 1961:92-3.

Tuy nhiên, theo Tiết Tông, suốt 400 năm Hán hóa, những Trưởng, Lệnh này có cũng như không.

5. Dẹp yên cổ Việt, có tin Viện cho dựng trụ đồng hay kim tiêu ở biên giới [*nãi lập đồng trụ vi Hán cực giới*], để biểu dương võ công và răn đe người Việt. Theo *Nguyên Nhất Thống Chí, Minh Nhất Thống Chí,* và *Thanh Nhất Thống Chí* trụ đồng này khắc sáu chữ: "Đồng trụ chiết, Giao Chỉ diệt." Bởi thế mỗi khi đi qua, người Việt chất gạch đá dưới chân trụ đồng cho

---

[79] *Tấn thư địa đạo kí; TKCS,* ch 36, Mão (2004), tr. 368, 369. **Từ Hải:** Nhà Tùy bỏ Cửu Đức. Ibid., tr. 369n1.

nó được vững chắc. Các sách trên dựa theo thuyết của Chu Khứ Phi, tác giả *Lĩnh Ngoại Đại Đáp*—một người đời Tống, từng làm quan ở Quảng Tây—khẳng định trụ đồng Mã Viện dựng lên ở khu hang động Cổ Sâm, Khâm Châu, nơi có Phân Mao Lĩnh, cỏ tranh chia mọc theo hướng bắc-nam, như một thứ ranh giới trời định. [80]

Tuy nhiên, qua các tấu biểu từ Giao Chỉ hay Giao Châu gửi về triều đình nhà Hán, Ngô, hay Tấn **không có dấu vết nào về trụ đồng.** Hai bộ chính sử của Ban Cố (32-92) et al. và Phạm Việp (398-446) đều im lặng. Huyền thoại trụ đồng chỉ xuất hiện trong các dã sử, như *Giao Châu Ký, Giao Châu Ngoại Vực Ký,* đã tuyệt bản, và sao đi, chép lại trong *Thủy Kinh Chú* của Lịch Đạo Nguyên, rồi các tập chú giải *Sử Ký, Hán Thư* đời Tùy-Đường trở về sau của Nhan Sư Cổ, Lê Hiến, *Thông Điển* của Đỗ Hữu [Hựu], *Nguyên Hoà Quận Huyện Chí* của Lý Cát Phủ, *Sử Ký Sách Ẩn* của Tư Mã Trinh, *Hoàn Vũ Ký* của Nhạc Sử (Yue Shi, 930-1007), *Tư Trị Thông Giám* của Tư Mã Quang, *Thông Giám Cương Mục* của Chu Hy, v.. v ..

4. *Hậu Hán Thư [Hou Han Shu],* q 24: "Mã Viện truyện." thời Lưu Tống (thế kỷ V),

---

[80] *CMTB,* II:12a, (Sài Gòn: 1967), 2:186-87; *TKCS,* ch 36 Mão (2004), tr 394-95; ĐDA, 1943:352;

a. Không hề nhắc tới trụ đồng Mã Viện.

b. "Quận Nhật Nam [Rinan]" mà sử sách Hán ghi đã "vào bản đồ Trung Hoa" từ năm 110 TTL Lưu Triệt, hay thời Mã Viện (43-44)—gồm năm [5] huyện: Chu Ngô, Tị Ảnh, Lư [Lô] Dung, Tây Quyển, Tượng Lâm—được chép lại từ *Giao Châu Ký*, đã tuyệt bản, dẫn trong Địa lý chí của *[Tiền] Hán thư*.

TKCS, ch 36, Mão (2004), tr 363-64; *ANCL*, q. IV, 1961:92.

Sử quan Nguyễn thêm rằng Lĩnh Ngoại Đại Đáp [1178] của Chu Khứ Phi đời Tống cũng sử dụng tư liệu trên.

[*CMTB*, II:5a-6a]

Nếu Mã Viện quả thực trồng trụ đồng, những người như Hứa Tĩnh, Viên Huy, Tiết Tông, v.. v... thời mạt Hán và Tam Quốc khó thể bỏ qua chi tiết này. Khi viết về cuộc đánh cướp Lâm Ấp của Nguyễn Phu năm 343, của Đàn Hòa Chi và Tông Xác năm 436 [431] hay 446, văn gia Hán vẫn chưa nói gì đến trụ đồng. Họ chỉ khoa trương công trình khoa học thực nghiệm "đo bóng mặt trời" ở Giao Châu và Lâm Ấp; với hai kết luận: Mặt trời mọc hay lặn ở phía bắc của Giao Châu, Lâm Ấp, v.. v…; và, chiều dài bóng của thước đo tỉ lệ thuận với khoảng cách từ kinh đô Hán tới cõi hoang vực. Tại Giao Châu, chẳng hạn, vào tháng 5 âm lịch, bóng thước đo là 3 tấc 3 phân; trong khi tại thành Tây Quyển của Lâm Ấp, bóng dài 8 tấc, 1 phân. [81]

Trụ đồng chỉ được nhắc đến một cách ngắn ngủi trong cuộc đánh cướp Lâm Ấp năm 605 của Lưu Phương đời Tùy. Từ tháng 12/602-1/603, Dương Tố tiến cử Thứ sử Qua Châu Lưu Phương xuống xâm lược Vạn Xuân của Lý Phật Tử. Dương Kiên (Tùy Văn Đế, Sui Wende (581 [589]-604), phong Tố làm Giao Châu đạo, hành quân tổng quản, mang 27 doanh [tiểu đoàn] đi xâm lược. Phương làm tướng. Lý Phật Tử xin hàng, bị bắt giải về TH, chết trong ngục. Sau đó, Lưu Phương nhận lệnh đánh Chiêm Thành [Champa]. Chuyến viễn chinh này quân Tùy thắng to. Những chi tiết hấp dẫn nhất là chuyện phá tan trận voi của Champa, việc san thành bình địa [*tusha*] Khu Túc, cướp 12 hay 18 thần vị bằng vàng của đạo Kiền Ni, việc khám phá ra trụ đồng Mã Viện, và người thay Phương làm Giao châu đại tổng quản, Khâu

[81] *CMTB*, III:5b-6a; (Sài Gòn 1970), 3:22-5; (Hà Nội: 1998), I:139; *ĐVSKTB*, BK, IV:4b-5a, The (1997), tr. 86-7; *ĐVSK, NKTT, IV*:2b, Thọ (2009), 1:198;

Hòa, được biếu vàng bạc, châu báu—giàu sang ngang các vua chúa. [82]

Trong số xuất xứ của thông tin trụ đồng có truyền khẩu sử/dã sử [*bestiary*] quái dị như *Quảng Châu Ký, Giao Châu Ký, Lâm Ấp Ký* đã tuyệt bản. Tới cuối thế kỷ VIII, đầu thế kỷ IX, vua quan và văn gia Đường, Tống mới ra công biến trụ đồng thành sự kiện lịch sử. Một đô hộ Mã Tổng nào đó—không ai biết đã làm An Nam đô hộ năm nào—dựng "hai trụ đồng ở chỗ cũ" để tự khoe mình là con cháu Mã Viện. Trong khi đó, những Đỗ Hữu/Hựu, Lý Cát Phủ, rồi Nhạc Sử, Tư Mã Quang, Chu Hy, bắt đầu cao rao việc quận Tượng nhà Tần bao gồm Nhật Nam, và Mã Viện đã trồng trụ đồng để đánh dấu biên giới cực nam của đế quốc Hán. Theo đúng luật kẻ mạnh, vua quan Hán tự vẽ bản đồ rồi áp lực vua quan "An Nam" đi hội khám. Việc này chỉ xảy ra sau nhiều lần tái xâm lăng cổ Việt, nhưng đều that bại nặng nề. Ngô Quyền phá tan quân Nam Hán ở Bạch Đằng năm 938. Lê Hoàn phục binh bắt giết Hầu Nhân Bảo năm 981. Đời Lý Càn Đức (1072-1128), Lý Thường Kiệt cùng thủ lĩnh châu Quảng Nguyên tung ra một cuộc tấn công phòng ngự

---

[82] *ĐVSK, NKTT*, IV:22a, Thọ (2009), 1:221; *ĐVSKTB*, NK V:12ab, The (1997), tr. 114; *CMTB*, IV:13b-15a; (Sài Gòn : 1970), 3:186-93; (Hà Nội : 1998), I:179-83.

vào ba châu Liêm, Khâm và Ung để bẻ gãy kế hoạch xâm lược của Vương An Thạch; rồi đẩy lui cuộc phản công của Quách Quì. Ba vua Trần, và Hưng Đạo Đại vương ba lần làm chồn vó ngựa Mông Cổ vào các năm 1258, 1285 và 1287-1288. Cái chết đột ngột của Qblai Khan (Hốt Tất Liệt) năm 1293 khiến Đại Việt thoát khỏi cuộc xâm lăng thứ tư, nhưng vua Nguyên lại "thua me, gỡ bài cào," sử dựng Trụ đồng Mã Viện như một công cụ áp lực chính trị--sai người đi tìm dấu tích trụ đồng Mã Viện để xác định biên giới đế quốc Trung Hoa. Trong khi đó, các dã sử được "tái khám phá," đưa vị trí trụ đồng từ Cổ Sâm (hay Cổ Lâu)—đã bị ông cháu Mạc Đăng Dung, dưới áp lực của một cuộc xâm lược trong những năm 1538-1541, buộc thừng vào cổ, đi chân đất tới vị trí đóng quân trong Trấn Nam Quan "trả lại nhà Minh"—dời xa, thật xa, xuống Quảng Bình, Thuận Hóa, rồi Quảng Nam, Phú Yên, Cà Mau, Kiên Giang-An Giang. Số trụ đồng cũng tăng từ một tới hai, ba, rồi năm chiếc. Người ta còn bịa đặt không biết ngượng ngùng là trên đỉnh đá núi Thạch Bi—sát Đèo Cả, tỉnh Phú Yên —có năm [5] trụ đồng hình dáng giống cái lọng. Sau khi sử quan Việt tiết lộ trên đỉnh núi này chỉ có một tảng đá tự nhiên, vua quan và văn gia TH sửa thành trụ đồng đã chìm xuống biển, nhưng còn khoảng 300 hay 300 hộ con cháu 10 người "Mã Lưu" do Mã Viện để lại trông coi trụ đồng có thể giúp xác định vị trí trụ đồng. Tuy nhiên qua các cuộc truy cứu, khảo sát đời

Nguyên, rồi Minh chẳng thấy một con cháu "Mã Lưu" nào xuất hiện. Vậy mà vẫn có người—có lẽ quá tin ở sách vở Trung Hoa, kể cả học giả tự nhận Marxist Đào Duy Anh—một thời từng cả quyết trụ đồng xuất hiện ở biên giới Hà Tĩnh và Quảng Bình. [83]

Thông tin chưa và không thể kiểm chứng về trụ đồng—từ *Sui shu [Tùy Thư/], của* Wei Cheng (581-643), hay Thủy Kinh Chú *[Shuijingzhu],* của Lịch Đạo Nguyên, *Thông Điển* của Đỗ Hựu, *Nguyên Hòa Quận huyện Chí* của Lý Cát Phủ, [Thái Bình] *Hoàn vũ ký* của Nhạc Sử (Yue Shi, 930-1007) dù có liên hệ với *Sơn Hải Kinh [Shanhaijing]* hay chăng—được giải quyết theo đúng luật kẻ mạnh phương Đông. Năm 1405, Chu Lệ bắt cha con Lê/Hồ Quí Ly dâng cắt vùng đất gọi là "Đồng Đăng," rồi hai năm sau, mang quân xâm lược

---

[83] *Đại Nam Nhất Thống Chí* [ĐNNTC], q. III: Quảng Bình, (1997), 2:26-7 [núi Hoành Sơn], 45-7 [Lũy cổ đèo Ngang, Lũy cổ Lâm Ấp, Lũy cổ Hoàn Vương], & q. V: Nghệ An, (1997), 2:158 [Núi Hùng Sơn]; Phan Huy Chú, *LTHCLC, q. I, Dư Địa Chí,* 1992, I:28 [28-9] [Viện dựng trụ đồng ở đất Kiệu Nam]; Đào Duy Anh, "Les colonnnes de Bronze de Mã Viện;" *Bulletin des Amis de Vieux Hué [*BAVH], XXX, No. 4 (10-11/1943), p. 353 [349-60], [tức khoảng Diễn Châu; tr. 353] [sẽ dẫn: ĐDA, 1943]. Năm 1967, Đào Duy Anh đã đổi ý: Trụ đồng chỉ là truyền thuyết; *ĐVSK, NKTT,* III, Giu (1967), 1:319chú9.

"An Nam" (tức Đại Việt), thu hồi đất cũ, vì theo tờ sớ của "1120 kỳ hào," mà Mạc Thúy thu thập được chữ ký năm 1407, con cháu nhà Trần (10 [20]/1/1226-23/3/1400) đã tuyệt. Sau khi bị Lê Lợi đánh đuổi năm 1428, một thế kỷ sau, vua quan Minh lại nhân dịp Mạc Đăng Dung cướp ngôi nhà Lê (29/4/1428-12/7/1527), bắt ông cháu họ Mạc "trả lại" thêm năm châu động khác phía nam Khâm Châu, cùng một số lãnh thổ tây bắc Bắc Việt, dù chẳng liên hệ gì đến trụ đồng.Nhưng có lẽ trong máu của Ban Thường Vụ Bộ Chính Trị và Quân Ủy Trung Ương Đảng "Cộng Sản" Trung Hoa—**nói theo từ ngữ của cả Xi Jin-ping [Tập Cận Bình] lẫn Li Keqiang [Lý Khắc Cường]**—đều có "DNA xâm lược" và những tội cực ác khác **liệt kê trong bộ hình luật quốc tế**—xâm lược, chống nhân loại, chống nhân quyền, diệt chủng, sát nhân, tra rấn, trộm cướp tài sản, nhất là hải sản, cùng dầu hỏa, khí đốt; bắn giết ngư dân, đánh đắm thuyền, v.. v.. **Những cuộc truy giết, đầy ải giáo phái Pháp Luân Công cùng những người tranh đấu cho dân chủ, tự do trong nội bộ Trung Hoa, tới những cuộc xâm** chiếm Tibet, Tân Cương [Xin-jiang], Mông Cổ, Mãn Châu, **tới việc** cướp đoạt lãnh hải ở biển Đông Nam Á **từ năm 2009 tới nay.**

IV. TRỤ ĐỒNG MÃ VIỆN: HUYỀN THOẠI ĐẪM MÁU?

Cuộc tái xâm lăng cổ Việt năm 42-44 để lại nhiều huyền thoại. Sách sử Trung Hoa chép võ công của Mã Viện như một cuộc chinh thảo, tuân theo mệnh trời, dẹp nội loạn do vợ chồng hoặc chị em bà Trưng khởi xướng—đặt Giao Chỉ trở lại bản đồ đế quốc Hán. Trong *Trung Quốc thông sử giản biên*, Phạm Văn Lan nhận xét rằng **xâm lược là sứ mệnh khai hóa của Hán tộc,** và Trưng Vương chỉ vì tư thù Tô Định giết chồng mà dấy binh, không chống sự cướp nước của nhà Hán, giành độc lập. Một tác giả Đài Loan cũng đưa ra lập luận tương tự. Sử sách Việt, ngược lại, đánh giá cuộc dấy binh của hai bà Trưng như sự tiếp nối quốc thống từ nhà Hồng Bàng—một diễn tập cho phong trào đòi độc lập, tự chủ.[84]

---

[84] Tạ Ngọc Liễn, "Chủ nghĩa bành trướng đại dân tộc của đế quốc Trung Hoa phong kiến, và Chủ nghĩa bành trướng đại dân tộc của bọn cầm quyền phản động Bắc Kinh ngày nay;" *Phê phán chủ nghĩa bành trướng và bá quyền nước lớn của giới cầm quyền phản động Bắc Kinh* (Hà Nội: 1979), tr. 170-71 [160-80]; *Nghiên Cứu Lịch Sử [NCLS],* số 2 [221] (1985), tr. 87; *ĐVSK, NKTT,* q. III, Nhượng Tống (1944)]; Giu (1967), 1:90-2 [ghi năm Kỷ Hợi (13/2/39-1/2/40); *CMTB,* II:9, (Sài Gòn: 1967), 2:179; (Hà Nội: 1998), I:144; *ĐVSKTB,* Ngoại Kỷ, III:4,

A. KHÔNG GHI TRONG HÁN THƯ:

Như đã lược nhắc, *Hậu Hán thư* hoàn toàn im lặng (trong "Mã Viện truyện"). Trụ đồng của "Mã Văn Uyên" [Mã Viện] chỉ được nhắc đến từ thế kỷ IV-VI, trong các dã sử đã tuyệt bản—như *Quảng Châu Ký, Lâm Ấp Ký, Giao Châu Ký* của Lưu Hân Kỳ, rồi dẫn lại và bình luận trong *Thủy Kinh Chú, [Thái Bình] Ngự Lãm* đời Đường, v.. v...[85]

Chứng từ của các quan cai trị Hán đương thời—kể cả Lý Cố, sau Mã Viện 100 năm, Tiết Tông (Kính Văn), phục vụ Sĩ Nhiếp vào cuối thế kỷ II, đầu thế kỷ III, hay Đào Hoàng thời Ngô [Wu] và Tấn [Jin]—không nhắc đến trụ đồng. Trong những thông tin về cuộc cướp phá Champa của Nguyễn Phu năm 353, hay Đàn Hòa Chi năm 436 hoặc 446 đều im lặng, chỉ nói "ấn vua đã ban xuống mà vàng chưa dâng lên;" cách phá tượng trận do Tông Xác phát minh, hay, công bố kết quả thí nghiệm đo bóng mặt trời, và truyền thuyết năm sau, Đàn Hòa Chi xin về hưu vì tài

---

The (1997), tr. 72-3; *LTHCLC,* q. VI, "Nhân Vật Chí," 1992, 1:167-68, 187.

[85] *TKC,* ch. 36, "Uất Thủy," tờ 36a; [dẫn Lưu Hân Kỳ, *Giao Châu Ký*]; Idem., TKCS, ch. 36, Mão (2004), tr. 394-95; *CMTB,* II, (Sài Gòn: 1967), 2:181chú 1;.

sản kếch xù cướp đoạt được trong cuộc xâm lăng Lâm Ấp.[86]

Truyền thuyết trụ đồng chỉ được nhắc đến lần đầu trong *Tùy thư,* đoạn nói về Lưu Phương đi đánh Champa, vì "nước Lâm Ấp có nhiều của báu, nhưng lâu đời không đến chầu." Tháng 3-4/605, sau khi đả bại Sambhuverman Chumnik [Phạm hay Phạn Chi, 595-629, có mộ bia tên nước Champa], giết hàng vạn người, Phương tiến quân qua trụ đồng của Mã Viện. 8 ngày sau, tới kinh đô Champa, giết người, phá thành, cướp đoạt 18 [12] bài vị bằng vàng, ghi công vào bia đá rồi về. Tuy thắng trận nhưng quân lính chết 3, 4 phần 10, và Phương cũng ốm chết dọc đường. [87]

---

[86] *ĐVSK, NKTT,* III:4b-6a & IV:2b-3b, IV:8; Nhượng Tống (1944), tr. 136-37; Giu (1967), 1:104-5, 113-14; Thọ (2009), 1:186-88, 197-99, 204-5; *ĐVSKTB,* NK, IV:14a, IV:5-6a, The (1997), tr. 93, 96-7; *CMTB* III:5-8a, 20a-21b, 27-29a (Sài Gòn: 1970), 3:20-33, 108-17; (Hà Nội: 1998), I:139-42, 160-62; *ANCL,* q. V, 1961:112-14, 148; q. IV, 1961:94; *TKCS,* ch 36, Uất Thủy; Mão (2004), tr 365-66. 384-85.

[87] *Sui shu [Tùy Thư],* q. 53, "Lưu Phương truyện," q. 82, "Nam Man truyện"]; dẫn trong *ANCL,* q. IV, 1961:95-6 [12 bài vị]; *ĐVSK, NKTT,* V:22a, Nhượng Tống (1944), tr. 240; Giu (1967), 1:127-28; Thọ (2009), 1:220-21; *ĐVSKTB,* The (1997), tr. 114-15; *CMTB,* IV:14-16; (Sài Gòn: 1970), 3:190-97; (Hà Nội: 1998), I:180-82;

Thoạt nghe, tưởng chừng thông tin khá đầy đủ. Thực ra, khoảng cách "tám ngày đường" quá mơ hồ. Đạo quân viễn chinh di chuyển bằng đường bộ được khoảng 20-30 lí mỗi ngày; như thế trụ đồng ở phía bắc kinh đô Champa từ 160 tới 240 lí, khoảng trên dưới 100 cây số. Quái ác là không rõ kinh đô Champa ở đâu. Có thuyết nói tám [8] đời vua Champa cai trị ở thành Sư tử [Singapura hay Simhapura], tại Trà Kiệu [Quảng Nam] đến năm 750. Nhưng không một bia đá nào cho phép khẳng định vị trí Sư Tử Thành, ngoài di tích một nền thành bị đốt cháy. Trong thập niên 1830, người Bri-tên mua được của tiểu vương Malay một hòn đảo có tên Singapura [Sư Tử Thành], hay đảo hải tặc, nằm trên xích đạo, tức Singapore hiện nay. Tuy nhiên, hai vạn quân viễn chinh của Mã Viện khó có khả năng di chuyển trên 2,000 cây số hay 4,000 lí trong vòng một năm (43-44). Kinh đô Champa có thể là Quảng Bình, Thừa Thiên, hay Quảng Nam, nơi còn dấu tích công trình xây cất của dân Chàm. Thành Vijaya [Đồ Bàn hay Chà Bàn] ở Bình Định chỉ trở thành kinh đô Champa từ thế kỷ thứ X.

Dù chẳng biết trụ đồng ở đâu—vì ngay cả kinh đô Champa cũng chỉ suy đoán vu vơ—văn gia Hán đời sau vẫn sao đi chép lại sự tích trụ đồng. Khoảng đời Đường, trụ đồng trở thành ấn chứng hùng hồn của ranh giới phía nam đế quốc Hán. Vài quan lại thực dân "bắt chước Mã Viện." Trong số này có Hà Lý Quang (năm 751) khi đi đánh Nam Chiếu (Vân

Nam); và, Mã Tổng, "khoảng đời" Lý Thuần (Hiến Tông, 806-820), [không rõ cai trị bao lâu ở An Nam], dựng lại cột đồng "ở chỗ cũ." Khoảng đầu thế kỷ thứ IX, Liễu Tông Nguyên nhắc đến trụ đồng trong bia mộ Trương Chu, nhưng đánh giá võ công Chu to lớn hơn cả Viện.[88]

Qua thế kỷ X, sau khi cổ Việt giành được tự chủ, trụ đồng được lịch sử hóa. Tháng 9-10/980, trong chiến thư gửi Lê Hoàn của Triệu Quang Nghĩa (Tống Thái Tông, 977-997) Vương Vũ Xương [Xứng] chính thức nhắc đến cột đồng, và được viện dẫn như một cái cớ [pretext] về việc tranh giành đất đai và "khôi phục" lãnh thổ cũ đời Hán—hầu khai thác cái chết đột ngột của cha con Đinh Tiên Hoàng, xâm lăng "Đại Cồ Việt" theo kiểu "sét đánh không kịp bịt tai" theo đề nghị của Hầu Nhân Bảo và Lư Đa Tốn:

> Ngày xưa về thời Thành Chu [nước ngươi] đã đem dâng chim trĩ trắng. ***Đến thời Viêm Hán dựng***

---

[88] *ANCL,* q. IX, 1961:164, 165-66; *ĐVSK, NKTT,* V:21b, Nhượng Tống (1944), tr. 271-72n6 [Mã Đổng]; Giu (1967), 1:93; 2:39; Thọ (2009), 1:222-23; *CMTB,* IV: 28b-29a, 30b-31a (Sài Gòn: 1970), 3: 246-49, [Mã Tổng], 254-57; (Hà Nội: 1998), I:191-92 [Mã Tổng], 194, 195; *LTHCLC,* q. I, "Dư Địa Chí," 1992, I:29; *ĐVSKTB,* NK, VI:10-1, BK, V:46b, The (1997), tr. 124, 353.

cột đồng. Đến đời Lý Đường từng là đất của TQ. Ngươi không nên nấp vào xó tối [úp mặt vào góc nhà] để ta khó chịu, khiến ta dùng đến kế chặt xác bằm xương, làm cỏ nước người, lúc ấy hối cũng không kịp.

Cho dù biển của ngươi có ngọc ta cũng ném xuống suối. Núi của ngươi có vàng ta cũng quẳng vào bụi. Không phải ta tham của báu của ngươi. Nếu theo thì tha tội, nghịch lại thì ta đánh [*hướng hóa ngã kỳ xá, nghịch mạng ngã kỳ phạt*]. [89]

Từ đó, trụ đồng biến thành vũ khí ngoại giao mỗi khi Trung Hoa muốn xâm lấn hay xách nhiễu. Năm 1272, sau khi lập nên nhà Nguyên, Qublai Khan [Hốt Tất Liệt] sai người sang hỏi về trụ đồng. Nhưng sau nhiều chuyến khảo sát thực địa, không thấy dấu vết nào. Việc này xảy ra sau khi sứ đoàn Hốt Lăng Hải Nha và Trương Đình Trăn (Trương Lập Đạo) đã sang Đông Kinh cuối năm 1271, đòi Trần Nhật Hoãng

---

[89] *ANCL,* q. V, 1961:115-16 [trích Tống Sử]; *ĐVSK, BKTT,* I:10a-12a, Giu (1967), 1:162-63; Thọ (2009), 1:263-65; *ĐVSKTB,* BK, I:15, The (1997), tr. 162-63; *LTHCLC,* "Bang Giao Chí," 1992, 3:276; *CMCB* I:16, (Hà Nội: 1998), I:250-51. Xem thêm lời phê của Triệu Quang Nghĩa trên tờ trình của Đặng Tích về việc bãi binh, sau khi quân Tống thua trận. Hầu Nhân Bảo bị giết.

(Thánh Tông, 30/3/1258-8/11/1278, TTH 3/7/1290) qua chầu, nhưng vua nêu lý do bị bệnh, từ chối, và cũng không chịu lạy sứ lúc nhận chiếu—vì theo tục lệ Việt chỉ nhận chiếu ở điện chính, sau đó lui về nhà riêng. Qublai Khan đồng ý cho giữ tục lệ, nhưng vẫn đòi vua Trần phải đích thân qua chầu. Vua Trần cả quyết không qua chầu, chấp nhận hai cuộc đại chiến năm 1285 và 1287-1288, và chuẩn bị trận chiến vệ quốc thứ ba vào thập niên 1290—nhưng cái chết của Qublai Khan khiến cả hai nước tránh được cảnh binh đao.

Dã sử Trung Hoa cho rằng nhà Trần cuối cùng chấp nhận cống tượng người vàng cúi đầu để đổi hòa bình, nhưng chính sử Hoa và Việt đều im lặng. Thực tế vua Trần còn cho đục thuyền giết chết Ô Mã Nhi khi trao trả tù binh, vì viên tướng gốc Arab đã tàn phá lăng tẩm ở Long Hưng (Hải Dương).[90] Và theo

---

[90] *ĐVSK, NKTT*, III:3b, V:33a, 60a, Thọ (2009), 1:185; Lâu (2009), 2:47, 83; Giu (1967), 1:93, 2:39, 68; *ĐVSKTB*, BK, V:46a, The (1997), tr. 352 [ghi tháng 11 Tân Mùi]; *CMTB*, II:12a-14a, VII:14, VIII:17; (Sài Gòn: 1967), 2:186-87, 188-95; (Hà Nội: 1998), I:500, 544. *LTHCLC*, Bang Giao Chí, q. 49, III:280. Xem Hành lục của Trương Lập Đạo; *ANCL*, q. III, & q. V, "Đại Nguyên Danh Thần Vãng Phục Thơ Văn;" 1961: 71-5, 102-3 [101-3]; Vũ Ngự Chiêu, "Nhìn Lại Mùa Xuân Khói Lửa 1789;" *Hợp Lưu* website [hopluu.net] tháng 2/2010.

Càn Long, đời Thanh mới bãi bỏ tục cúng người vàng. [91]

Tháng 8-9/1345, Thoát Hoan Thiếp Mộc Nhĩ (Nguyên Thuận Đế, 1333-1368) lại sai Vương Sĩ Hành sang khảo sát vị trí trụ đồng. Trần Hạo [hiểu theo nghĩa Thái Thượng Hoàng Trần Mạnh (Minh Tông, 3/4/1314-15/3/1329, TTH 10/3/1357), vì Trần Hạo còn nhỏ] cử Phạm Sư Mạnh đi biện bạch, nhưng không rõ kết quả. [92]

Qua đời Minh, năm 1396, thổ tri phủ Tư Minh (Quảng Tây) là Hoàng Quảng Thành tâu lên Chu Đức Dụ rằng Đồng Đăng (phía bắc Lạng Sơn 14 cây số) là đất Đồng trụ. Khi Mông Cổ đánh Tống, An Nam—

---

[91] *Đại Thanh Lịch Triều Thực Lục [ĐTLTTL]* (Tokyo: 1937-1938), 1358:14; dẫn trong Trương Bửu Lâm, 1968:324n53; *ĐNCBLT,* XXX:39B (Sài Gòn: 1970), tr 160-161 [câu thứ 4 bài thơ của Càn Long năm 1790: *Thống triều vãng sự bỉ kim nhân [sheng ch'ao wang shih pi chin ren*]; 174-175 [câu thứ 4 bài thơ của Càn Long năm 1792: *Hoài nghi kham tiếu đại kim nhân*];

[92] *ĐVSK, BKTT,* VII:13a, Lâu (2009), 2:162; Giu (1967), 2:136; *ĐVSKTB,* BK, VII:15b, The (1997), tr. 442; *LTHCLC,* q. 49, 1992, 3:281; *CMCB,* IX:46; (Hà Nội: 1998), I:619)] *Theo một quan chức Nguyên, từ năm 1329-1330, Lê Tắc vận động giới thiệu tập ANCL với triều đình Nguyên. Xem tựa của Âu Dương Huyền, Hàn Lâm viện thị giảng; ANCL, Quyển thủ, 1961, tr. 10-1;*

quốc hiệu này được chính thức ban cho Lý Thiên Tộ năm 1164 hay 1175—cung cấp quân lương tới trại Vĩnh Bình, cách đồng trụ 100 lí. Cuối đời Nguyên, Giao Chỉ đánh chiếm trại Vĩnh Bình [có lẽ là đầu nguồn sông Kỳ Cùng], vượt qua Đồng Trụ hơn 200 lí, lấn cướp năm [5] huyện Khâu Ôn, Như Ngao, Khánh Viễn, Uyên và Thoát. Xin sức cho An Nam trả lại đất ấy. Đức Dụ sai bọn Trần Thành qua Thăng Long bàn thảo suốt ba tháng không xong. Năm 1405 Chu Lệ (Thành Tổ, 17/7/1402-12/8/1424, niên hiệu Vĩnh Lạc) khai thác việc Quí Ly cướp ngôi nhà Trần, sử dụng bọn thái giám đã cống cho Kim Lăng theo đòi hỏi năm 1370 để chuẩn bị cho một cuộc chinh phạt. Nhân cơ hội, Quảng Tây lại đòi trả sáu [6] động đã mất. Tháng 3/1405, "Cát địa sứ" Hoàng Hối Khanh hăng say cắt đất đổi hòa bình đến độ "trả lại" 59 thôn ở Cổ Lâu. Quí Ly phải đầu độc các tân thổ quan do nhà Minh bổ nhiệm.

Sau đó, năm 1406, Chu Lệ sai Trương Phụ và Mộc Thạnh đánh chiếm cả Đại Ngu dưới danh nghĩa hưng Trần diệt ác, bắt gia đình Quí Ly mang về Kim Lăng. Thay vì đưa con cháu nhà Trần lên ngôi, Trương Phụ cho bọn Mạc Thúy (dòng giõi Mạc Đĩnh Chi) làm tờ biểu xin sát nhập vào lại đế quốc Minh của 1,120 kỳ lão. Năm 1416, Kim Lăng còn tập trung 9,000 thổ quan, phân phát bằng sắc do triều đình Minh bổ nhiệm, với lời khuyên dụ bọn tả Bố chính sứ Nguyễn Huân, Tham chính Lương Nhữ Hốt, Đỗ Duy Trung v.. v.. nên cố gắng trung thành, đánh dẹp các nhóm kháng Minh, (Mạc Thúy đã bị giết đầu năm 1413) để con cháu ngàn đời hưởng lộc, danh thơm sử xanh muôn đời. Nhưng đại đa số người Việt khó chấp nhận. Suốt 20 năm Minh xâm chiếm, khoảng 60 cuộc dấy binh nổi lên khắp nơi. Đế Ngỗi và Lê Lợi chỉ là hai nhân vật kiệt hiệt hơn cả. Sau khi Chu Lệ chết tại sông Du Mộc, cháu nội là Chiêm Cơ (Tuyên Tông, 16/6/1425-31/1/1435), đành gác mộng đặt Đại Việt vào bản đồ, chấp nhận bãi binh, thu tiền mãi lộ qua hình thức "cống lễ" [*tribute*] tượng người vàng, cùng sản vật địa phương để đổi hòa bình.[93]

Suốt triều Lê Lợi (29/4/1428-5/10/1433), Chiêm Cơ chỉ cho tạm giữ quyền việc nước. Một trong những lý do là Lê Lợi lập Trần Cao [Cảo] làm vua, rồi nhân danh Cảo xin hòa và cầu phong. Dù Cảo chỉ mạo danh họ Trần, nhưng đủ để Chiêm Cơ gỡ sĩ diện là vẫn trung thành với nguyên tắc diệt ác, hưng Trần, và

---

[93] *ĐVSK, BKTT*, VIII:47b-48a, 50a-54a, 43-61; Giu (1967), 2:219; Hoàng Văn Lâu (2009), 2:262, 265-70, 349-70; *CMCB* XII:7; (Hà Nội:1998), I:720-21; *ĐVSKTB*, BK X:32, 51a-56a, The (1997), tr 518, 548, 562-64. Phan Huy Chú nhận định: "Cái tội bán đất của Hồ Quí Ly dù giết cũng chưa hết tội;" *LTHCLC*, q. 46-49, "Bang Giao Chí," 1992, III:222, 224, 281. Xem, Vũ Ngự Chiêu, "Nhìn Lại Hoàng Sa;" *Hợp Lưu*, Xuân Canh Dần, số 108 (1-2/2010), tr. 10-11 [5-27].

cho Cảo [Cao] làm An Nam Quốc Vương. Ngày 23/3/1428, sai bọn Lý Kỳ tới Đông Kinh phong vương, nhưng hai tháng trước, Lê Lợi bắt Cảo [Cao] uống thuốc độc chết. Trong ba năm 1428-1430, Chiêm Cơ cương quyết đòi tìm con cháu nhà Trần. Lê Lợi dùng vàng bạc sính cống, đồng thời ràng buộc việc sắc phong với vấn đề trao trả tù binh. Có lẽ vì khó áp lực quá đáng, sau khi Lê Lợi hoàn trả hơn 86,000 dân quân, mỗi năm biếu xén khoảng 5,000 lạng vàng/bạc, cùng quà tặng cho cả mẹ, vợ, hay Hoàng tử của Chiêm Cơ, ngày 5/12/1431 Chiêm Cơ phong Lê Lợi làm "Quyền thự An Nam Quốc Sự." Ngày 19/3/1437, Chu Kỳ Trấn (Anh Tông, 1435-49, 1457-63) mới cho "Lê Lân" [Thái Tông, 20/10/1433-7/9/1442] chức An Nam Quốc Vương, bình thường hóa quan hệ, dựa theo điều lệ cống lễ năm 1370 của Chu Đức Dụ.[94]

---

[94] *Thông sử,* Long (1978), tr 69, 71-2, 79, 91-2; *LTHCLC,* q. 46, 1992, III:192-95 [hai tờ biểu này được tu chỉnh lại theo *Quân Trung Tứ [Từ] Mệnh Tập,* in trong *Ức Trai Di Tập*]; 192n1, 195-97, & *NTTT,* tấu số 44 [cầu phong], số 46 [trần tình việc con cháu nhà Trần], 1976:145-46, 149-50; *ĐVSK, BKTT,* X:44b-47a, 52a, 57a, XI:35a, 73a, Lâu (2009), 2:351-53, 360, 366, 381-82, 421; *ĐVSKTB,* BK, X: 51a-52a, The (1997), tr 563; *CMCB,* XIV:22-24, 26; XV:12, 29; (Hà Nội: 1998), I:823-25, 827, 831, 834-35, 843, 862-63 [việc tìm con gái vua đã bị bắt làm đầy tớ không có kết quả. Nhà Minh nói cô gái đã chết vì bệnh đậu mùa].

B. KHÔNG CÒN DẤU TÍCH:

Một sự thực không thể chối cãi là chưa ai tìm được dấu vết trụ đồng. Lối giải thích có vẻ hợp lý là theo thời gian, trụ đồng đã bị mai một. Du Ích Kỳ, từng đến Nhật Nam, cho rằng sau khi dựng hai cột đồng, Mã Viện lưu lại 10 gia đình người Hán, gọi là "Mã Lưu" [người họ Mã bị lưu đầy] ở bờ phía nam Thọ Linh, đối diện trụ đồng, sau này tăng lên đến 200 hộ. *Lâm Ấp Ký*, không rõ tác giả và đã tuyệt bản, ghi người bản địa gọi những người lưu lại ở trụ đồng ranh giới nhà Hán với nước Tây Đồ là Mã lưu. *Cựu Đường chí [Cựu Đường thư]* cũng ghi truyện Mã Lưu. *Tân Đường thư* cho rằng người Mã Lưu và núi Trụ đồng ở châu Bôn Đà Lăng, phía nam Lâm Ấp hai nghìn [2,000] lí. *Sơ học ký*, 6, dẫn *Ngô Lục* của Trương Bột, ghi trụ đồng và người Mã lưu ở Tây Đồ, trên một bãi nhỏ dài 30 dặm, của một đảo phía nam Tượng Lâm. Đời Tùy lên tới 300 hộ. ***Trụ đồng đã chìm trong biển, chỉ dựa vào những người này mới biết vị trí trụ đồng.*** [95]

Thoạt nghe có vẻ khả tín, nhưng xét lại, chẳng ai biết chứng nhân "Mã Lưu" ở đâu, còn hay mất. Trụ

---

[95] *TKCS*, ch 36, "Uất Thủy," Mão (2004), tr. 394-95 [Mã Lưu].

đồng không thấy, nhân chứng không biết ở đâu. Sự khả tín của thông tin trụ đồng đành phải dựa trên thư tịch hoặc truyền thuyết.

C. KHÔNG RÕ VỊ TRÍ:

Những người nghiên cứu về trụ đồng hầu như nhất trí rằng Mã Viện đã dựng trụ đồng để đánh dấu biên giới phía nam đế quốc Hán, nhưng chỉ có thế. Định nghĩa hay cách diễn giải biên giới phía nam, tức vị trí của cái gọi là trụ đồng trái ngược, thay đổi theo thời điểm và hoàn cảnh, hoặc do sở kiến mỗi cá nhân.

1. Một số người cho rằng Mã Viện dựng trụ đồng để phân định biên giới đế quốc Hán và cổ Việt .

Những người theo thuyết này đi tìm trụ đồng ở vùng Lạng Sơn hay Quảng Yên.

Nhưng theo sử Nguyễn, Mã Viện dựng trụ đồng ở phía nam Lâm Ấp sau khi đánh tan tàn quân của Bà Trưng ở Cửu Chân. [96]

Lại có những nguồn tin cho rằng Mã Viện trồng "bia" hay "trụ đồng" khi chiến thắng khải hoàn, và vị trí trụ đồng là Phân Mao Lĩnh, phía tây Khâm Châu 3 dặm, hay tây nam Khâm Châu 300 dặm. Nhưng theo Wei Cheng (581-643)—được Tư Mã Quang trích dẫn

---

[96] *CMTB*, II:12a (Sài Gòn: 1967), 2:186-87.

trong *Tư Trị Thông Giám*—trụ đồng Mã Viện nằm về phía bắc kinh đô Lâm Ấp tám [8] ngày đường.[97]

Gần cuối đời Đường, những đại thần quyền thế và hiểu biết về Lĩnh Nam như Đỗ Hữu/Hựu, tác giả *Thông Điển*, và Lý Cát Phủ, tác giả *Nguyên Hòa Quận Huyện Chí*, bỗng thay đổi hẳn mắt nhìn về trụ đồng. Theo họ, Mã Viện đã đi tới tận Tây Đồ Di [?], phía nam Lâm Ấp 2,000 lí, để dựng trụ đồng. Đây là một bước nhảy vọt địa lý, đi kèm theo lời tuyên bố Tượng Lâm là một huyện thuộc địa phận Tượng Quận. Cuối thế kỷ VIII, đầu thế kỷ IX vua quan và văn gia Trung Hoa còn mở chiến dịch tuyên truyền đánh bóng chiến công Mã Viện, và người ta sáng tạo ra một dòng giõi Mã Viện là Mã Tổng, chẳng rõ làm đô hộ An Nam hay "Tĩnh Hải Quân" năm nào, "dựng hai kim tiêu ở chỗ cũ!"

a. Chu Khứ Phi, tác giả *Lĩnh Ngoại Đại Đáp*, từng làm thông phán ở Quế Lâm (Quảng Tây) đời Tống (960-1279), cho rằng trụ đồng ở khu động Cổ Sâm, Khâm Châu, phía tây châu Khâm khoảng ba [3] lí. *Minh Nhất Thống Chí*, theo *Nguyên Nhất Thống Chí*, và *Thanh Nhất Thống Chí*, chép theo Chu Khứ Phi, *trụ*

---

[97] Wei Cheng, *Sui shu*. q. 53: "Lưu Phương (602-605) truyện"; q. 82, "Nam Man truyện"]; (chương 82 nói về nước Xích Thổ, đã đến Đông Bắc Malaya vào năm 607-609.

đồng ở "Đèo Phân Mao," động Cổ Sâm, châu Khâm. Ghi thêm sau khi dựng trụ đồng, Viện có lời thề: "Đồng trụ chiết, Giao Chỉ diệt." [98]

b. Nguyễn Thiên Túng, khi chú thích *Dư Địa Chí* (hay *An Nam Vũ Cống*) của Nguyễn Trãi, nói Kim Tiêu là Trụ Đồng, và Phân Mao [tại Yên Bang] là "núi Phân Mao." [99]

c. Lê Quí Đôn ghi trong *Văn [Vân] Đài Luận Ngữ:* Mã Viện dựng hai "kim tiêu" ở Quỉ Môn Quan. Quỉ Môn Quan có lẽ là huyện Bắc Lưu, gần châu Tân An [Tiên Yên], trấn Quảng Yên. Tại Phân Mao Lĩnh, cách Khâm Châu 300 lí về phiá nam, có một đồng trụ lớn hơn 2 thước. Có lẽ do Mã Tổng [Đổng] dựng lên trong niên hiệu Nguyên Hòa (806-820). [100]

---

[98] Dẫn trong *ANCL; Cương Mục TB,* I:11b, II:12b-14a; (Sài Gòn: 1967), 2:50-1 [Chu Khứ Phi], 188-95 [192-93: "Đồng trụ chiết, Giao Chỉ diệt."]; (Hà Nội: 1998), I:116-18. *TKC,* Bk 36, "Uất Thủy," p. 36a; *TKCS,* Bk 36, Mão (2004), tr. 394-95]; *LTHCLC,* "Dư Địa Chí," q. I, 1992, I:29.. Maspéro cho rằng Tượng Quận đời Tần nằm trong lãnh thổ Hoa Nam hiện nay.

[99] *Dư Địa Chí,* số 25; *NTTT,* 1976:225-26; *ĐNNTC,* q. XVIII, "Quảng Yên," (1997), 4:8.

[100] Lê Quí Đôn, *VĐLN,* q. III, "Khu Vũ Loại," số 62, 1973:145-46; số 52, tr. 135-36. *ĐNNTC,* q. XXIV, "Lạng Sơn," (1997), 4:387; *LTHCLC,* "Dư Địa Chí," q. I, 1992, I:29; "Bang Giao Chí," q. 49, III:291-92; *Đại Nam Thực Lục Chính Biên [ĐNTLCB],* I, 3: 1802-1808, 1963:157-58; Bửu Cầm, tr. 108.

Như thế, nhà Thanh, giống như nhà Minh, có vẻ tạm thời chấp nhận biên giới hiện hữu giữa hai nước, dù cho trụ đồng của Chu Khứ Phi dời xuống phía nam khoảng 300 lý hay 150 kms. Ba trăm dặm đất "trụ đồng" sai biệt này do Chu Hậu Tổng (Minh Thế Tông, 27/5/1521-23/1/1567) đã lợi dụng cơ hội Mạc Đăng Dung (1527-1541) giết hai vua Hậu Lê sơ, bắt cha con, ông cháu Dung trả lại đất từ Phân Mao Lĩnh, châu Khâm, tới bờ biển Vịnh Bắc Bộ ngày nay. Ngoài ra, còn tước bỏ chức quốc vương, chỉ cho họ Mạc chức Đô thống sứ ti An Nam Đô thống sứ, và giao cho phiên ti Quảng Đông cai quản họ Mạc. Trong khi đó, tạo nên hai lãnh chúa khác là Lê Ninh và anh em Vũ Văn Uyên-Vũ Văn Mật, cai quản hai lãnh địa khác dưới sự giám sát của phiên ti Vân Nam. Cho đến cuối đời Minh, Chu Do Kiểm vẫn cương quyết chỉ phong cho vua Lê Trung hưng làm Đô thống sứ ti giống họ Mạc. Mãi tới năm 1647, sau khi vua Mãn Châu được Hán gian Ngô Tam Quế mời vào chiếm Bắc Kinh, trên đường lưu vong xuống Hàng Châu, Chu Do Lang mới phong Lê Duy Kỳ làm An Nam Quốc Vương, đổi lấy lương thực và tiếp vận. Riêng cả hai phần lãnh thổ "trả lại cho nhà Minh" đều vĩnh viễn lọt vào "nội địa." [101]

---

[101] Xem Phụ Bản V, "Lễ đầu hàng của ông cháu Mạc Đăng Dung," trong Vũ Ngự Chiêu & Hoàng Đỗ Vũ," *Nhục Hận Biển Đông Nam Á* (2015), II, tr 301-322.

2. Một số người khác cho rằng trụ đồng là biên giới Giao Chỉ bộ và Lâm Ấp.

a. Du Ích Kỳ cả quyết Mã Viện dựng hai cột đồng phía bắc Lâm Ấp. *Tùy Thư [Sui shu] ghi trụ đồng cách phía bắc kinh đô Lâm Ấp tám [8] ngày đường.* Tư Mã Quang, trong *Tư trị Thông giám* [đời Tống, 294 quyển], dẫn lại chi tiết trên. Vị trí trụ đồng, như thế, nằm vào khoảng ranh giới Nghệ An và Quảng Bình, tức đèo Ngang trên Hoành Sơn (đạo Hà Tĩnh thời Tự Đức). [102]

c. Các tác giả *Đại Nam Nhất Thống Chí* và Đào Duy Anh suy đoán rằng trụ đồng ở núi Hùng Sơn, Nghệ An, nhưng không đưa ra một bằng chứng khả tín nào.[103]

---

[102] *TKC,* q. 36, tr. 36a; ĐDA, 1943:350; *TKCS,* ch 36, "Uất Thủy," Mão (2004), tr. 394-95. Xem thêm chú 37. (Dẫn *ANCL,* q. X; *TKCS,* ch 36, Mão (2004), tr. 386-87 [đáng nhớ nhất là cây cau]. *Sui shu [Tùy Thư], q.* 82, "Nam Man truyện"; dẫn trong *ANCL,* q. IV, 1961:95-6; *ĐVSK, NKTT,* V:1b-2b, Thọ (2009), tr 222-23, Giu (1967), 1:127-28; *ĐVSKTB,* NK, VI:1-2b; The (1997), tr. 114-15; *CMTB,* IV:14-16; (Sài Gòn: 1970), 3:190-97; (Hà Nội: 1998), I:180-82 [dẫn Tùy Thư, q. 53, "Lưu Phương truyện"]; *ĐNCBLT,* q. 33, 1993:608; Claeys, 1934:27; Cadière, 1931: 93.

[103] *ĐNNTC,* q.V, "Nghệ An", (1997), 2:158; Đào Duy Anh, 1943:358 [349-60]. Năm 1967, khi chú giải bản dịch *ĐVSKTT,* Đào Duy Anh thay đổi ý kiến cho rằng cột đồng Mã Viện chỉ là huyền thoại.

d. [Thái Bình] *Ngự Lãm* 74 dẫn *Giao Châu Ký* của Lưu Hân Kỳ: Mã Viện chất đá làm bờ tới ngách sông Tượng Phố, dựng cột kim tiêu làm biên giới.[104]

Những người diễn giải trụ đồng dựng lên ở cực nam Giao Chỉ bộ—tức quận Nhật Nam—thực ra khó thể xác định lãnh thổ Nhật Nam, hay Lâm Ấp. Thế kỷ I Tây lịch, hơn một thế kỷ sau khi sử sách đặt "quận Nhật Nam" [hay Tượng Lâm của Tượng Quận đời Tần], nhân ngày Tết, Lưu Trang (Hán Minh đế, 29/3/57-5/9/75) hỏi Trương Trọng, một tiểu quan từng ở Nhật Nam, là phải chăng nhà ở Nhật Nam đều mở cửa về phía Bắc để ngóng ánh mặt trời [*Nhật Nam quận bắc hướng thị nhật da?*] [105]

---

[104] *Giao Châu Ký* của Lưu Hân Kỳ; *TKCS,* ch 36, "Uất Thủy, Mão (2004), tr. 394-95 [Tượng Phố].

[105] *CMTB,* II: 6a, 27, (Sài Gòn: 1967), 2: 162-63, 246-49; (Hà Nội: 1998), I:110 [Nhan Sư Cổ], 129-130 [Trương Trọng]. Sử Lê và Tây Sơn chép sai vào đời Tư Mã Thiệu (Tấn Minh Đế, 323-325); *ĐVSK, NKTT,* III: 9, Thọ (2009), 1:192; Giu (1967), 1:99-100, 320n22; *ĐVSKTB,* NK, III:15b-16a; The (1997), tr. 82 [Phạm Thái (355-428), cha Phạm Việp (398-446), đời Lưu Tống chép truyện Trương Trọng và Lưu Trang, đo bóng mặt trời ở Khu Túc, trong *Cổ Kim Thiện Ngôn*; *TKCS,* ch 36, "Uất Thủy," Mão (2004), tr. 363. Theo *Thông Điển,* tháng 5 ở Lâm Ấp, bóng cây nêu ở phía nam là 9 tấc 1 phân. *TKCS,* ch 36, "Uất Thủy," Mão (2004), tr. 363-64; *ANCL,* q. XV; 1961:363-64.

Khó xác định Lưu Trang có hàm ý gì. Nhưng đọc kỹ chú giải của văn gia đời sau, rõ ràng vua quan Hán tin mặt trời mọc ở phương Bắc của xứ "hoang phục." Nhan Sư Cổ (581-645), thường chú giải ngũ kinh và Hán Thư, nói "Nhật Nam là nói về phía nam mặt trời; là bảo mở cửa phía bắc để hướng về [đón ánh] mặt trời." Khi nói về việc Đàn Hòa Chi đánh cướp Lâm Ấp, năm 436 hoặc 446, Vương Sung chép trong *Luận Hành:* "Quận Nhật Nam cách Lạc Dương ngót muôn dặm, vậy ở phía nam mặt trời." Như dựng cây nêu tại thành Khu Túc, lị sở huyện Tượng Lâm (Nhật Nam), cây nêu 8 thước bóng của nó ở phía Nam là 8 tấc; dựng nêu ngày 5/5 âm lịch [mùa Hè] cũng thấy bóng ở phía nam cây nêu! Khoảng ba thế kỷ sau, đời Lý Long Cơ [Đường Huyền Tông, 713-755], khi Dương Tư Húc và Nguyên Sở Khách đi đánh Mai Thúc Loan, cũng đo bóng mặt trời ngày Hạ Chí ở Giao Châu, thì khám phá ra bóng cây nêu ở phía nam ba tấc, ba phân—chẳng khác biệt gì với cuộc đo của Đàn Hòa Chi.[106]

---

[106] Lâm Ấp truyện; dẫn trong *Tề thư; TKCS*, ch 36, "Uất Thủy," Mão (2004), tr. 363, 373; *CMTB*, II:5b-6a, (Sài Gòn: 1967), 2:160-63; (Ha Noi:1998), I:110; Lê Quí Đôn, *VĐLN*, q. 2, "Hình tượng loại: số 15 [1-38], số 16 [1-38], 1973:79-81, 81-5 [tháng 5 dựng cây nêu, bóng mặt trời ngày Hạ Chí ở Giao Châu, phía nam cây nêu ba tấc, ba phân]; *ĐVSK, NKTT*, V:4b & IV:11a, Nhượng Tống (1944), tr. 154, 200-2, 244-45; Giu (1967), 1:113-14, 130; Thọ (2009), 1:208 [năm 436, Đàn Hòa

Đến đời nhà Minh (1368-1644), tác giả *Lĩnh Nam di thư,* còn nhắc lại sự cố "Nhật Nam nằm về phía nam mặt trời." [107]

[Khổng Khâu và người đương thời tin vào lý thuyết trời tròn, đất vuông [viên thiên, phương địa], trái đất là một định tinh, mặt trời và mặt trăng cùng hằng hà sa số tinh tú [sao] xoay quanh trái đất. Trên quĩ đạo của chúng, mặt trời có điểm mọc [thang cốc] và lặn [mông dĩ]. Giống thuyết vũ trụ quan qui tâm về trái đất [geocentric theory] của giáo hội Ki-tô phương Tây, dựa theo

---

Chi], 226 [năm 722, *Tân Đường Thư,* Mai Thúc Loan; *Cựu Đường thư,* "Dương Tư Húc truyện," Mai Lập Thành, Quang Sở Khách; *Tư Trị Thông Giám,* Mai Thúc Yên]; *CMTB,* III:27a-29a, IV:21b-23b, (Sài Gòn: 1970), 3:108-17 [446, Đàn Hòa Chi, đạo Ni Kiền, theo *Tống Thư* [29a], 218-27 [Mai Thúc Loan; đo bóng mặt trời].

105. *ĐVSK, NKTT,* III, Giu (1967), 1:99-100, 320n22; *CMTB,* II:27; (Sài Gòn: 1967), 2:246-49; [Từ Hải: tác giả Lĩnh Nam di thư là Ngũ Sùng Diệu, không phải Âu Đại Nhâm. (Ibid., II:47,chú 1)]; TKC, Bk 36, "Uất Thủy," tờ 36a; ĐDA, 1943:350; *TKCS,* Mão (2004), tr. 394-95.

[107] *ĐVSK, NKTT,* III, Giu (1967), 1:99-100, 320n22; *CMTB* II:27; (Sài Gòn: 1967), 2:246-49; [Từ Hải: tác giả Lĩnh Nam di thư là Ngũ Sùng Diệu, không phải Âu Đại Nhâm. (Ibid., II:47,chú 1)]; *TKC,* Bk 36, "Uất Thủy," tờ 36a; ĐDA, 1943:350; *TKCS,* Mão (2004), tr. 394-95.

Aristotle và Ptolemy; bị nghiên cứu của các nhà thiên văn và toán học đào thải từ thế kỷ XV, qua công trình nghiên cứu của Mikolas Kopernik [Nicolaus Copernicus, 1473-1543], người Poland [Ba Lan], cùng những người chủ trương qui tâm về mặt trời [Heliocentric system].

Vụ án lịch sử năm 1633, khi Giáo hội bắt Galelio Galilei (1564-1642)—người đầu tiên dùng kính thiên văn nghiên cứu bầu trời, phải công khai xin rút lại chủ trương trái đất quay quanh mặt trời [heliocentricity: the earth orbits the sun]—Các nhà địa lý cũng phải đặt tên cho Mỹ châu [America] như một "Lost Continent" [Lục địa đã mất], không ghi trên bản đồ vũ trụ mà đấng Tạo vật đã hoá phép ra trong vòng sáu [6] ngày, khoảng 9000 năm trước [TK 70 TTL] sau khi các nhà thám hiểm thực hiện những cuộc du hành vòng quanh thế giới và khám phá ra Mỹ Châu, nhưng lúc đầu đặt tên sai là West Indies. Vì khám phá năm 1492 của **Christopher Columbus**, năm 1493, Giáo hoàng Alexander VI đã ban hành những thánh lệnh [paper bulls] chia thế giới không Ki-tô làm hai phần do Portugal và Espania cai quản. Họ được quyền bắt làm nô lệ hay chém giết bất cứ thổ dân nào không chịu "rửa tội"và chiếm hữu tài sản, đất đai của họ.

Rồi đến chuyến du hành của nhà hàng hải Portuguese Ferdinand Magellan (1480?-1521) vượt qua tuyến miền nam Đại Tây Dương tới Thái Bình Dương, năm 1521, cặp bến San Lazarro, nhưng Magellan bị thổ dân giết chết, và sau này dân Filipino lập bia ghi lại võ công chống, đánh thực dân Tây phương.

Chỉ khoảng 2,000 năm sau ngày vua Lỗ bắt được một con kỳ lân [qilin] què, rồi Khổng Khâu chết, thuyết trái đất là tâm điểm vũ trụ [geocentric theory] đã bị phá sản. Sau này, khi các nhà truyền giáo Tây phương như Matteo Ricci (Lợi Mã Đậu), Ferdinandus Verbiest (Nam Hoài Nhân, tác giả *Khôn dư đồ thuyết*), Guileo Aleni (Ngải Nho Lược), v.. v.. tới Bắc Kinh, rao giảng và viết về đất tròn, biển tròn tại triều nhà Minh đầu thế kỷ XVII, Lê Quí Đôn vẫn tìm được cách ngụy biện rằng "tiên nho" đã biết truyện trời tròn, đất tròn qua thuyết "Hỗn thiên" rồi! (*VĐLN*, q. 1, Lý Khí loại, số 44; q. 2, Hình Tượng Loại, số 11, 12, 13 [dẫn Tăng Tử]; 1973:60 (Lý Khí loại, số 44; bàn về lịch), 76 (q. 2, Hình Tượng Loại, số 11, 12, 13 [dẫn Tăng Tử]; Hỗn Thiên), 77 (Nam Hoài Nhân), 78 (Tăng Tử), 177-82 [q. 3, số 92; Lợi Mã Đậu)]

Minh Mạng cũng tin rằng trái đất phải hình tròn, bằng không làm sao xoay chuyển dễ dàng.

3. Trụ đồng được dựng lên ở phía nam Lâm Ấp, giáp ranh với nước Tây Đồ.

Vài tác giả dời trụ đồng xa hơn nữa về phía nam.

a. Lưu Hân Kỳ, tác giả *Giao Châu Ký*, đã tuyệt bản, là một trong các tác giả được trích dẫn nhiều nhất. Lịch Đạo Nguyên có vẻ đồng ý khi dẫn Lưu Hân Kỳ: Mã Văn Uyên [Mã Viện] lập hai trụ đồng làm dấu mốc phía nam đất Hán.[108]

b. *Lâm Ấp Ký*, một tựa sách không rõ tác giả và cũng đã tuyệt bản, chép năm 43, Mã Viện trồng hai trụ đồng ở phía nam Tượng Lâm, làm ranh giới nhà Hán với nước Tây Đồ. Lịch Đạo Nguyên cũng dẫn sách này. [109]

c. Trong mục Nam Hải (ch 54) của *Lương Thư*, Yao Ssu lien (d. 637) cho Mã Viện từ Nhật Nam đi về hướng nam bốn trăm [400] lí mới đến Lâm Ấp; đi thêm về hướng nam hai trăm [200] lí nữa rồi dựng trụ đồng ở biên giới Tượng Lâm và Tây Đồ. Văn gia Đường và Tống có vẻ tán thưởng sự khai sinh thực thể "Tây Đồ" này. Đỗ Hữu/Hựu ghi trụ đồng nằm 2,000 lí phía nam Lâm Ấp. Nhạc Sử (990-1007) đời Tống, nói đi từ Nhật Nam bốn trăm [400] lí tới Lâm

---

[108] *TKCS*, Mão (2004), tr. 394-95.

[109] *TKC*, Bk 36, "Uất Thủy," tr 36a; ĐDA, 1943:351; *TKCS*, Mão (2004), tr. 395.

Ấp, đi hơn hai mươi [20] lí nữa tới nước Tây Đồ Di. Âu Dương Tu và Tống Kỳ cho rằng *Lương Thư* viết sai, tự động đưa trụ đồng xa hơn về phía Nam: Núi Trụ đồng nằm ở châu Bôn Đà Lăng; từ Nhật Nam Mã Viện đi bốn trăm [400] lí đến Lâm Ấp; từ Lâm Ấp đi thêm hai nghìn [2,000] lí nữa về hướng Nam mới dựng trụ đồng. *Cựu Đường Chí* thêm: *Đường thủy, từ phủ An Nam tới Lâm Ấp 3,000 lí.* Từ quận Giao Chỉ tới trụ đồng là 5,000 lí. Như thế trụ đồng nằm ở khoảng núi Đá Bia [Rocher Stèlé], phía Bắc Đèo Cả, phía Nam Đà Rằng hay Đà Lang (Tuy Hòa) [50 km], [110]

4. Lại có tác giả nói Nhật Nam bao gồm Phù Nam.

Vậy trụ đồng Mã Viện có thể ở gần Cà Mau hiện nay.

---

[110] Dẫn trong *Đại Thanh Nhất Thống Chí*; *CMTB*, II:12b-14a; (Sài Gòn: 1967), 2:188-95; (Hà Nội: 1998), I:116-18; L. Sogny, "Noutelletes;" *BAVH*, XXIV, (1937), tr 71-2 [báo cáo về núi Đá Bia ở đèo Varella (Đèo Cả)], 73-7 *[dân Chàm tại các huyện Đồng Xuân và Sơn Hà (Phú Yên) năm 1935, tự nhận là dòng giõi bộ lạc Ôn, họ Ma, tức vua Ma[h]a Bik Kai bị vua Trần đánh đuổi năm 1377-1388]* (tức Sông Cầu, 60 km nam Qui Nhơn, 40 km bắc Tuy Hòa, nằm trên cửa sông Đà Rằng, hạ lưu của Ba hay Côn, xuất phát từ Tây Sơn); ĐDA, 1943:352. Từ phía nam Giao Chỉ theo đường thủy 3,000 lí tới Lâm Ấp. Từ quận Giao Chỉ tới cột đồng 5,000 lí; *TKCS*, ch 36, "Uất Thủy," Mão (2004), tr 395).

Cố Tổ Vũ, tác giả *Độc sử phương dư kỷ yếu* (đời Thanh), ghi: Phù Nam là một hòn đảo lớn nằm về phía tây Nam Hải, thuộc quận Nhật Nam, bắc cách Nhật Nam 7,000 lí, nằm về hướng tây nam của Lâm Ấp khoảng 3,000 lí; rộng 3,000 lí. Theo *Việt Nam Tạp Yếu:* Trụ đồng của Mã Viện ở phía nam Quảng Hòa. Nước Tây Đồ Di là nước Mãn Thích Gia, sau đổi là Ca la phú sa; rồi bị Chiêm Thành diệt. Trải dài tới Vĩnh Long. [111]

Điều đáng ghi nhận là trong nỗ lực xác định vị trí của trụ đồng, văn gia TH không ngớt mở rộng biên giới Hoa Hạ khiến **vị trí trụ đồng Mã Viện ngày một Nam tiến.** Những bước nhảy vọt địa lý này vô nghĩa và thiếu cơ sở đến độ nhà Tống, nhà Nguyên, rồi nhà Minh và Thanh phải tạm thời chấp nhận vị trí Phân Mao Lĩnh, phía bắc Giao Chỉ hay An Nam.[112]

---

[111] *CMTB*, I:6-7; (Sài Gòn: 1965), 2:31-3; *TKCS*, ch 36, "Uất Thủy," Mão (2004), tr. 395-96.

[112] *Đại Thanh Nhất Thống Chí* chép "Đèo Phân Mao" [Phân Mao Lĩnh] ở động Cổ Sâm, phía Tây châu Khâm khoảng 3 lí [1.5 km]. Mã Viện dựng trụ đồng ở đây. Năm 1540-41, Mạc Đăng Dung nạp châu này cho nhà Minh. [Vương Tương [Nhà Minh] lấy sông Đàm Lân làm ranh giới Kim Lặc; sông Mang Khê làm ranh giới Liễu Cát; ngã ba sông làm ranh giới Tư Lẫm [Tư Phù]; sông Cổ Sâm làm ranh giới Cổ Sâm]. Hậu Lê sử chép là 1 châu, 6 động (thêm hai động Yên Lãng và La Phù). Khâm Châu Chí, 1 châu 4 động.

Tuy nhiên, tới đời nhà Thanh vẫn còn những người Hoa tin rằng có năm trụ đồng ở núi đá Thạch Bi, phía nam Phú Yên. Khi nhà Nguyễn và rồi Pháp khẳng định hòn đá trên đỉnh núi Đá Bia [Rocher Stèlé] (Đèo Cả) chỉ là một tảng đá tự nhiên, tự điển Từ Hải vẫn khăng khăng đó là vị trí trụ đồng. Cũng chẳng nên trông đợi sự lương thiện trí thức của những người từ lớp đồng ấu đã được khơi dạy và khuyến khích tham vọng làm chủ thiên hạ.

Có người ngụy biện là các trụ đồng đã chìm xuống biển. Nhưng lại có người đặt cho một khoảng đất gần Hà Tiên là Đồng Trụ. [113]

D. SỐ TRỤ ĐỒNG THAY ĐỔI:

Số trụ đồng do Mã Viện dựng lên trong các truyền thuyết cũng thay đổi, từ một tới năm "kim tiêu."

(*ĐNNTC*, q. XVIII, (1997), 4:9)], dẫn trong *ANCL. LTHCLC, Dư Địa Chí*, I:29. (Có thể do Mã Tổng dựng).

[113] *CMTB*, II:14a, (Sài Gòn: 1967), 2:194-95; Quốc Sử Quán Triều Nguyễn, *Đại Nam Nhất Thống Chí [ĐNNTC]*; Tập 5: q XXVI, Hà Tiên, bản dịch Phạm Trọng Điềm và Đào Duy Anh, Viện Sử Học, 5 tập, (NXB Thuận Hóa, 1997), 5:5 [5-34] [trấn Đồng Trụ]

1. ***Tùy thư** chép **Lâm Ấp ở phía nam*** một hay hai trụ đồng; dẫn lại trong *Tư Trị Thông Giám* của Tư Mã Quang.

a. Du Ích Kỳ cả quyết Mã Viện dựng hai cột đồng phía bắc Lâm Ấp.

b. [Thái Bình] *Ngự Lãm* 74 dẫn *Giao Châu Ký* của Lưu Hân Kỳ: Mã Viện chất đá làm bờ tới ngách sông Tượng Phố, dựng hai cột kim tiêu làm biên giới.

c. *Lâm Ấp Ký* chép năm 43, Mã Viện trồng hai trụ đồng ở phía nam Tượng Lâm, làm ranh giới nhà Hán với nước Tây Đồ. Lịch Đạo Nguyên cũng dẫn sách này.

d. Đỗ Hữu/Hựu (735-812), ghi trong *Thông Điển* phía nam Lâm Ấp 2,000 lí có **hai** trụ đồng sát biên giới Tây Đồ Di (núi Đồng Trụ chu vi 10 lí). Nhạc Sử (930-1007), tác giả *Hoàn Vũ Ký,* theo "thuyết" này, giống như người đương thời là Đô hộ An Nam Mã Tổng.[114]

---

[114] *Sui shu [Tùy Thư],* q. 53, "Lưu Phương truyện"], q. 82, "Nam Man truyện"; dẫn trong *ANCL,* q. IV, 1961:95-6; *ĐVSK, NKTT,* V:1b, Thọ (2009), 1:223, Giu (1967), 1:127-28; *ĐVSKTB,* NK, VI:1-2b; The (1997), tr. 114-15; *CMTB,* II:13a, 13ab, (Sài Gòn: 1967), 2:188-91, 30b, 3: 254-55; IV:14-16; (Sài Gòn: 1970), 3:190-97; (Hà Nội: 1998), I:180-82 [dẫn; ĐNCBLT, q. 33, 1993: 608]; Claeys, 1934:27; Cadière, 1931: 93; *Giao Châu Ký* của Lưu Hân Kỳ; TKC, ch 36, "Uất Thủy," tr. 36a; TKCS, ch 36, Mão

Sử quan Nguyễn bác bỏ việc trên. Theo dân địa phương, trên đỉnh núi Đá Bia chỉ có một hòn đá cao ước 10 trượng, rộng ước 6, 7 trượng. Nhưng vì sự ngụy tạo lịch sử của văn gia Hán có nhiều thế kỷ tuổi đời, sử quan Nguyễn nghĩ rằng có lẽ trụ đồng đã chìm trong biển như *Thủy Kinh Chú* nhận xét. [115]

2. Tống Bạch, tác giả *Văn Uyển Anh Hoa*, nói Mã Viện đánh Giao Chỉ, đi về phía đông hơn 400 lí, đến Lâm Ấp, lại đi về phía nam hơn 200 lí, tới nước Tây Đồ Di, dựng ba trụ đồng để định biên giới Tượng Lâm với Tây Đồ Di. Từ Giao Châu tới trụ đồng là 5,000 lí. [116]

Theo *Minh sử*, Chiêm Thành có 27 xứ, 4 phủ, 7 châu, 22 huyện; sau cuộc viễn chinh của Lê Tư Thành (Thánh Tông, 1460-1497) năm 1470-1471 chỉ còn năm [5] xứ từ Bang Đô Lang đến Chân Lạp mà thôi. Năm Quí Tỵ [1653], chúa Nguyễn Phước Tần sai đánh chiếm đất từ sông Phan Rang về phía đông, gom lại thành hai phủ Thái Khang và Diên Ninh; đời Nguyễn

---

(2004), tr. 386-87 [đáng nhớ nhất là cây cau], 394-95 [Tuong Pho]; ĐDA, 1943:350-51; Lê Quí Đôn, *VĐLN*, III, "Khu Vũ Loại," số 52, tr. 135-36;

[115] *CMTB*, II:14a, (Sài Gòn: 1967), 2:194-95.

[116] Lê Quí Đôn, *VĐLN*, III, "Khu Vũ Loại," số 52, (Sài Gòn: 1973?), tr. 136.

Phước Đảm (Minh Mạng, 1820-1841) đổi làm Khánh Hoà. Sử Nguyễn ghi tháng 3-4/1674, cai đạo Nha Trang, dinh Thái Khang, là Nguyễn Dương Lâm đi cứu Nặc Nộn, vua Chân Lạp. Đánh chiếm lũy Sài Gòn và Bích Đôi [Gò Bích], thẳng tới Nam Vang. Tháng 7-8/1674, Dương Lâm làm trấn thủ Dinh Thái Khang, kinh lý việc biên cương. [117]

Đại Nam Nhất Thống Chí [ĐNNTC], q. I: Kinh Sư, viết

> **Thuận Hoá:** Từ đời Đường Nghiêu tới Chu Thành Vương là Việt Thường. Hán là Nhật Nam. Huyện Tượng Lâm đời Hán gồm hai xứ Thuận-Quảng; (bản dịch Phạm Trọng Điềm-Đào Duy Anh (1997), 1:13-14).
>
> q. III: Quảng Bình, "xưa là đất Việt thường thị; đời Tần thuộc Tượng quận; đời Hán là đất Nhật Nam;" (Ibid., (1997), 2:5)
>
> q. IV: Đạo Hà Tĩnh (Ibid., (1997), 2:85-86).
>
> q. V: Nghệ An (Ibid., (1997), 2:118 [117-222])
>
> q. VI: Thanh Hóa (Ibid., (1997), 2:224 [223-330]) (tức Cửu Chân thời Hán, rồi Ái Châu từ đời

---

[117] *ĐNTLTB,* V: Thực lục về Thái Tông [Nguyễn Phước Tần (1648-1687) (hạ), 1961, 1:122-23

Lương. Đời Lý đổi làm trại Thanh Hoá, sau đổi làm phủ; đời Trần là lộ Thanh Hóa);

q. VII: Quảng Na*m,* (Ibid., (1997), 2:332 [331-400]) (xưa là đất Việt Thường; Hán thuộc Nhật Nam; Đường, Lâm Ấp; Tống, châu Lý và Chiêm Động; 1306: Trần đặt làm châu Hoá; 1402: Hồ Hán Thương gom với Chiêm Động và Cổ Lũy, chia làm 4 châu Thăng, Hoa, Tư Nghĩa);

q. VIII: Quảng Ngãi, (Ibid., (1997), 2:402 [401-54]) (Việt Thường thị, Tần: Tượng Quận; Đường: Lâm Ấp; Tống: Cổ Lũy, Chiêm Thành);

q. IX: Bình Định (Ibid., (1997), 3:6-7 [5-62]) (Việt Thường, Tần: Tượng Quận, 111 TTL: huyện Tượng Lâm thuộc Nhật Nam; Hậu Hán, Lâm Ấp; Tấn, đặt quận Nhật Nam, nhưng Tượng Lâm chỉ là huyện ki mi; từ 605, đất thuộc Chiêm Thành, lị sở Lâm Châu tại phía nam Hoan Châu, năm 803 thì bỏ, sau là Thị Nại, Chà Bàn của Chiêm Thành; 1470:Lê Thánh Tông mở đất đến núi Thạch Bi, chia lảm ba quận Bồng Sơn, Phù Li, Tuy Viễn, thuộc phủ Hoài Nhân; thuộc Quảng Nam thừa tuyên; nhưng phía nam đèo Cù Mông vẫn do dân Chàm cư ngụ; từ năm 1578, Nguyễn Hoàng mới đặt tri huyện Tuy Viễn, năm 1604 đổi phủ Hoài Nhân làm phủ Qui Nhân; năm 1611 đánh Chiêm Thành, lập ra phủ Phú Yên, gồm hai huyện Đồng Xuân và Tuy Hoà. Sai Văn Phong làm lưu thủ.

(*ĐNTLTB*, I: Thái tổ Gia Dụ Hoàng đế, 1961, 1:43-4).

q. X: Đạo Phú Yên, (*ĐNNTC* (1997), 3:63-4 [63-86]) (Việt Thường, Tần: Tượng Quận; Hán: Lâm Ấp, sau là Bà Đài, Đà Lãng; 1793, Nguyễn Chủng tái chiếm);

q. XI: Khánh Hoà, (*ĐNNTC* (1997) 3:67-8 [67-124]) (xưa gọi là các nước ngoài Nhật Nam (khiếu ngoại quốc).

3. Hồ Tam Tỉnh (1230-1302) một học giả cuối đời Tống (960-1279), tác giả *Tư Trị Thông Giám Âm Chú*— sau khi duyệt xét các thuyết nêu lên trong *Tân Đường Thư*; tin rằng phải có tới năm (5) trụ đồng hình như cái lọng ở Đại Phố, phía nam Lãng Đà (Lâm Ấp). [118]

Việc tự do hiệu đính hay sửa chữa trên có thể là sản phẩm của nỗ lực tìm hiểu, nhằm cải thiện việc thông tin, vì từ đời Tống, Minh, Nguyên sang Thanh kiến thức địa lý về phương nam đã khá hơn. Nhưng cũng không thể không nghĩ đến thói quen ghi vào sử

---

[118] *CMTB*, II:13a, (Sài Gòn: 1967), 2:190-91; Lê Quí Đôn, *VĐLN*, III, "Khu Vũ Loại," số 52, 1973: 135; *LTHCLC*, q. I, "Dư Địa Chí," 1992, I:29; *ĐNNTC*, q X: Đạo Phú Yên, bản dịch Phạm Trọng Điềm, Đào Duy Anh (1997), 3:67 [Đèo Cả, núi Ngũ Đồng Trụ], 72-3 [sông Đà Diễn] [63-123]

sách những mục tiêu chính trị giai đoạn, và biên giới phóng đại, hoang tưởng, chờ ngày "thôn tính" [cướp đoạt]—hay "khôi phục," nếu muốn. (Trường hợp tranh chấp Nhật Nam với Lâm Ấp [Linyi] là thí dụ cụ thể. Việc xâm chiếm biển Đông Nam Á từ 1956 tới 2016—gồm cả hai qu62n đảo Hoàng Sa và Trường Sa của Việt Nam, và luận điệu trâng tráo của Tập Cận Bình và Trung Nam Hải là một bằng chứng cụ thể khác)

Khi sử dụng các sử liệu TH, nếu không cân nhắc kỹ lưỡng yếu tố này, rất dễ bị lạc đường. Và, khó thể tách rời "trụ đồng Mã Viện" khỏi những tham vọng bành trướng đất đai—như một cái cớ để đòi trả lại những đất đai hoang tưởng đã mất. Miệng kẻ mạnh có gang có thép, dù cái lưỡi uốn lượn trăm chiều. Năm 1407, như đã lược nhắc, Chu Lệ nhà Minh—kẻ giết cháu đoạt ngôi, không ngừng xâm chiếm lân bang rồi cuối cùng bị "Hung Nô" tru diệt năm 1424—đã sử dụng chiêu bài hưng Trần, diệt ác và nhóm trung thần bản xứ như Bùi Bá Kỳ, hay "hiếu với Minh" như Mạc Thúy, Mạc Địch, Mạc Viễn, Nguyễn Huân, Lương Nhữ Hốt để lập ra "Giao Chỉ Đô thống sứ ti"suốt hai thập niên. Cuộc kháng chiến gai góc này khiến Đại Việt tạm thời được hòa bình khoảng một thế kỷ, nhưng rồi những tham vọng quyền lực nội địa của những Mạc Đăng Dung, Nguyễn Cam (Kim), Trịnh Kiểm đưa tới một giai đoạn nội chiến, phân chia lãnh thổ mới, kéo dài từ 1543 tới 1802—

khiến vương quốc suy yếu, biến thành một thuộc địa kinh tế và di dân của Yên Kinh, trước khi lọt vào tay thực dân Pháp, sau một thời gian thống nhất vỏn vẹn khoảng nửa thế kỷ.

Nhưng "Quốc sử" đời Hậu Lê và nhà Nguyễn vẫn sao chép huyền thoại trụ đồng, theo kiểu "dĩ nghi, truyền nghi," sa vào lưới nhện tham vọng bành trướng của Hán tộc. [119]

Từ đầu thế kỷ XX, những nghiên cứu của Tây phương, đặc biệt là học giả Pháp—áp dụng những phương pháp làm việc khoa học hơn, khảo sát khá kỹ các di vật còn sót trên mặt đất —để tái dựng lại lịch sử nghệ thuật [arts history] của Champa và Kambojas. Được chính phủ Bảo hộ Pháp trợ cấp, những người như Louis Finot, Georges Coedès, Partmentier, v.. v. .. đã làm việc trên 250 di chỉ khảo cổ—đặc biệt là các tháp chứa linh vật như Linga, tượng Phật, những tấm bia có khắc chữ Sanskrit hay một loại chữ Chàm biến thái từ Sanskrit, cùng những "hoa văn" điêu khắc (như voi, sư tử đều nhảy múa).

---

[119] *ĐVSK, NKTT,* III:3b, Thọ (2009), 1:185; Giu (1967), 1:93; *CMTB* II:12a-12b; (Sài Gòn: 1967), 2:186-89; (Hà Nội: 1998), 1:116. [Trồng trụ đồng làm biên giới phía Nam]; *ĐNNTC,* q.V: "Nghệ An" [núi Hùng Sơn], (1997), 2:158; Ibid., q. XVIII, "Quảng Yên," (1997), 4:8 [Nguyễn Thiên Túng]).

Nhiều cổ vật đã bị thời gian, thiên tai, chiến tranh, và những hành vi mọi rợ văn hóa—như tàn phá dấu tích nước bại trận hay trộm cắp (Hán, Việt cũng như Tây phương)—khiến chứng tích sự hiện hữu của một quốc gia hưng vượng trong nhiều thế kỷ ngày một hiếm hoi. Dù còn thiếu sót, những công trình trên giúp đặt xuống những viên đá lót đường đầu tiên cho việc tìm hiểu về dân Chàm nói riêng, và lịch sử Việt Nam nói chung. Dựa trên những mẩu thông tin trái ngược nhau và mức khả tín vô cùng giới hạn trên, người phỏng đoán trụ đồng nằm ở "Phân Mao Lĩnh," Cổ Sâm, Khâm Châu (theo *Lĩnh Ngoại Đại Đáp* [của Chu Khứ Phi] đời Tống, dẫn trong ANCL, và Nhất Thống Chí nhà Minh, nhà Thanh). Người suy đoán ở đèo Ngang, tức Hoành Sơn, ranh giới tự nhiên của hai tỉnh Hà Tĩnh và Quảng Bình ngày nay (theo Lịch Đạo Nguyên, trong Thủy Kinh Chú; Lưu Hân Kỳ, trong Giao Châu Ký). Có tác giả nghĩ nó ở vùng Huế. (Aurousseau, Claeys) Lại có người cho Mã Viện xuống tới tận núi Đá Bia (Đèo Cả), Phú Yên (theo Tân Đường Thư). [120]

---

[120] Jean Yves Claeys, "Introduction à l'étude de l'Annam et Champa." BAVH, XXI, 1-2 (Jan-June 1934), p. 27 [1-144] [ở Nham Biều, bờ Nam sông Hương, Huế]; H. Le Breton, "Le Vieux An Tịnh;" (suite) *BAVH*, XXII, No. 2 (4-6/1935), pp. 195, 204 [191-235]. [Núi Thành = núi Đồng Trụ phía Bắc sông Cả, Tây Nam Vinh (Nghệ An) [tr. 195, 204]; Cadière, 1931: 93;

Các nhà khảo cổ học và sử quan Việt đang tiếp tục nghiên cứu, nhưng sự thành tựu còn giới hạn. Thực tế, cho tới đầu thế kỷ XXI vẫn chưa thể hình dung ra hình dáng, kích thước, vị trí hay số lượng trụ đồng Mã Viện. Và khó thể không đồng ý với Henri Maspéro rằng đây chỉ là một huyền thoại. [121]

Kết Từ:

Cuộc khởi nghĩa của Hai Bà Trưng hung hồn xác nhận sự tranh đấu liên lũy của người Việt suốt thời Bắc thuộc. Đồng thời phản ánh giấc mộng nam tiến của Trung Hoa, qua ngõ cổ Việt.

Một trong những nguyên nhân quan trọng là địa thế chiến lược của cổ Việt. Từ thế kỷ thứ II trước Tây lịch [TTL], vua quan Hán đã xâm lăng miền nam sông Xianjiang [Trường Giang hay Dương Tử], xóa tên vương quốc Nan Yue [Nam Việt] của họ Zhao

---

Đào Duy Anh, 1943:350, 358 [349-360]. (Núi Thành = núi Đồng Trụ = Hùng Sơn, phía Bắc sông Cả, Tây Nam Vinh. [tr. 358]) ***Quảng Châu Ký*** *mới nhắc đến;*

[121] Maspéro, "L'expédition de Ma Vien;" *BEFEO*, XVIII, 3 (1918), pp. 25-6 [không có trụ đồng Mã Viện].

[Triệu], và tự nhận chủ quyền ở cổ Việt mà lãnh thổ kéo dài từ khoảng Thập Vạn Đại Sơn tới Hoành Sơn.

Từ ngày này, ít nhất trên giấy tờ, vua quan Trung Hoa tự nhận chủ quyền [sovereignty] trên cổ Việt vì đã lập ra ba quận Giao Chỉ, Cửu Chân và Nhật Nam—chẳng cần biết hay đếm xỉa đến lịch sử và văn hóa của cổ Việt. Nói cách khác, dân cổ Việt chỉ được quyền hiện hữu từ ngày vua Hán thôn tính xong, phân chia thành quận huyện theo khuôn mẫu Trung Hoa, biến thành một thứ phục di xứ man trâu, do những bồi thần hay phiên thuộc bản xứ cai thầu việc thu thuế và khai thác tài nguyên thiên nhiên (đặc biệt là vàng, bạc, ngọc trai, ngà voi, sừng tê đồng, sắt, than đá cùng lâm sản, hải sản khác).

Thực ra việc tự thừa nhận [claims] này chẳng có gì chứng minh rõ ràng. Khổng Khâu chỉ nói chung chung về "Nam Man, khi nằm chân đầu đảo ngược." Tư Mã Thiên không nhắc đến cổ Việt mà chỉ gọi chung chung là "Bách Việt" ở Lĩnh Nam. Ngay đến cương thổ của Nan Yue [Nam Việt] mà Lộ Bác Đức chinh phục được năm 111 TTL—mới chỉ là đất Phiên Ngung và những vùng phụ cận. [122]

---

[122] Xem, chẳng hạn, chế sách phong của nhà Tống cho Đinh Tiên Hoàng, Lê Hoàn, v.. v.. trích đăng trong *ANCL*, q II-V.

Có lẽ chỉ từ thời Vương Mãng (8-23) trở về sau, sự chiếm đóng Cổ Việt của người Hán mới chặt chẽ hơn, qua những lớp người tị nạn từ phương Bắc xuống. Sử quan Trung Hoa—do lệnh trên, và vì quyền lợi đế quốc Hán—chỉ ghi vào quốc sử hay sớ tấu những hành vi chống đế quốc Hán là "giặc," "phản loạn." Cách biện hộ rằng những hành vi chống xâm lăng của người Việt chỉ do lý do cá nhân hay phản ứng nhất thời với quan lại tham ô, tàn ác chẳng khác gì việc bôi thuốc đỏ trên vết lở ung thư. Lối diễn tả "dân Giao Chỉ thích làm loạn" từ cửa miệng những vua quan Hán còn ngang ngược hơn nữa—nhưng tự chúng đã thú nhận sự chống đối rất tự nhiên và nhân bản thứ trật tự, hay lễ giáo áp đặt bằng cung tên, giáo mác, xe thuyền, liên tiễn của Hán tộc—được ghi chép trong sách sử Trung Hoa như "lột da mặt, da đầu" tù binh, xếp chồng xác lên thành đống để cảnh cáo lương dân, ném nạn nhân vào chuồng cọp, hay tru di tam tộc, đầy ải—những loại tội ác chiến tranh, chống lại nhân quyền, và diệt chủng kiểu mẫu từng bị thế giới lên án, nhưng vẫn được những người như Mao Nhuận Chi [tức Mao Zedong, 1893-1976), Chu Ân Lai [Zhou Enlai], Đặng Tiểu Bình [Deng Xiaoping], Hồ Cẩm Đào [Hu Jintao], Ôn Gia Bảo [Wen Jiabao], Tập Cận Bình [Xi Jinping], Lí Khắc Cường [Li Keqiang], v,, v.. coi là cần thiết để xây dựng đế quốc "Đại Hán" [Ta Han] XHCN vinh quang.

Thiếu tinh thần kháng Hán bảo vệ độc lập, nước và dân Việt đã sớm bị đồng hóa, vĩnh viễn bị xóa tên trên bản đồ. Hoặc chỉ tìm thấy vài di tích mờ nhạt tại một miếu, đền nào đó mà Hán tộc thích dựng lên để phô trương chiến tích diệt chủng, hay "thôn tính" [cướp đoạt] tất cả những "đất đai dưới vòm trời" mà người Hán nào cũng được nhồi nhét từ tuổi ấu thơ.

Nghiên cứu kỹ thư tịch Trung Hoa, có thể phát hiện được sự thực là âm mưu thôn tính miền "Nam hoang" không tiến triển tốt đẹp như vua quan Hán dự tính. Cổ Việt là con đường sạn đạo ngăn cản vó ngựa xâm lược của Hán tộc, hay "tổ hợp nước Trung Hoa Nhân Dân Cộng Hòa" [Zhonghua Renmin Gongheguo] ngày nay. Cuộc nổi dạy của Hai Bà Trưng năm 40-42, được tiếp nối bằng những binh biến ở cổ Việt và cổ Chàm từ khoảng năm 100. Năm 137, xảy ra việc "công tào Khu Liên" ở Cửu Chân giết huyện lệnh tự xưng vương, và năm 192, dòng họ Khu Liên đả bại cuộc xâm lược thứ nhất của Đông Hán, "khai sinh" ra nước Linyi [Lâm Ấp], Hoàn Vương hay Chiêm Thành trong sách sử Trung Hoa—tức cổ Champa (Chàm)—hay, chính xác hơn, triều đình Hán phải thừa nhận một thực thể Lâm Ấp tự trị, không nằm trong bản đồ đế quốc Hán nữa.[123]

---

[123] *CMTB*, III, 20b; (Sài Gòn: 1970), 3:82-3; (Hà Nội: 1998), I:153-55; *ĐVSKTB*, Ngoại Kỷ, III:9b-10, The (1997), tr. 78;

Nhiệm vụ bảo vệ lãnh thổ, lãnh hải và chủ quyền ở đầu thế kỷ XXI còn gay go, thách đố hơn. Zhongnanhai—dưới sự lèo lái của Tập Cận Bình [Xi Jinping], Lí Khắc Cường [Li Keqiang], cùng ban thường vụ Bộ Chính Trị (Trương Đức Giang [Zhang Dejeng], Du Chính Thành [Yu Zhengsheng], Lưu Vân Sơn [Liu Yunshan], Vương Kỳ Sơn [Wang Qishan], Trương Cao Lệ [Zhang Gaoli]) hay Quân Ủy Trung Ương (Phạm Trùng Long [Fan Chang-long], Hứa Kỳ Lượng [Xu Qiliang]), con cháu dòng dõi cựu thủ hạ của Đặng Tiểu Bình, vừa lên cầm quyền đã cho tổ chức Giỗ thứ 17 cho Tiểu Bình, thổi bừng lửa bài Nhật

---

Clayes, "l'Annam et Champa;" *BAVH*, XXI, 1-2 (Jan-June 1934), pp. 25, 27, 52 [1-144] [không có bia đá nào xác nhận] [1-144]; H. Le Breton, "Le Vieux An Tịnh;" *BAVH*, XXII, No. 2 (4-6/1935), pp. 198 [Lâm Ấp lập quốc. Khu Liên chiếm Cửu Chân, Thanh Hóa]; Léonard Cadière, "L'Annam," *BAVH*, XVIII, Nos 1-2 (Jan-June 1931), p. 92 [92-108]. [Xem thêm biểu của Đào Hoàng lên Ngô Tôn Quyền; *ANCL*, q. VIII, "Lục Triều Giao Châu Thứ Sử Đô Đốc;" 1961:150-51; *Tấn Thư*, q 57: Đào Hoàng truyện; *ĐVSK, NKTT*, IV:8, Thọ (2009), 1:204-5: [Mang qua 8,000 quân, đánh giặc liên miên còn 2420, "Di Soái" Phạm Hùng "đời đời trốn tránh làm giặc, tự xưng vương."]

Vua Cri-Bahdra Varman xây 1 tháp ở Mỹ Sơn (Quảng Nam) và chợ Dinh (Phú Yên). [Cadière, 1931:92-3]

Lu Po-de [Lộ Bác Đức]

qua những cuộc biểu tình được sự khuyến khích của chính phủ Lý Khắc Cường, hay hai dự luật chọn ngày 13/12/1937 và 15/8/1945 làm quốc lễ mới—đã tự lột mặt nạ, trình diễn mặt thực xâm lược, chủ trương thẳng tay hạ sát, cướp bóc ngư dân, đầu độc đàn bà, con trẻ bằng những vật dụng hay thực phẩm độc hại. Nhẫn nhục và cúi đầu chỉ mời gọi thêm những hành động ngang ngược khác, những thủ đoạn cướp bóc man dã khác. Việt Nam cần tìm cách đồng minh với bất cứ ai có thể đồng minh, truy tố bè nhóm tội phạm chiến tranh ở Trung Nam Hải ra trước tòa án quốc tế. Đừng biến Đảng *Cộng Sản Việt Nam* thành một tỉnh ủy của Đảng Cộng Sản Trung Quốc.

Houston, 9/3/2014

Vũ Ngự Chiêu & Hoàng Đỗ Vũ

Phụ bản II

TƯ LIỆU VỀ HAI BÀ TRƯNG

TRONG CƯƠNG MỤC TIỀN BIÊN

足徵信

姓咸曰使我有是子者壬君也多以壬名其
子視事四年召還九眞人為立生祠初平帝
世漢中人錫光為交阯太守教以禮義建武
初封鹽水侯嶺南花風始於二守焉
註壬延南陽宛人
甲午 漢建武十年 漢以蘇定為交阯太守
庚子 漢建武十六年 春二月交阯女子徵側起兵攻太守

túc trưng tin.

tinh, hàm viết : « Sử ngã hữu thị tử giả Nhâm quân dã. » Đa dĩ Nhâm danh kỳ tử.

Thị sự tứ niên triệu hoàn. Cửu-chân nhân vị lập sinh từ.

Sơ Bình-đế thế Hán-trung nhân Tích Quang vi Giao-chỉ thái-thú, giáo dĩ lễ nghĩa, Kiến-vũ sơ phong Diêm-thuỷ hầu. Lĩnh-nam hoa phong thuỷ ư nhị thú yên.

Chú.

Nhâm Diên : Nam-dương Uyển nhân.

Giáp-ngọ, Hán, Kiến-vũ thập niên.

Hán dĩ Tô Định vi Giao-chỉ thái-thú.

Canh-tý, Hán, Kiến-vũ thập lục niên.

Xuân nhị nguyệt, Giao-chỉ nữ tử Trưng Trắc khởi binh công Thái-thú...

— 176 —

CMTB, hai bà Trưng 1

蘇定逐之自立為王、
王本姓雒又別姓徵交阯麊泠縣雒將之女
朱鳶縣詩索之妻也王甚雄勇辰太守蘇定
為政貪暴殺其夫乃與妹徵貳舉兵攻陷州
治定奔還南海所至風靡九眞日南合浦蠻
俚皆應之略定嶺南六十五城自立為王都
麊泠交阯刺史及諸太守僅得自保、

Tô Định, trục chi, tự lập vi vương.

Vương bổn tính Lạc, hựu biệt tính Trưng, Giao-chỉ My-linh Lạc-tướng chi nữ, Chu-diên huyện Thi Sách chi thê dã. Vương thậ dũng. Thời Thái-thú Tô Định vi chính tham bạo, sát kỳ phu. Nãi d Trưng Nhị cử binh công hãm châu trị. Định bôn hoàn Nam-hải. phong mỹ, Cửu-chân Nhật-nam Hợp-phố man lý giai ứng chi, lược Linh-nam lục thập ngũ thành, tự lập vi vương, đô My-linh. Giao-c sứ cập chư thái-thú cẩn đắc tự bảo.

— 178 —

註 朱鳶縣 漢置屬交阯郡唐改演州黎爲三帶府今山西永祥府地是

辛丑 漢 建武十七年 冬十二月漢拜馬援爲伏波將軍劉隆爲副督樓船將軍段志等擊之

漢以徵氏稱王舉兵攻陷城邑邊郡苦之乃令長沙合浦及交阯具車船修橋道通障溪儲糧穀拜馬援爲伏波將軍扶樂侯劉隆爲

Chú.

Chu-diên huyện : Hán trí, thuộc Giao-chỉ quận, Đường cải Diên-châu, Lê vi Tam-đái phủ, kim Sơn-tây Vĩnh-tường phủ địa thị.

Tân-sửu, Hán, Kiến-vũ thập thất niên.

Đông thập nhị nguyệt, Hán bái Mã Viện vi Phục-ba tướng-quân, Lưu Long vi phó, đốc Lâu-thuyền tướng-quân Đoàn Chí đẳng kích chi.

Hán dĩ Trưng thị xưng vương cử binh công hãm thành ấp, biên quận khổ chi, nãi lịnh Trường-sa Hợp-phố cập Giao-chỉ cụ xa thuyền, tu kiều đạo, thông chướng khê, trừ lương cốc, bái Mã Viện vi Phục-ba tướng-quân, Phù-lạc hầu Lưu Long vi...

副率樓船將軍段志等擊之

壬寅[漢]建武十八年 春三月馬援軍至浪泊與徵側戰破之側退保禁谿

馬援沿海而進隨山刊木千餘里至浪泊與徵王戰王見漢勢盛自度烏合之眾恐不能支眾亦以王女子非漢敵遂自潰

[註]浪泊一名霪潭在大羅城西街之西黎

phó, suất Lâu-thuyền tướng-quân Đoàn Chí đẳng kích chi.

Nhâm-dần, Hán, Kiến-vũ thập bát niên.

Xuân tam nguyệt, Mã Viện quân chí Lãng-bạc dữ Trưng Trắc chiến, phá chi, Trắc thoái bảo Cấm-khê.

Mã Viện diên hải nhi tiến, tuỳ sơn san mộc, thiên dư lý chí Lãng-bạc, dữ Trưng vương chiến. Vương kiến Hán thế thịnh, tự độ ô hợp chi chúng, khủng bất năng chi. Chúng diệc dĩ Vương nữ tử phi Hán địch, toại tự hội.

Chú.

Lãng-bạc : nhất danh Dâm-đàm, tại Đại-la thành tây nhai chi tây, Lê

改名西湖、今河內省西湖是。禁谿、酈道元
水經註、越志、作金溪、地在麊泠縣西南。沈
懷遠南越志、徵側走入金溪穴中、二歲乃
得之。竺芝扶南記、山谿瀨上、謂之穴。章懷
太子賢曰、今峯州新昌縣是其地也。據此
則禁溪當在山西之永祥地轄、但未詳的
處。舊史以爲在乂安眞祿、誤。

cải danh Tây-hồ, kim Hà-nội tỉnh Tây-hồ thị.

Cấm-khê : Lịch Đạo Nguyên *Thủy kinh chú* : *Việt chí* tác Kim-khê địa, tại My-linh huyện tây-nam ; Thẩm Hoài Viễn *Nam Việt chí* : Trưng Trắc tẩu nhập Kim-khê huyệt trung, nhị tuế nãi đắc chi ; Trúc Chi *Phù-nam ký* : Sơn cốc lại thượng vị chi huyệt. Chương-hoài Thái-tử Hiền viết : Kim Phong-châu Tân-xương huyện thị kỳ địa dã. Cứ thử tắc Cấm-khê đương tại Sơn-tây chi Vĩnh tường địa hạt, đản vị tường đích xứ. Cựu sử dĩ vi tại Nghệ-an Chân-lộc, ngộ.

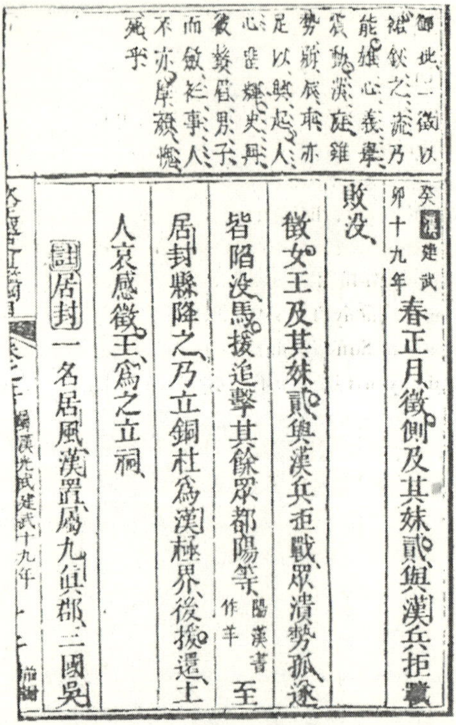

御批：二徵以裙釵之流，乃能雄心義舉，震動漢庭，雖勢弱時乖，亦足以興起人心，留輝史冊。彼鬚眉男子而斂衽事人，不亦厚顏愧死乎。

癸卯，漢建武十九年。春正月，徵側及其妹貳與漢兵拒戰，敗沒。

徵女王及其妹貳與漢兵拒戰，眾潰勢孤，遂皆陷沒。馬援追擊其餘眾都陽等（陽漢書作羊）至居封縣降之，乃立銅柱為漢極界。後援還，土人哀感徵王，為之立祠。

註 居封 一名居風，漢置，屬九真郡，三國吳

漢光武建武十九年

Ngự phê : Nhị Trưng dĩ quần thoa chi lưu nãi năng hùng tâm nghĩa cử chấn động Hán đình, tuy thế nhược thời quai diệc túc dĩ hưng khởi nhân tâm lưu huy sử sách. Bỉ tu my nam tử nhi liễm nhẫm sự nhân bất diệc hậu nhan quý tử hồ ?

Quý-mão, Hán, Kiến-vũ thập cửu niên.

Xuân chinh nguyệt, Trưng Trắc cập kỳ muội Nhị dữ Hán binh cự chiến bại một.

Trưng nữ vương cập kỳ muội Nhị dữ Hán binh cự chiến, chúng hội thế cô toại giai hãm một. Mã Viện truy kích kỳ dư chúng Đô Dương đẳng (Dương *Hán thư* tác Dương) chí Cư-phong huyện hàng chi, nãi lập đồng trụ vi Hán cực giới.

Hậu Viện hoàn, thổ nhân ai cảm Trưng vương vị chi lập từ.

Chú.

Cư-phong, nhất danh Cư-phong, Hán trí, thuộc Cửu-chân quận, Tam quốc Ngô...

— 186 —

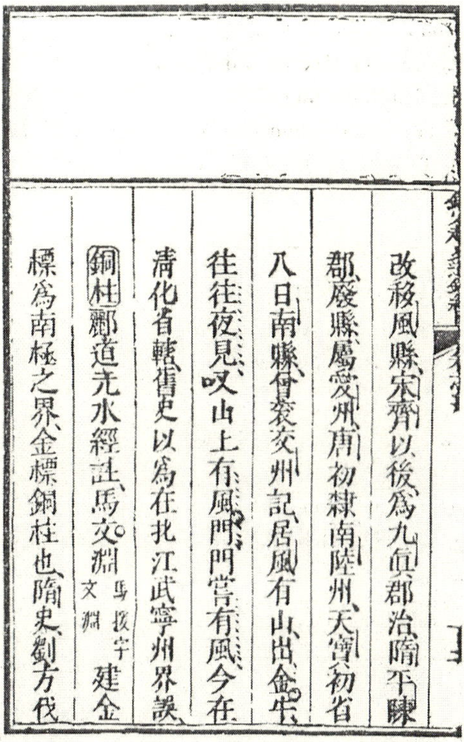

改移風縣宋齊以後爲九眞郡治隋平陳郡廢縣屬愛州唐初隸南陸州天寶初省入日南縣曾袞交州記居風有山出金牛往往夜見又山上有風門門嘗有風今在淸化省轄舊史以爲在北江武寧州界誤

銅柱酈道元水經註馬文淵（馬援字文淵）建金標爲南極之界金標銅柱也隋史劉方伐

cải Di-phong huyện ; Tống Tề dĩ hậu vi Cửu-chân quận trị ; Tuỳ bình Trần, quận phế, huyện thuộc Ái-châu ; Đường sơ lệ Nam-lục châu ; Thiên-bảo sơ tỉnh nhập Nhật-nam huyện ; Tăng Cồn *Giao châu ký :* Cư-phong hữu sơn, xuất kim ngưu vãng vãng dạ hiện, hựu sơn thượng hữu phong môn, môn thường hữu phong ; kim tại Thanh-hoá tỉnh hạt, Cựu sử dĩ vi tại Bắc-giang Vũ-ninh châu giới, ngộ.

Đồng trụ, Lịch Đạo Nguyên *Thủy kinh chú :* Mã Văn Uyên (Mã Viện tự Văn Uyên) kiến kim tiêu vi nam cực chi giới, kim tiêu đồng trụ dã. *Tuỳ sử,* Lưu Phương phạt...

林邑過馬援銅柱南八日至其國都唐元
和中安南都護馬總復於援故處立銅柱
二明其爲伏波之裔杜佑通典林邑南水
步三千餘里有西屠夷馬援所立兩銅柱
表界處也新唐書林邑奔沱浪州其南大
浦有五銅柱山形如倚蓋西重巖東大海
漢馬援所植也宋樂史太平寰宇記馬援

屬漢光武建武十九年 前編

Lâm-ấp, quá Mã Viện đồng trụ nam, bát nhật chí kỳ quốc đô ; Đường Nguyên-hòa trung, An-nam đô hộ Mã Tổng phục ư Viện cố xứ lập đồng trụ nhị, minh kỳ vi Phục-ba chi duệ ; Đỗ Hựu *Thông điển* ; Lâm-ấp nam thuỷ bộ nhị thiên dư lý hữu Tây-đồ di, Mã Viện sở lập lưỡng đồng trụ biểu giới xứ dã ; *Tân Đường thư* : Lâm-ấp Bôn-đà-lãng châu, kỳ nam Đại-phố hữu ngũ Đồng-trụ sơn, hình như ỷ cái, tây trùng nham, đông đại hải, Hán Mã Viện sở thực dã ; Tống Nhạc Sử *Thái bình hoàn vũ ký* : Mã Viện...

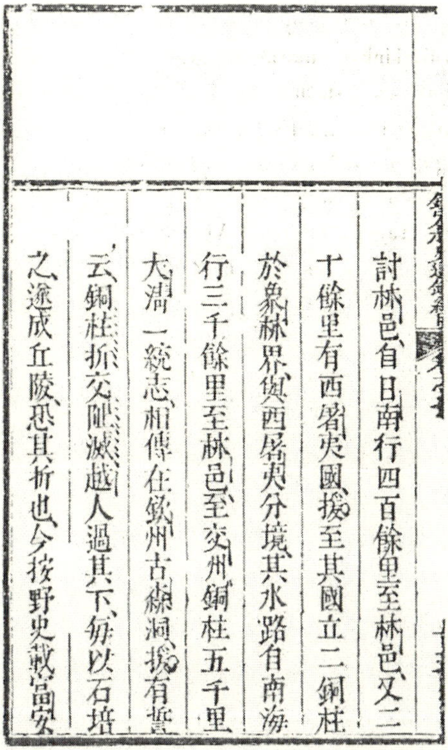
討林邑自日南行四百餘里至林邑又二
十餘里有西屠夷國援至其國立二銅柱
於象林界與西屠夷分境其水路自南海
行三千餘里至林邑至交州銅柱五千里
大清一統志相傳在欽州古森洞援有誓
云銅柱折交阯滅越人過其下每以石培
之遂成丘陵恐其折也今按野史載富安

thảo Lâm-ấp tự Nhật-nam hành tứ bách dư lý chí Lâm-ấp, hựu nhị thập dư lý hữu Tây-đồ di quốc. Viện chí kỳ quốc, lập nhị đồng trụ ư Tượng-lâm giới, dữ Tây-đồ di phân cảnh. Kỳ thuỷ lộ tự Nam-hải hành tam thiên dư lý chí Lâm-ấp, chí Giao-châu đồng trụ ngũ thiên lý; *Đại Thanh Nhất thống chí*: Tương truyền tại Khâm-châu Cổ-sâm động Viện hữu thệ vân: *Đồng trụ chiết, Giao-chỉ diệt*. Việt nhân quá kỳ hạ mỗi dĩ thạch bồi chi toại thành khâu lăng, khủng kỳ chiết dã. Kim án dã sử tái Phú-yên...

有沱演江其南大浦浦之西南石碑山周
可十里西接大嶺重巒疊嶂東臨海山嶺
上一石孤高如鵲據通典唐志等書所載
銅柱疑當在此惟此山嶺上一石孤高約
十丈廣六七丈近山居民言嶺上石乃天
生一石峯非人所立恐不可指為銅柱水
經註山川移易銅柱沒入海中理或然也

屬漢光武建武十九年

hữu Đà-diễn giang, kỳ nam Đại-phố, phố chi tây-nam Thạch-bi sơn, chu khả thập lý, tây tiếp đại lĩnh trùng loan điệp chướng, đông lâm hải. Sơn lĩnh thượng nhất thạch cô cao như tước.

Cứ *Thông điển, Đường chí* đẳng thư sở tái, đồng trụ nghi đương tại thử. Duy thử sơn lĩnh thượng nhất thạch cô cao ước thập trượng, quảng lục thất trượng, cận sơn cư dân ngôn lĩnh thượng thạch nãi thiên sinh nhất thạch phong, phi nhân sở lập, khủng bất khả chỉ vi đồng trụ. *Thủy kinh chú* : Sơn xuyên di dịch, đồng trụ một nhập hải trung, lý hoặc nhiên dã.

— 194 —

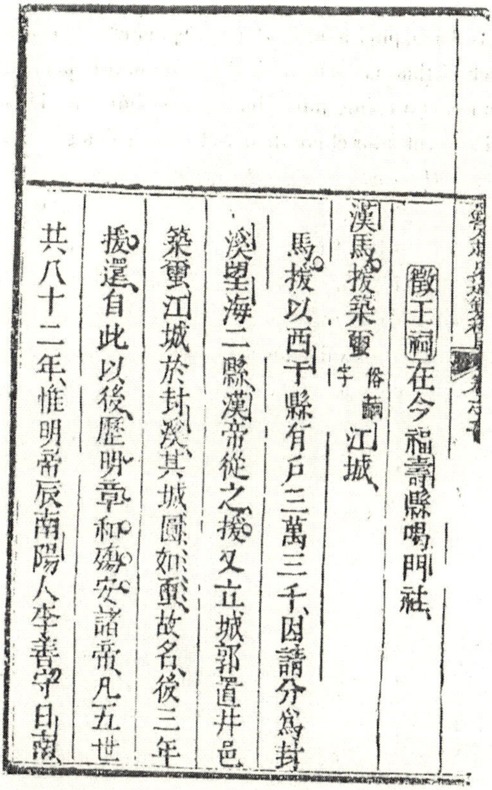

徵王祠在今福壽縣喝門社、
漢馬援築蠒（俗諵字）江城、
馬援以西于縣有戶三萬三千、因請分為封
溪望海二縣、漢帝從之、援又立城郭置井邑、
築蠒江城於封溪、其城圓如蠒、故名、後三年
援還、自此以後、歷明章和殤安諸帝、凡五世
共八十二年、惟明帝辰南陽人李善守日南

Trưng vương từ, tại kim Phúc-thọ huyện Hát-môn xã.

Hán Mã Viện trúc Kiển-giang thành

Mã Viện dĩ Tây-vu huyện hữu hộ tam vạn tam thiên, nhân thỉnh phân vi Phong-khê Vọng-hải nhị huyện. Hán đế tùng chi. Viện hựu lập thành quách trí tỉnh ấp trúc Kiển-giang thành ư Phong-khê. Kỳ thành viên như kiển, cố danh.

Hậu tam niên Viện hoàn. Tự thử dĩ hậu, lịch Minh, Chương, Hoà, Thương, An chư đế, phàm ngũ thế, cộng bát thập nhị niên, duy Minh-đế thời Nam-dương nhân Lý Thiện thú Nhật-nam....

以惠愛為政懷來異俗遷九江太守歷世能
吏僅止此蓋記載之闕也

註 虔江城 大清一統志虔江城望海城在
安朗縣漢建武中馬援平交阯於封溪望
海二縣築此二城 西于 縣漢置屬交阯郡
李善 後漢獨行傳李善有行義光武時召
拜太子舍人明帝時辟公府以能理劇遷

dĩ huệ ái vi chính, hoài lai dị tục, thiên Cửu-giang thái-thú.

Lịch thế năng lại cẩn chỉ thử, cái ký tái chi khuyết dã.

Chú.

Kiền-giang thành, Đại Thanh *Nhất thống chí* : Kiền-giang thành Vọng-hải thành tại An-lãng huyện, Hán Kiến-vũ trung Mã Viện bình Giao-chỉ ư Phong-khê Vọng-hải nhị huyện trúc thử nhị thành.

Tây-vu huyện, Hán trí, thuộc Giao-chỉ quận.

Lý Thiện, Hậu Hán *Độc hạnh truyện,* Lý Thiện hữu hạnh nghĩa. Quang-vũ thời triệu bái Thái-tử xá-nhân, Minh-đế thời tỵ công phủ, dĩ năng lý kịch, thiên...

— 198 —

THƯ MỤC CHỌN LỌC

I. TÀI LIỆU VĂN KHỐ:

Liên Bang Mỹ:

LBJL&M (Austin, TX): Lyndom B. Johnson Library NSC Country Files

RNL (Yorba Linda, CA), Richard Nixon Library Prepresidential Papers, PPS 320.99.33.1-2.

Pháp:

AMAE (Paris). Archives du Ministère des Affaires Etrangeres (Paris).

CARAN (Paris). Centre d'Acceuil de Recherches aux Archives Nationales de France (Paris).

CAOM (Aix). Centre des Archives d'Outre-Mer (Aix-en-Provence)

[AOM (Paris): Archives de France d'Outre-Mer (Paris).

[DOM (Aix). Dépôt des Archives d'Outre-Mer (Aix-en-Provence)

[SPCE: Service de Protection du Corps Expeditionnaire Carton 367, 368, 385 *(non-communicable).*

SHAT (Vincennes). Service Historique de l'Armée de Terre (Chateau de Vincennes), Fonds Indochine, 10H xxx [521-523, 239-243].

SHM (Vincennes). Service Historique de la Marine (Chateau de Vincennes).

Nga:

Russian Center For The Preservation And Study Of the Contemporary Historical Documents (Moksa):

Việt:

TTLTQG I (Hà Nội): [Trung tâm lưu trữ quốc gia I (Hà Nội)

Fonds Châu Bản Triều Nguyễn

TTLTQG II (Thành phố HCM): [Trung tâm lưu trữ quốc gia II (Thành phố HCM)

Fonds GOUCOCH,

Phủ Thủ Tướng,

Phủ Tổng Thống Đệ I Cộng Hòa.

Phủ Tổng Thống Đệ Nhị Cộng Hòa.

TTLTQG III (Hà Nội): [Trung tâm lưu trữ quốc gia III (Hà Nội)

Fonds Quốc Hội.

II. TÀI LIỆU CHÍNH THỨC:

A. Liên Bang Mỹ:

FRUS, 1944, vol III: British Commonwealth and Europe. Washington: GPO, 1955.

FRUS, 1945, VI: British Commonwealth and The Far East. Washington: GPO, 1969.

FRUS, 1946, IV: The Far East. Washington: GPO, 1955.

FRUS, 1947, vol V: The Far East. Washington: GPO, 1956.

FRUS, 1948, VI: The Far East, and Australia. Washington: GPO, 1974.

FRUS, 1949, VII: The Far East and Australia. Washington: GPO, 1975.

FRUS, 1961-1963, I: 1961: Vietnam. Washington: GPO, 1988.

Department of Defense, *US-Vietnam Relations, 1945-1967,* 12 books in 8 vols. Washington, DC: GOP, 1971.

Department of State, Office of Libraries and Intelligence Acquisitions, "Biographic Report: Ngo Dinh Diem, President of the Republic of Vietnam, To Visit Washington [May 8-10, 1957]," *BR No. 203 (April 18, 1957);* Richard Nixon Library (Yorba Linda, CA), Prepresidential Papers, PPS 320.99.33.1-2.

US Congress. 1976. *House of Representatives. Commitee on Inter-national Relations. The Vietnam-Cambodia Emergency, 1972: Part III: Vietnam Evacuation: Testimony of Ambassador Graham A. Martin, Hearing Before the Special Committee on Investigations of the Committee on International Relations. House of Representatives, 94th Congress, Second Session, 27 January 1976.* Washington D. C.: GOP.

US Congress, Hearings. 1975. *United States Embargo of Trade With South Vietnam and Cambodia; Hearing before the Subcommittee on International Trade and Commerce of the Committee on International Relations, House of Representatives, Ninety-Fourth Congress, First Session, June 4, 1975.* Washington, DC: GPO.

US Congress, Hearings. 1978. *Americans Missing in Action in Southeast Asia; Hearings before the Subcommittee on Asian and Pacific Affairs of the Committee on International Relations, House of Representatives, Ninety-Fifth Congress, A Status Report Markup of H. Con. Res. 331, March 31; July 27; October 5, 27, 1977; and February 2, 1978* . Washington, DC: GPO.

US Department of Defense. *US-Vietnam Relations, 1945-1967,* 12 books in 8 vols. Washington, DC: GPO, 1971.

US Department of State, *Foreign Relations of the United States [FRUS],* vol XVI, Geneva.

USMACV, "Command History, 1972-1973, " 2:annexes J, K, I, HRB, CMH.

US Senate, Hearings. 1992. *Questions Regarding American POW's in the 1970's; Hearings Before the Select Committee on POW/MIA Affairs,*

United States Senate, One Hundred Second Congress, First Session, on Questions Regarding American POW's in the 1970's, January 21 & 22, 1992. Washington, DC: GPO.

US Senate, Hearings. 1993a. *Hearings on the Paris Peace Accords, Hearings Before the Select Committee on POW/MIA Affairs, United States Senate, One Hundred Second Congress, Second Session, on Hearings on the Paris Peace Accords, September 21, 22, & 24, 1992.* Washington, DC: GPO.

US Senate, Hearings. 1993b. *US Government's Post-War POW/MIA Efforts; Hearings Before the Select Committee on POW/MIA Affairs, United States Senate, One Hundred Second Congress, Second Session, on U.S. Government's Post-War POW/MIA Efforts, August 11 & 12, 1992.* Washington, DC: GPO.

B. Viet Nam:

Cộng Hòa Xã Hội Chủ Nghĩa Việt Nam [CHXHCNVN], *Sự thật về quan hệ Việt Nam-Trung Quốc trong 30 năm qua.* Hà Nội: Sự Thật, 1979.

Quốc sử quán nhà Lê Trung hưng. *Đại Việt Sử Ký Toàn Thư [ĐVSK, BKTT].* Ngô Sĩ Liên *et al.* (1697-1698)

Nội các quan bản, [IX:2b, XVI:6a], bản dịch Ngô Đức Thọ, Hoàng Văn Lâu, Ngô Thế Long, et al. Hà Nội: 2009.

Quốc sử quán nhà Nguyễn, *Đại Nam Chính Biên Liệt Truyện [D8NCBLT].* Bản dịch Viện Sử học. 4 tập. Hà Nội: Thuận Hóa, 1993.

__________. *Đại Nam Thực Lục Tiền Biên & Chính Biên [ĐNTLCB],* Bản dịch Viện Sử học. 38 tập. Hà Nội: 1962-1978.

__________. *Đại Nam Nhất Thống Chí [ĐNNTC].* Bản dịch Đào Duy Anh *et al.* 5 cuốn. Huế: 1997.

__________. *Khâm Định Việt Sử Thông Giám Cương Mục [CM], Tiền Biên [TB] & Chính Biên [CB],* (1884).

Bản dịch Hoa Bằng, Trần Văn Giáp, Phạm Trọng Điềm, et al., 2 tập, Hà Nội: Giáo Dục, 1998.

Bản dịch Trương Bửu Lâm et al. 3 cuốn. Sài Gòn: 1960-1970.

Quốc sử quán nhà Nguyễn [Tây Sơn]. *Đại Việt Sử Ký Tiền Biên [ĐVSKTB]* (1798). Ngô Thì Sĩ *et al.* Bản dịch Dương Thị The, et al. Hà Nội: 1997.

Từ điển bách khoa quân sự Việt Nam (Hà Nội: NXB QĐND, 1996);

C. Trung Hoa:

Ming shi-lu [Minh thực lục]. Bản dịch Wade, *Southeast Asia in Ming shi-lu An Open Access Resource.* National Univ of Singapore database, 2005.

Sima Guang. ZiZhi tongjian [Tư Trị Thông Giám], bản dịch triều Hán của Rafe de Crespigny. National Univ of Australia, 1986, 2003.

Sima Qian [Tư Mã Thiên, 145-86 TTL]. *Shiji [Sử Ký],*

Records of the Grand Historian: Han Dynasty. bản dịch tiếng Anh Burton Watson. New York: Columbia Univ. Press, 1993.

Shih chi: Records of the Grand Historian of China, Ssu-ma Ch'ien, bản dịch tiếng Anh Burton Watson. 2 vols. New York: Columbia Univ. Press, 1961. &

Bản [Đế] Kỷ [benji], Basic Annals, [12 cuốn].

Dựa theo *Xuân Thu [Chunqiu/Spring and Autumn Annals]* và *Quốc Ngữ [Guoyu]:* 5 hoàng đế [Emperors Yellow, Yao, Xia, Shang, Zhou], 7 rulers [Qinshi huangde to Han Gaozu; Xiang Yu [SJ 7, 298, 316-317; Chavannes, MMII, 252-253, 284-292]; Empress Dowager Lu Zhi]

Biao [Biểu]: [13-22 cuốn];

Shu [Treatises on Geography]: 13-20 [cuốn];

Shija [Thế Gia/Hereditary Houses]: 31-60 [cuốn]; 5 sessions

[như Zhu gong dan; SJ 33 [12], tr. 2a: trĩ trắng 1515-22; Chavannes, MH IV, 88-89];

Liezhuan [Ranked Biographies] [70 cuốn, 61-130].

[q. 113, "Nam Việt Triệu Đà truyện;" ["The Account of Southern Yueh"], Sima & Watson , vol. II, pp. 239-50;

135: Nam Việt Triệu Mộ hay Mạt truyện. *ĐVSK, NKTT,* II, Giu (1967), 1:87, 318n23; The Yue tribes of Eastern Ou was transferred to the north, between the Yangzi river and Huai river. Sima & Watson, 1993, p221..

Thủy Kinh Chú Sớ (Beijing: 1955, 1999). Bản dịch Nguyễn Bá Mão. Hà Nội: 2004.

D. Pháp

France. Ministère des Affaires Etrangères [MAE]. *Documents Diplomatiques* [DD]. *Affaires du Tonkin.*

Première partie: 1874-1882. Paris: Imprimerie nationale, 1883.

Deuxième partie: 1882-1883. Paris: Imprimerie nationale, 1883.

__________. Ministère des Affaires Etrangères. *Documents Diplomatiques. Affaires du Tonkin. Convention de Tien Tsin du 11 mai 1884, Incident de Lang Son.* Paris: Imprimerie nationale, 1884.

__________. Ministère des Affaires Etrangères. *Documents Diplomatiques. Affaires de Chine et du Tonkin. 1884-1885.* Paris: : Imprimerie nationale, 1885.

__________. Ministère des Affaires Etrangères. *Documents Diplomatiques. Affaires de Chine.* Paris: : Imprimerie nationale, 1885.

__________. Ministère des Affaires Etrangères. *Documents Diplomatiques. Chine, 1894-1898.* Paris: Imprimerie nationale, 1898.

E. Vương Quốc Đại Bri-tên

Great Britain, House of Commons. *Documents relating to the discussion of Korea and Indo-China at the Geneva Conference. " Miscellaneous No.16 (1954)," Cmd. 9186.*

III. ẤN PHẨM:

A. Định Kỳ [Periodicals]:

AAN: Annale de l'Assemblée Nationale (Paris)

AP: Associated Press

AT: Avenir du Tonkin [L'] (Hải Phòng)

BJ: Beijing Review

CP: China Post (Taipei)

CL: Chính Luan (Sài Gòn)

CGP: Cờ Giải Phóng (Hà Nội)

CQ: Cứu Quốc (Hà Nội)

DC: Dân Chủ (Hà Nội)

ĐL: Độc Lập (Sai Gon)

FEER: Far Eastern Economic Review (Hongkong)

FA: Foreign Affairs

HP: Hải Phòng (Hải Phòng)

HC: Houston Chronicle (Houston)

HP: Houston Post (Houston)

HL: Hợp Lưu (Fountainvalley, CA)

ID: Indochina Digest (Washington, DC)

IHT: International Herald Tribune (Paris)

JAS: Journal of Asian Studies (Ann Arbor)

JEAS: Journal of Southeast Asian Studies (Singapore)

Le Monde (Paris)

NP: Nam Phong (Hà Nội)

Newsweek

NYT: New York Times (New York)

NYDN: New York Daily News (New York)

ND: Nhan Dan [People] (Hanoi)

NCLS: Nghiên Cứu Lịch Sử (Hà Nôi)

QĐND: Quân Đội Nhân Dân (Hà Nội)

Renmin Ribao (Beijing)

Reuter

TT: Thông Tin (Hà Nội)

TD: Tiếng Dân (Huế)

Time (New York)

TT: Tuoi Tre [Youth] (Saigon)

USNWR: US News & World Report

WSJ: Wall Street Journal (New York)

WP: Washington Post (Washington, DC)

Weekly Compilation of Presidential Documents.

B. Sách:

Anacker, Stefan. "Introduction of Buddhism to Southeast Asia and Subsequent History to the Eleventh Century;" Charles S. Presbish (ed), *Buddhism: A Modern Perspective.* Pennsylvania State Univ., 1978.

Anand, Dibyesh. "Strategic Hypocrisy: The British Imperial Scripting of Tibet's Geopolitical Identity;" *Journal of Asian Studies,* vol. 68, No. 1 (Feb 2009). Pp 227-52.

Annales annamites [Sử Ký Đại Nam Việt]. Sài Gòn: Nhóm Nghiên Cứu Sử Địa, 1974. nói khá đầy đủ chi tiết về " Đức Thày Phê-rô. "

Argenlieu, Amiral Thierry [d']. *Chronique d'Indochine, 1945-1947* . Paris: Albin Michel, 1985.

Aurousseau, Léonard. "La première conquête chinoise des pays ananmites;" *Bulletin de l'Ecole Francaise d'Extrême-Orient [BEFEO],* XXIII (1923). Pp 213n3, 239-40: nhà Thục tồn tại ba [3] năm; Maspéro: bán thần thoại; Bulletin critique, *T'Oung Pao,* XXIII, 1924, tr. 373-79;

Ball, George. *The Past Has Another Pattern: Memoirs.* New York, 1982.

Ban Gu [Ban Cố, 32-92]. *[Xian] Han-shu /[Tiền] Hán Thư/* History of the Early Han].

Barnett, Anthony. "Interview de Le Duc Tho." *Vietnam (Ivry, France) No.* 1 (12/1980) [tr. 69].

Basler, Barbara. "Hongkong Begins to Transport Vietnam Boat People Back Home." *New York Times,* 11/9/1991:A-1,5.

Bezacier, Louis. *Le Viet Nam.* Paris: 1972.

__________. "Conception du plan des anciennes citadelles-capitales du Nord Viet-Nam." *Journal Asiatique,* 240. Pp 185-95.

Blagov, Sergei. "Missiles Ambushes: Soviet Air Defense Aid;" David G. Zabecki. Ed. *Vietnam: A Reader.* New York: Ibooks, 2002.

Boriskokii, P I. "Viet Nam in Primevial Time." *Soviet Anthropology and Archeology* (Moscow), Vols. 7, 8 & 9 (1968-1970. ["Bình luận ý kiến của Per-Sfrensen [Sorensen] về địa điểm sơ kỳ đá cũ Núi Đọ;" *Khảo Cổ Học* [Hà Nội], (1981), số 4, tr. 11-4].

Brocheux, Pierre. *Ho Chi Minh: Du revolutionnaire a l'icone.* Paris: Payot, 2003.

Bui Diem, with David Chanoff. *In the Jaws of History*. Boston, 1987.

Cao Văn Lượng, "Thắng lớn của cuộc kháng chiến chống Mỹ, cứu nước, thành quả tổng hợp sức mạnh của cả nước, của độc lập dân tộc và chủ nghĩa xã hội;" *Nghiên Cứu Lịch Sử [NCLS].* Hà Nội, 2/1985, tr. 3-4.

Cao Van Vien. *The Final Collapse.* Washington, D.C.: GPO, 1983.

__________. *Leadership*. Washington, DC: GPO, 1981.

__________ and Dong Van Khuyen. *Reflections on the Vietnam Wars*. Washington, DC: 1980.

Cao Xuân Dục, *Quốc triều chính biên toát yếu* Sài Gòn: Sử Địa, 1971.

Carver, Georges A. "Vietnam—the Unfinished Business." *The Asian Wall Street Journal*, 5/21-22/1993.

Chabani, Edmond. "Notes sur l'histoire des hauts pays du Nord-Ouest Vietnam (Lai chau, 25 mai 1951); Ibid., 10H xxx [1040]; Ibid., 1K 233 [Tư liệu Ely], cartons 1, 39, 40;

Chen, King. *Vietnam and China, 1938-1954.* Princeton: Princeton Univ Press, 1969.

Chính Đạo, *55 Ngày & 55 Đêm: Cuộc sụp đổ của VNCH.* Tái bản lần thứ tư. Houston: Văn Hóa, 1987, 1997.

__________. *Cuộc Thánh Chiến Chống Cộng.* Houston: Văn Hoá, 2004.

__________. *Việt Nam Niên Biểu,* tập *IA: 1939-1946, 1B: 1947-1954; IC: 1955-1963.* Houston: Văn Hoá, 1996-1997.

__________. *Việt Nam Niên Biểu, tập III: Nhân Vật Chí.* Houston: Văn Hoá, 1993, 1997.

__________. *Mậu Thân 68: Thắng Hay Bại?* Tái bản có bổ sung. Houston: Văn Hóa, 1989, 1998.

__________. *Hồ Chí Minh, 1892-1969: Con Người và Huyền Thoại,* 3 tập Houston: Văn Hóa, 1991-1997 [vols. I (rev. ed. 1997) & II (1993); tập 3 sẽ in năm 2016]..

__________. *Tôn Giáo & Chính Trị: Phật Giáo, 1963-1967.* tái bản. Houston: Văn Hóa, 1997.

Clarke, Jeffrey J. *Advice and Support: The Final Years, 1965-1973.* Washington D.C. 1988

Clayes, Jean Yves. "Introduction à l'étude de l'Annam et Champa;" *BAVH,* XXI, 1-2 (Jan-June 1934). Pp 17-8,52ff.

Coedes, Georges. *The Making of Southeast Asia.* Berkeley, CA: Univ of California Press, 1967.

Colby, William. *Lost Victory: A Firsthand Account of America's Sixteen-Year Involvement in Vietnam.* Chicago, 1989.

Cooper, Chester. *The Lost Crusade: America in Vietnam.* New York, 1970.

Cuộc đời cách mạng Cường Để. Sài Gòn: Tôn Thất Lễ, 1957,

Dương Trung Quốc. *Việt Nam Những Sự Kiện, 1945-1975.* Hà Nội: Viện Sử Học, 1990.

Đại Nam Chính Biên Liệt Truyện. Bản dịch Viện sử học Hà Nội. Huế: Thuận Hoá, 1993.

Đặng Vũ Hiệp. *Ký Ức Tây Nguyên.* Hà Nội: QĐND, 2002.

Đinh Văn Nhật. " Đi tìm quê hương cũ của An Dương Vương Thục Phán." *NCLS,* số 166 (2/1/1976), tr. 65-83, 87.

Đỗ Quang Hưng. "Ban lãnh đạo hải ngoại của đảng qua sự phản ảnh của Lê Hồng Phong;" *TCLSD,* 1999, 3:4.

Dower, John W. "The Superdomino in Postwar Asia: Japan In and Out of the Pentagon Papers;" *The Pentagon Papers,* (the Senator Gravel Edition), 5 vols. Boston: Beacon Press, 1972. Vol 5, Pp 101-158.

Duiker, William J. *Ho Chi Minh.* New York: Hyperion, 2000.

Englund, Karl H. "External Assistance In the Context of Vietnam's Development Effort." In Marr & White, eds, 1988:225-31.

Eschmann, Karl J. "Keep 'Em Flying;" David G. Zabecki. Ed. *Vietnam: A Reade.r* New York: Ibooks, 2002.

Fairbank, John King. Ed. *The Chinese World Order: Traditional Chinese Foreign Relations.* Cambridge, Mass: Harvard Univ Press, 1968.

Fall, Bernard B. *The Two Vietnams: A Political and Military Analysis.* Rev. ed. New York: Praeger, 1964.

_________. *Hell in A Very Small Place: The Siege of Dien Bien Phu* [Địa ngục trong một nơi rất nhỏ bé: Cuộc vây hãm Điện Biên Phủ]. New York: Vantage Books, 1966,1968.

Fan Ye. *Hou Hanshu [Hậu Hán Thư, HHS/HHT],* Liezhuan 86/76 [Nanman xinanyi/Nanman], 2831];

Ford, Gerald R. *A Time To Heal.* New York: Harper & Row, 1979.

Giersch, C. Paterson. *Asian Borderlands: The Transformation of Qing China's Yunnan Frontier.* Cambridge, Mass: Harvard Univ. Press, 2006.

Gittinger, Ted. Ed. *The Johnson Years: A Vietnam Roundtable*. Austin, Texas, 1993.

Goodman, Allen E. *The Lost Peace: America's Search For A Negotiated Settlement of The Vietnam War.* Stanford, LA; Hoover Institute Press, 1978.

Greene, Marc T. "Shadows Over Indochina," *Asia,* December 1930, P 678.

Hemery, Daniel. *Ho Chi Minh: De l'Indochine au Vietnam.* Paris: Gallimard, 1990.

Herman, John E. *Amid the Clouds and Mist: China's Colonization of Guizhou, 1200-1700.* Cambridge, Mass: Harvard Univ. Press, 2007.

Herring, George C. "America and Vietnam: The Unending War." *Foreign Affairs,* (1991), 70:5:104-19.

_________. Ed., *The Secret Diplomacy of the Vietnam War: The Negotiating Volumes of the Pentagon Papers.* Austin, TX: 1983.

Hickey, Gerald Cannon. *Free in the Forest: Ethnohistory of the Vietnamese Central Highlands, 1954-1976* New Haven, Conn: Yale Univ Press, 1982.

Hoang Ngoc Lung. *Intelligence.* Washington, D.C. 1981.

Hoàng Văn Đào. *Việt Nam Quốc Dân Đảng*. Sài Gòn: 1971.

Hoàng Văn Hoan, *Giọt Nước Trong Biển Cả.* Bắc Kinh: 1986.

__________. "Một bước ngoặt lịch sử quan trọng;" trong Nguyễn Lương Bằng, *et al.* *Đầu nguồn: Hồi ký về Bác Hồ*. Hanoi: Van Hoc, 1977.

Hosmer, Stephen T, Konrad Kellen, and Brian M. Jenkins, *The Fall of South Vietnam: Statements by Vietnamese Military and Civilian Leaders*. Santa Monica: The Rand Corporation, 1978.

Humphrey, Hubert. *Education of a Public Man: My Life and Politics*. Garden City, N.Y., 1976.

Hutterer, Karl L. "Early Southeast Asia: Old Wines in New Skins?—A Review Article." *Journal of Asian Studies,* Vol. XLI, No. 3 (May 1982). Pp. 549-57.

Huynh Kim Khanh. *Vietnamese Communism, 1925-1945*. Ithaca: Cornell Univ. Press, 1982.

I Ching [The] or Book of Changes; trans into English by Cary F. Baynes, based on Richard Wilhem's German version. Princeton, NJ: Princeton Univ Press, 1967, 1973.

Jian, Chen. "China and the First Indochina War, 1950-54;" *China Quarterly* (Aug. 1993). Pp 105-110;

Johnson, Lyndon Baines. *The Vantage Point: Perspectives of the Presidency, 1963-1969*. New York: Holt, Rinehart, and Winston, 1971.

Khorat, Pierre. "Les personnalitées catholique;" *Annales de la Société des Missions Etrangères* (Paris), 1913, pp 243-249. [Bốn nhân vật lừng lẫy : Trần Lục, Petrus Key, Trần Bá Lộc. và Huyện Sĩ Lê Phát Đạt, " Đại Tây"]

Kissinger, Henry A. *White House Years*. Boston: Little & Brown, 1979.

__________. *Years of Upheaval*. Boston: 1982.

__________. "The Vietnam Negotiations;" *American Foreign Policy, Three Essays*. New York, W W Norton, 1969. Pp 103-105 [99-135].

Komer, Robert W. *Bureaucracy Does Its Thing: Institutional Constraints on US-GVN Performance in Vietnam*. Santa Monica, California, 1972.

Kurihara Hirohide. "The First Congress of the Indochinese Communist Party (1935) and Its Aftermath: A Turning Point in the Comintern-ICP Relations;" *Journal of Asian and African Studies,* No. 60 (2000). Pp.1-35.

Lansdale, Edward G. *In the Midst of Wars: An American's Mission to Southwest Asia*. N.Y Harper & Row, 1972.

La souveraineté incontestable de la Chine (Beijing: 30 janvier 1980), Annex 2.

"La vérité sur les relations sino-vietnmiennes;" *La Chine et le Monde ["Sự thật về quan hệ Trung Hoa-Việt Nam,"* trong *Trung Hoa và Thế Giới].* Beijing: Beijing Information, 1982. Pp 102-41.

Lawson, Eugene E. *The Sino-Vietnamese Conflict.* New York: Praeger, 1991.

Lê Giản. "The Story of An Exile;" *Vietnam Courrier,* 1980:17-20;

Le Gro, William E. *Vietnam From Cease-Fire to Capitulation.* Washington DC, 1983.

Lê Hồng Phong, người cộng sản kiên cường [Le Hong Phong, the Fierce Communist]. Hanoi: NXB CTQG, 2002.

Lê Văn Lan. "Tài liệu khảo cổ học và việc nghiên cứu thời đại các vua Hùng." *NCLS* (Hà Nội), Bộ 124, số 7 (7/1969), tr. 52-79.

__________. "Về tục hỏa táng ở thời đại của các vua Hùng;" *NCLS,* số 132 (5-6/1970), tr. 74-80.

__________. & Phạm Văn Kỉnh. "Di tích khảo cổ trên đất Phong châu, địa bàn gốc của các vua Hùng." *NCLS,* Bộ 107, số 2 (2/1968), tr. 34-46.

Lê Quí Đôn. *Đại Việt thông sử*. Bản dịch Ngô Thế Long. Hà Nội: 1978.

Lê Tắc [Trắc]. *An Nam Chí Lược [ANCL].* Bản dịch Chen Ching Ho [Trần Kính Hòa] (dựa trên truyền bản Lạc Thiện Đường, Ginko Kishida [Ngạn Điền Ngâm Hương] sưu tập và hiệu đính năm 1884.. Huế: Đại học Huế, 1961.

Lê Trọng Tấn. *Từ Đồng Quan đến Điện Biên,* Đỗ Thận ghi. Hà Nội: NXB QĐND, 1994.

Lê Tùng Sơn. *Nhật ký một chặng đường.* Hà Nội: Văn Học, 1978.

Lê Tự Đồng, *Trị Thiên Huế Xuân 1975.* Hà Nội: QĐND, 1985.

Lê Văn Hiến. *Nhật Ký Một Bộ Trưởng.* 2 tập. Đà Nẵng: 2004.

Li Dao Yuan (466 [472]-527), et al., *Shuijingzhu [Thủy Kinh Chú].*

_________. *Thủy Kinh Chú Sớ* [*Shuijing zhusu*], Nguyễn Bá Mão dịch. Hà Nội: 2004. [Đoàn Hy Trọng, "Sáu lời bàn về Thủy Kinh Chú;" Tr 857-861.

"Linebacker II, SAC Strikes Back;" *Vietnam Mission* .Brookfield, 1989.

Lĩnh Nam Trích Quái, bản dịch Lê Hữu Mục Sài Gòn: 1970.

Lưu Văn Trác. "Một số tư liệu về cuộc kháng chiến cứu nước, 1974-1975." *NCLS* (2/1985):79.

McNamara, Robert S., with Brian VanDeMark. *In Retrospect: The Tragedy and Lesson of Vietnam.* New York, 1995.

McPherson, Harry. *A Political Education.* Boston, 1972.

Marr, David G. *Vietnam 1945: The Quest for Power.* Berkeley, CA: Univ of California Press, 1995.

_________. & Christine P. White. Eds. *Postwar Vietnam: Dilemmas in Socialist Development.* Ithaca, NY: Cornell Southeast Asia Program, 1988.

Marty, Louis. *Contribution à l'histoire des mouvements politiques de l'Indochine francaise [Đóng góp vào lịch sử các phong trào chính trị tại Đông Dương thuộc Pháp],* 7 tập, Hà Nội: 1933-1935.

Maspéro, Henri . "Etudes d'histoire d'Annam [Nghiên cứu lịch sử An Nam], IV. Le Royaume de Van Lang [Vương quốc Văn Lang] ;" *BEFEO,* Vol. XVIII (1918), no. 3:7 [1-10].

Meisner, Maurice J. *Mao's China.* New York: Free Press, 1977.

Ngô Đình Diệm. "L'Encrier de S. M. Tu-Duc: Traduction des Inscriptions [Nghiên mực của vua Tự Đức: Bản dịch những chữ khắc];" *Bulletin des Amis du Vieux Hue [BAVH]*, Bộ IV, số 3 (Tháng 7-9/1917). Tr. 209.

Ngô Đình Khả, Ministre honoraire. "Une ascension sur l'Écran du Roi: Poésie de S. M. Tu Duc. *BAVH,* số 2 (4-6/1916), tr. 223-27.

Ngô Quang Trưởng. *The Easter Offensive of 1972* Monograph, Washington, D.C.: 1980.

Ngô Thì Nhậm. *Hàn Các Anh Hoa,* bản dịch Mai Quốc Liên. TP/HCM: 1985.

Nguyên Vũ. *Xuân Buồn Thảm: Những ngày cuối cùng của miền Nam.* in lần thứ 2. Houston: Văn Hóa, 1993.

__________. *Paris Xuân 1996*. Houston: Văn Hóa, 1993.

__________. *Ngàn Năm Soi Mặt.* Houston: Văn Hóa, 2002.

Nguyen Cao Ky. *Twenty Years and Twenty Days.* New York: Stein & Day, 1976.

Nguyễn Duy Hinh, *Vietnamization and the Cease-Fire.* Washington, D.C.: 1980.

__________. *Lam Son 719.* Washington, D.C: 1979.

Nguyễn Linh. "Bàn về nước Thục của Thục Phán." *NCLS,* 124 (7/1969), tr. 33-51.

__________. "Về sự tồn tại của nước Văn Lang;" *NCLS,* 112 (7/1968), tr 19-32;

Nguyễn Thị Bình [Yến Sa], *et al. Mặt Trận Dân Tộc Giải Phóng, Chính Phủ Cách Mạng Lâm Thời tại Hội Nghị Paris về Việt Nam.* Hà Nội: CTQG, 2001.

Nguyễn Trãi. Dư Địa Chí, số 12; *Nguyễn Trãi Toàn Tập.* Hà Nội: 1976.

Nguyễn Xuân Chữ. *Hồi Ký Nguyễn Xuân Chữ.* Nguyễn Xuân Phác & Chính Đạo chú thích. Houston: Văn Hóa, 1996.

Nixon, Richard M. *Memoirs of Richard Nixon.* N.Y.: Harper & Row. 1978.

__________. "Asia After Vietnam." *Foreign Affairs,* Vol. 46, No. 1(10/1967). Pp 111-25.

Patti, Archimedes L. A. *Why Viet-Nam? Prelude to America's Albatros.* Berkeley, Cal.: Univ of California Press, 1980.

Pentagon Papers [The]. 5 vols. N.Y.: Batan Books, 1971.

Phạm Việp [Fan Ye, 398-446]. *Hou Han Shu /[Hậu] Hán Thư/* History of the Later Han], Bk 116/86 ["Nam Man truyện," q. 116/86];

Phan Bội Châu. *Chu Dịch,* trong *Phan Bội Châu Toàn Tập [PBCTT],* tập IX, Huế: 2001.

Phan Huy Chú. *Lịch Triều Hiến Chương Loại Chí.* 3 tập. Hà Nội: 1992.

Phan Chu Trinh. *A Complete Account of the Peasants' Uprising in Central Viet-Nam [Trung Kỳ Dân Biến Thỉ Mạt Ký].* Translated by Peter Baugher & Vu Ngu Chieu. Madison, WI: Univ of Wisconsin, Southeast Asian Studies Center: Monograph 1. 1983.

Phùng Thế Tài. *Bác Hồ, Những Kỷ niệm không quên.* Hà Nội: QĐND, 2002.

Pike, Douglas. Ed. *Bunker Papers: Report to the President from Vietnam, 1967-1973.* 3 vols. Berkeley: Institute of Asian Studies, University of California, Berkeley, 1990.

__________. *Viet Cong: The Organization and Tech-niques of the National Liberation Front of South Vietnam.* Cambridge, MA: MIT Press, 1966.

Presbish, Charles S. Ed. *Buddhism: A Modern Perspective.* Pennsylvania State Univ., 1978.

Roubaud, Louis. *Vietnam: La tragédie indochinoise.* Paris: Valois, 1931.

Shaplen, Robert. *The Lost Revolution.* New York: Harper & Row, 1966.

Sheehan, Neil. *A Bright Shining Lie.* NY: Vintage Book, 1988.

Sima Qian, *Shiji [Sử Ký],* q. 113, "Nam Việt Triệu Đà truyện;" [Bk 113, "The Account of Southern Yueh"], *Shih chi: Records of the Grand Historian of China, Ssu-ma Ch'ien,* trans. into English by Burton Watson. New York: Columbia Univ. Press, 1961.

Smith, R B. and W Watson. *Early South East Asia.* New York: Oxford Univ. Press, 1979.

Snepp, Frank. *Decent Interval.* NY: Random House. 1977/ *Sauve Qui Peut.* Paris, 1979.

Spector, Ronald H. *United States Army in Vietnam. Advice and Support: The Early Years, 1941-1960.* Washington, DC: GPO, 1983.

Strassberg, Richard E. *A Chinese Bestiary: Strange Creatures from the Guideways through Mountains and Seas.* Berkeley, CA: Univ of California Press, 2002.

Taylor, Keith W. *The Birth of Vietnam* . Berkeley, CA: Univ of California Press, 1983.

Thủy Kinh Chú Sớ (Beijing: 1955, 1999). Bản dịch Nguyễn Bá Mão. Hà Nội: 2004.

Tran Dình Tho. *The Cambodian Incursion.* Washington, D.C.: Center for Military History,1979.

Tran Van Hung. "Nhung tu lieu moi ve chuc Tong Bi thu cua cac dong chi Le Hong Phong va Ha Huy Tap" [New documents regarding the post of Secretary General of Comrades Le Hong Phong and Ha Huy Tap]; *TCLSD,* (2000), No. 5, p. 45.

Trần Văn Trà. *Kêt thúc cuộc chiến 30 năm,* tập 5. Hà Nội: QĐND, 1983.

Truong Buu Lam, "Intervention versus Tribute in Sino-Vietnam Relations, 1788-1790." In John King Fairbank, (ed) *The Chinese World Order: Traditional Chinese Foreign Relations.* Cambridge, Mass: Harvard Univ Press, 1968. Pp 165-179, 321-26 [notes] [sử dụng *Đại Thanh Lịch Triều Thực Lục* (Tokyo: 1937-1938), 1315:7ab].

Turley, G H., *The Easter Offensive, Vietnam 1972.* Novata, CA: Presidio Press, 1985,

United Nations. General Assembly, Agenda Item 77: "The Violation of Human Rights in South Viet-Nam." New York: 1963.

USMACV. "Command History, 1972-1973, " 2:annexes J, K, I, HRB, CMH.

VNCH, Việt Tấn Xã, *Hồ Sơ Về Phật Giáo,* 3 tập chữ Việt, Anh và Pháp, Tôn Thất Thiện biên soạn, HS8511; Kho Phủ Tổng Thống Đệ Nhất VNCH.. Trung Tâm Lưu Trữ Trung Ương II (TP/HCM);

Viollis, Andrée. *Indochine S.O.S.* Paris: Gallimard, 1935.

Võ Nguyên Giáp. *Điện Biên Phủ: Điểm Hẹn Lịch Sử.* Hữu Mai viết, in lần thứ 2 có bổ sung. Hà Nội: QĐND, 2001. Tr 17-28 [kế hoạch Navarre], 104-105 [rút pháo ra], 406-418 [Liễu Châu]

__________. *Điện Biên Phủ.* Hà Nội: NXB CTQG, 1994.

__________. *Đường tới Điện Biên Phủ.* Hữu Mai viết, in lần thứ 2 có bổ sung. Hà Nội: NXB QĐND, 2001. Tr 12-16. [cầu viện, 1950], 39-48, 85 [Trần Canh, 9-10/1950],

Vũ Đình Hòe. *Hồi Ký Vũ Đình Hòe.* Hà Nội: 2004.

Vu Ngu Chieu. "The Other Side of the Vietnamese 1945 Revolution: The Empire of Vietnam (March-August 1945);" *Journal of Asian Studies* (February 1986). Pp 293-338.

__________. "Political and Social Change in Viet-Nam Between 1940 and 1946." Unpublished PhD dissertation, UW-Madison. 1984.

__________. "From Embargo to Normalization: The Human Rights Aspects Of The United States-Vietnam Relations, 1975-1995;" unpublished J. D. Human Rights Seminar (Spring 1999) under the supervision of Professor Jordan J. Paust, University of Houston Law School, Houston, TX.

__________. *Các vua cuối nhà Nguyễn, 1884-1945,* 3 tập. Houston: Văn Hoa, 1999-2000.

__________. "Vài Cảm Nghĩ Về Cuộc Tự Thiêu của Thượng Tọa Thích Quảng Đức." *Hợp Lưu,* tháng 8-9/2005. Tr 152-206.

__________. *Lá bài bí mật của de Gaulle: Hoàng tử Vĩnh Sang* (1900-1945). Houston: Văn Hoá, 1992.

__________. "Nguyễn Ái Quốc: Người Việt Nam đầu tiên tới Mỹ?" *Hợp Lưu* (Fountain, Valley), số ;

__________. , "Nhà Lý (21/11/1009-10 [20]/1/1226): Xây Dựng và Bảo Vệ Đất Nước;" (2014) hopluu.net; vietnamvanhien.net; minhtrietviet.net.

__________ & Hoàng Đỗ Vũ. *Nhục Hận Biển Đông: Kiện hay Không Kiện?* Fountain Valley, CA: Hợp Lưu, 2015.

__________ & Hoàng Đỗ Vũ. *Viết Từ Chân Đền Hùng: Vấn Đè Quốc Thống*. Fountain Valley, CA: Hợp Lưu, 2015.

__________.& Nguyễn Thế Anh. *Một Ngôi Trường Khác Cho Nguyễn Tất Thành / Another School for Young Nguyen Tat Thanh / Une autre ecole pour le jeune Nguyen Tat Thanh.* Paris: Van Hoa. 1983.

Wade, Geoffrey. *Southeast Asia in Ming shi-lu: An Open Access Resource.* Trans from Chinese. Singapore: National University of Singapore database: 2005.

Waltham, Clae. *Shu Ching: Book of History.* Chicago: 1971.

Wang, Yuankang. *Harmony and War: Confucian Culture and Chinese Power Politics* NY: Columbia Univ Press, 2011.

Wei Yuan (Ngụy Nguyên, 1794-1854), ["Càn Long Chinh vũ An Nam ký;" *Thành Vũ Ký [Sheng Wuji] (1842).* Pp 187-88.

Wheatly, Paul. "Urban Genesis in Mainland South East Asia." In R. B. Smith and W. Watson (Ed.). *Early South East Asia.* New York: Oxford Univ Press, 1979. Pp. 288-89, 292-95.

White Christine P & David G Marr Eds. *Postwar Vietnam: Dilemmas in Socialist Development.* Ithaca, NY: Cornell Southeast Asia Program, 1988.

Whitmore, John K. *Vietnam, Ho Qui Ly and the Ming (1371-1421).* New Haven: Yale Univ Southeast Asia Studies, 1987.

__________. "Chiao Chih and Neo-Confucianism: The Ming Attempt to Transform Vietnam." *Ming Studies,* No 14 (1977). Pp 52ff.

Winzeler, Robert L. "Ecology, Culture, Social Organization, and State Formation in Southeast Asia," *Current Anthropology,* 17:4 (Dec. 1976), P. 624.

Wolters, O W. *Early Indonesian Commerce: A Study of the Origins of Sri Vijaya* . Ithaca: 1967.

Zabecki David G. (Ed), *Vietnam: A Reader.* New York: Ibooks, 2002.

Zhai, Quang. *China and the Vietnam Wars, 1950-1975.* Chapel Hill, Univ. of North Carolina Press, 2000.

Thư từ, bài vở xin trực tiếp gởi về:

Tạp chí Hợp Lưu
P.O.BOX 9809
Fountain Valley, CA 92728-9809- USA
Điện thoại: (714) 381-8780
E-mail: **tapchihopluu@aol.com**

Ngân / chi phiếu xin đề: **Tap Chi Hop-Luu Inc.**

Giá: 24.95 MK

Made in United States
North Haven, CT
04 November 2026

21766793R00270